ஜோதிட ஆராய்ச்சித் திரட்டு
(முதல் பாகம்)

பிரபல ஜோதிட ஆராய்ச்சியாளர்
ஜோதிடப் பேராசிரியர்
ஜோதிஷ்வாசஸ்பதி - தெய்வக்ஞசிரோமணி

மு.மாதேஸ்வரன் MICAS.,

விஜயா பதிப்பகம்
20, ராஜ வீதி
கோயம்புத்தூர் - 641 001.

© விஜயா பதிப்பகம்

ஜோதிட ஆராய்ச்சித் திரட்டு (பாகம் - 1)

Jothida Aaraichi Thirattu (Part - I)

ஆசிரியர் : **மு. மாதேஸ்வரன் MICAS**

பதினைந்தாம் பதிப்பு : 2022

விஜயா பதிப்பகம்

20, ராஜ வீதி, கோயம்புத்தூர் - 641 001.

0422 - 2382614 / 90470 87058

vijayapathippagam2007@gmail.com

ஒளியச்சு / புத்தக வடிவமைப்பு : **ஐரிஸ் கிராபிக்ஸ், கோவை.**

அட்டை வடிவமைப்பு : **தத்ரூபா கிராபிக்ஸ், கோவை.**

அச்சாக்கம் : **ஜோதி எண்டர்பிரைசஸ், சென்னை - 5.**

ISBN - **81-89796-58-5** / பக்கம் : 312 / **விலை : ரூ.** 200/–

என்னுரை

நான் ஒரு நாத்திகன். ஆம். உண்மையிலேயே நாத்திகவாதி என்பது மட்டுமல்லாமல் நாத்திக வாதமும் செய்தவன், கடவுள் இல்லை, ஜாதகம் என்பதெல்லாம் பொய் என்று சொன்னவன்தான். ஆனால் காலம் என் வாழ்க்கைப் பாதையைத் திசை திருப்பிவிட்டது. 18 வயதிலேயே தாய், தந்தையார், சொத்துக்களை இழந்து அநாதையாகிவிட்ட என் வாழ்க்கை ஒரு சோகமான கதை. இந்தக் கதையை முன்பின் சந்தித்தறியாத ஒரு ஜோதிடர் என் ஜாதகத்தைப் பார்த்து நேரில் கண்டதுபோல் நடந்ததைக் கூறியதோடு, நடக்கப் போவதையும் கூறினார். அதுபோலவே நடந்தது. எனவே இந்த ஜோதிட சாஸ்திரம் என்பது உண்மையானதுதானா என்று ஆராய என் மனம் விரும்பியது. அதன் விளைவாக 1962-ல் ஆராய்ச்சியில் இறங்கினேன். இன்றுவரையும் ஆராய்ச்சியிலேதான் இருக்கிறேன். ஜோதிடப் பலன்கள் சொன்னாலும் இன்னமும் படித்துக் கொண்டேதான் இருக்கிறேன். உண்மையில் சொல்லப் போனால் இதை முழுமையாக என்று சொல்வதைவிட ஓரளவு என்ற நிலைக்கு வருவதற்குக் கூட நம் ஆயுள் போதாது. இது ஒரு பெருங்கடல். நானும் பல புத்தகங்களைப் படித்தும் பல்லாயிரக்கணக்கான ஜாதகங்களைப் பார்த்தும் என் அறிவை விருத்தி செய்துகொண்டாலும், அதுபோதுமானதாக இல்லை என்பதோடு பல நூல்கள் பலவிதமாகப் பலன் சொல்வதால் குழப்பமே ஏற்பட்டது.

ஜோதிடப் புத்தகங்களை இதுவரையிலும் எழுதியவர்களும், மூலநூல்களில் உள்ளவைகளையே அப்படியே எழுதி

யுள்ளார்கள். ஆராய்ச்சியின் அடிப்படையில் எளிமையாக அனைவரும் நுணுக்கங்களைப் புரிந்துகொள்ளப் புத்தகங்கள் இல்லை. எனவே ஏன் நாமே ஒரு ஆராய்ச்சியைக் கொண்டு அனுபவபூர்வமாக ஒரு ஜோதிட நூலை எழுதக் கூடாது என்ற கேள்வியே இன்று புத்தகமாக உங்கள் கையில் உள்ளது. இதில் உள்ள விஷயங்கள் முற்றிலும் ஆராய்ச்சியின், அனுபவத்தின் அடிப்படையில் மூலநூல்களின் விஷயங்களையும் கலந்து எளிய முறையில் சாதாரணமானவர்களும் புரிந்துகொள்வதுடன், தொழில்முறை ஜோதிடர்களும் நன்கு பயன்படுத்திக் கொள்ளும் வகையில் திரட்டி அளித்துள்ளதால், இதற்கு ‘ஜோதிட ஆராய்ச்சித் திரட்டு’ என்றே பெயர் வைத்துள்ளேன். இது ஓரளவிற்கு ஜோதிடம் சம்பந்தமானவற்றிற்கு விளக்கம் அளிக்கும். இதை இரண்டு பாகமாக எழுதியுள்ளேன். முதல் பாகம் பொதுவாகவும், இரண்டாம் பாகம் ஆராய்ச்சியின் அடிப்படையையே முக்கியமாகவும் கொண்டது. இதுவரையிலும் எவரும் எழுதியிராத புதுமுறையில் எழுதியுள்ளேன். இதைப் பிரசுரம் செய்ய முன்வந்த ‘விஜயா’ பதிப்பகத்தாருக்கு என் மனப்பூர்வமான நன்றியைத் தெரிவித்துக் கொள்கின்றேன். வாசகர்கள் அளிக்கும் ஊக்கமே இத்துறையில் மேலும் பல புத்தகங்கள் உருவாக உதவியாக இருக்கும்.

அன்பன்
மு. மாதேஸ்வரன் MICAS.,
ஜோதிட, கைரேகை,
எண் கணித ஆராய்ச்சியாளர்
ஜோதிடப் பேராசிரியர்
ஜோதிஷ்வாசஸ்பதி
தெய்வக்ஞசிரோமணி

215 (107) காந்திநகர்,
(தண்ணீர் டேங்க் ரோடு)
ஆத்தூர் - 636 102.
சேலம் மாவட்டம்,தமிழ்நாடு.
போன்: (04282) 250532.
“மாருதி ஜோதிடப் பயிற்சி மையம்”
(அஞ்சல்வழிப் பயிற்சி)

பதிப்புரை

நண்பர் ஒருவரால் திரு. மு. மாதேஸ்வரன் அவர்கள் ஒரு ஜோதிட ஆராய்ச்சியாளர் என்று எங்களிடம் அறிமுகப்படுத்தி வைக்கப்பட்டார். அவரிடம் பேசிக் கொண்டிருந்த பொழுது, அவரிடம் அரிய விஷயங்கள் இருப்பதை அறிந்து கொண்டோம். பேச்சுவாக்கில் ஜோதிடர்களிடமும், ஜோதிடப் புத்தகங்களிலும் மாறுபட்ட கருத்துக்கள் உள்ளனவே என்று கேட்டபோது, மிக அருமையான உதாரணங்களுடன் விளக்கினார். அந்த விளக்கங்களைக் கேட்டபோது, அனைவருக்கும் பயன்படும் வகையிலும் எளிதாகப் புரிந்துகொள்ளும் வகையிலும் இவருடைய புத்தகத்தை வெளியிடலாமே என்ற யோசனை எங்களுக்கு ஏற்பட்டது. இவ்வெண்ணத்தை அவரிடம் தெரிவித்தபோது, அவர், தாம் இது பற்றிய யோசனையோடு பல விஷயங்களை ஆராய்ச்சியின் அடிப்படையில் திரட்டி வைத்துள்ளதாகக் குறிப்பிட்டார். அவை ஆரம்ப நிலையில் உள்ளவர்களுக்கு மட்டுமல்லாமல் தொழில்முறை ஜோதிடருக்கும் பயன்படும் என்று கூறி எங்கள் வேண்டுகோளுக்கிணங்க "ஜோதிட ஆராய்ச்சித் திரட்டு" என்ற பெயரில் இரண்டு பாகங்களாக எழுதியுள்ளார். அதை வெளியிட்டுள்ளோம். அரிய விஷயங்களை வெளிப்படையாக அனைவரும் எளிதில் புரிந்துகொள்ள ஏற்றதாக உள்ள இந்த இரு நூல்களையும் வாங்கிப் படித்து பயனடைய வேண்டுகிறோம்.

இங்ஙனம்
பதிப்பாசிரியர்

பொருளடக்கம்

		பக்கம்
1.	கிரகங்களுக்கும் மனித வாழ்வுக்கும் உள்ள தொடர்பு	11
2.	கிரகங்களின் தன்மைகள்	17
3.	இராசிகளின் விவரங்கள், தன்மைகள்	31
4.	நட்சத்திரங்களின் விவரங்கள், இராசிகளில் அமையும் விதம்	53
5.	சாயக்கிரகங்களான ராகு, கேது கிரகங்களின் விவரங்கள்,	63
6.	பாவக விளக்கங்கள் (ஸ்தானங்கள் (அ) வீடுகள்)	72
7.	ராசி, கேந்திரம், திரிகோணம், பணபரம், உபஜெயம்	75
8.	கிரகங்களின், ராசியில் பெறும் நட்பு, பகை விவரம் (சத்துரு மித்துரு) விபரங்கள்	79
9.	லக்கினம், இராசி, அம்சம் அமைத்தல்	84
10.	ஷட்வர்க்கங்களின் விவரம், அம்சத்தின் முக்கியத்துவம்	103
11.	12 ராசிகளிலும் சந்திரன் நின்ற பலன்கள் மற்றும் உடன் இணையும் கிரகங்களின் பலன்கள்	110

12.	12 லக்கினத்தில் சூரியன் நின்ற, மற்றும் இணையும் கிரகங்களின் பலன்கள்	...	126
13.	கிரகங்களுக்குரிய மாற்றுப் பெயர்கள்	...	147
14.	யோக வகைகள்	...	149
15.	12 பாவங்களின் தன்மையை அறிந்து பலன் சொல்லும் முறை	...	159
16.	பாலாரிஷ்டம்	...	191
17.	ஜோதிட சம்பந்தமான முக்கியமான சிறுவிஷயங்களின் தொகுப்பு	...	195
18.	12 லக்கினத்துக்கு 9 திசாக்களின் பொதுப்பலன்கள்	...	208
19.	முடிவுரையும் அடுத்த பாகத்தில் வரும் விஷயங்கள் பற்றிய குறிப்பும்	...	309

ஓம்
அன்னை அபிராமி துணை

கணபதி

கணபதி என்றிடக் கலங்கிடும் வல்வினை
கணபதி என்றிடக் காலனும் கைதொழக்
கணபதி என்றிடக் கர்மமும் அகல்வதால்
கணபதி என்றிடக் கவலை ஒன்றில்லையே

முருகன்

அஞ்சு முகம் தோன்றின்
ஆறுமுகம் தோன்றும்
வெஞ்சமலரில் அஞ்சலென
வேல் தோன்றும்
நெஞ்சில் ஒருக்கால் நினைக்கின்
இருகாலும் தோன்றும்
முருகாவென் றோதுவார் முன்

- நக்கீரர்

கலைவாணி

"வெள்ளைக் கலையுடுத்தி வெள்ளைப் பணிபூண்டு
வெண்தாமரையுள் வீற்றிருப்பாள் என் அன்னை
சொல்லோடு பொருள் தந்து கவிக்கரசாய்
அரசரோ டென்னைச் சரியாசனம் வைத்த தேவி"

நவக்கிரகம்

ஆரோக்கியம் பிரதாதுநோ தினகர
சந்த்ரோ யசோ நிர்மலம்
பூதிம் பூமிசுத சுதாம்ஸுதனய
பிரக்ஞாம் குரூர் கௌரவம்
கான்ய கோமள வாக்விலாச மதுலம்
மந்தோ முதம் சர்வதா! ராஹு பாஹுர்
பலம் விரோத சமனம்
கேது குலஸ்யோன்னதிம்!

அததேவதா ப்ரதியதிதேவதா ஆதித்யாதி சகித
நவக்கிரஹ தேவதாப்யோ நமோ நமஹ!

நித்திய பூஜைக்கும் எப்போதும் மனதில் எண்ணி
ஜபிக்கும் (ஸ்மரனம்) தமிழ் தாரக இறைமந்திரங்கள்

எனக்கென்று எதுவுமில்லை! எனது என்று எதுவும் இல்லை!
நான் என்பதும் எதுவும் இல்லை; இறைவா உன்
அருள் இன்றி என்னால் ஆகக்கூடியதும் எதுவும் இல்லை!

எது நடந்ததோ அது இறைவன் செயல்!
எது நடக்கின்றதோ அது இறைவனின் நிர்ணயம்!
எது நடக்கவுள்ளதோ அது இறைவனின் விருப்பம்!

சர்வமும் இறைவன் - சகலமும் இறைவன்
அகிலமும் இறைவன் - அனைத்தும் இறைவன்
அனைத்திலும் இறைவன் - அனைத்துமாகவும் இறைவன்

அங்கிங்கெனாதபடி - எங்கும் பிரகாசமாய்
ஆனந்தஜோதி சொரூபமாக நீக்கமற
நிறைந்திருக்கும் இறைவனே!
இந்த ஜீவன் உன்னிடம் பரிபூர்ண
சரணாகதி அடைந்து தஞ்சம் கேட்கின்றது!
இந்த ஜீவனின் சரணாகதியை ஏற்றுக்கொண்டு
தஞ்சம் அளியுங்கள் இறைவா!
சரணம்! சரணம்! சரணம்!

ஆனந்தம்;
பரமானந்தம்;
பேரானந்தம்;
நித்யானந்தம்;
ஆத்மானந்தம்;
தேஜோமயானந்தம்;
சதானந்தம்;
சச்சிதானந்தம்;
பரப்ருஹ்மானந்தம்!

இறைவா உன் திருத்தாள் பணிந்து
திருவடி தொழுது
திருநாமம் போற்றுகின்றோம்!
சரணம் - சரணம் - சரணம்!

1. கிரகங்களுக்கும் மனித வாழ்வுக்கும் உள்ள தொடர்பு

உலகம் தோன்றி, மனிதன் விவரம் அறிந்துகொண்ட நாள் முதல் கிரகங்களுக்கும் மனித வாழ்வுக்கும் உள்ள தொடர்பைப் பற்றி இடையறாத ஆராய்ச்சிகள் நடந்து கொண்டே இருக்கின்றன. ஆராய்ச்சியில் தொடர்பு உண்டு என்று நிரூபிக்கப்பட்டாலும், இவையெல்லாம் பொய் என்று கூறுபவர்கள் அன்றும் இருந்தார்கள், இன்றும் இருக்கிறார்கள். இன்றைய விஞ்ஞானத்தால் கிரகங்கள் என்பது உண்மை; அவைகளெல்லாம் சூரியனை ஒரு குறிப்பிட்ட பாதையில் ஈர்ப்பு விசையின் அடிப்படையில் சுற்றி வருகின்றன என்பது அனைவராலும் ஒப்புக் கொள்ளப் பட்ட உண்மை. இதைப் பல்லாயிரம் ஆண்டுகளுக்கு முன்னமே 'வராகமிகிரர்' போன்ற வானசாஸ்திர நிபுணர்கள் மெய்ஞ்ஞானத்தால் நிரூபித்ததோடு ஜோதிட சாஸ்திரங் களையும் நமக்கு அளித்துச் சென்றுள்ளார்கள்.

அந்த சாஸ்திரங்கள் வழிவழியாக அறிவுமிக்க சான்றோர் களால் எடுத்துரைக்கப்பட்டும், சுவடிகளில் எழுதி வைக்கப்பட்டும் நமக்குக் கிடைத்துள்ளன. அதை முற்றிலும் கற்க நம் ஏழு பிறவிகளும் போதாது என்றேதான் கூறவேண்டும். ஜாதகம், ஜோதிட சாஸ்திரம் பொய் என்று நாத்திக வாதம் செய்தாலும் மேல்நாட்டிலும் நம் நாட்டிலும்

ஜாதகங்களைக் கணிக்கவும், பலன்களை அறியவும் 'கம்ப்யூட்டர்' என்னும் இயந்திரங்கள்கூட வந்துவிட்டன.

சூரியனின் சஞ்சாரத்தைக் கொண்டு, ஒரு மனிதன் பிறந்த நேரத்தை வைத்து லக்கினம் நிச்சயிக்கப்படுகின்றது. அது பிறந்த மனிதனின் ஜீவன் அதாவது உயிரைப் பற்றியது. அடுத்து சந்திரனின் சஞ்சாரத்தைக் கொண்டு ராசி நிச்சயிக்கப் படுகின்றது. அது உடலைப் பற்றியது. கிரகங்களில் நாம் வாழும் பூமியும் ஒரு கிரகம்தான். பூமியைத் தவிர கண்ணால் காணக்கூடிய கிரகங்கள் சூரியனும், சந்திரனும்தான். மற்ற கிரகங்களைக் கண்ணால் காண முடியாது. சக்திவாய்ந்த தொலைநோக்கிகளால் காணக்கூடும். எனவே சாதாரணமாகக் காணப்படும் சூரியன், சந்திரனே கிரகங்களில் தலையானதாகக் கருதப்படுகின்றன. எனவே சூரியன் ஆத்ம (உயிர்) கிரகம் என்றும், சந்திரன் உடல் (மனது) கிரகமென்றும் வகைப் படுத்தப்பட்டுள்ளது.

அதேபோல் மற்றைய கிரகங்களான 'செவ்வாய்' சகோதரர்களுக்கான கிரகம் என்றும், 'புதன்' கல்வி கலைகளுக்குரியதாகவும், 'குரு' புத்திரர்களுக்குரியதாகவும், 'சுக்கிரன்' உலக இன்பங்களுக்குரியதாகவும், 'சனி' ஆயுளுக்குரியதாகவும் அமைக்கப்பட்டுள்ளன (மற்ற இரு கிரகங்கள் விவரம் பின்னால் வரும்).

இப்படி அமைக்கப்பட்டுள்ள ஏழு கிரகங்களுக்கும் மனித உடலின் ஒவ்வொரு அங்கமும் பகுத்தளிக்கப் பட்டுள்ளது.

'சூரியன்'	ஆத்மா (உயிர்)	உடலிலுள்ள 'எலும்பு'
'சந்திரன்'	உடல் (மனது)	உடலிலுள்ள 'ரத்தம்'
'செவ்வாய்'	சகோதரர்கள்	உடல் எலும்பிலுள்ள மஜ்ஜை

'புதன்'	கல்வி, கலை மாதுலம்	உடலின் மேலுள்ள 'தோல்'
'குரு' (அ) வியாழன்	புத்திரர்கள்	உடலில் உள்ள 'தசை, மூளை'
'சுக்கிரன்'	இன்பம்	உடலில் உள்ள 'இந்திரியம்' (விந்து) சுரோணிதம் எனும் கருமுட்டை
'சனி'	ஆயுள்	உடலில் உள்ள 'நரம்பு'

இந்த மாதிரியாக சூரியன் முதலான ஏழு கிரகங் களுக்கும் மனித வாழ்வில் தொடர்பு ஏற்படுத்தப்பட்டுள்ளது. மனிதனின் முழு இயக்கங்களும் கிரகங்களின் கட்டுப் பாட்டில் இருக்கின்றது. இப்படி கட்டுப்படுத்தும் கிரகங்கள் மனித வாழ்வின் உயர்வு தாழ்வுக்கும் சம்பந்தமுடையனவாக உள்ளதா என்ற ஆராய்ச்சியின் முடிவுதான் ஜோதிட சாஸ்திரம், ஒருவன் பிறந்த நேரத்தைக் கொண்டு கணித்து, லக்கினம் நிச்சயம் செய்து, மற்ற கிரகங்களின் சஞ்சாரத்தையும் வைத்து ஒரு மனிதனின் எதிர்காலம் பற்றி அறிய முடியும் என்ற உண்மையை உணர்த்துவதே ஜோதிட சாஸ்திரம். லக்கினம், ராசி, கிரக சஞ்சாரங்களைக் கொண்டு, மனிதன் எதிர் காலத்தைக் கணக்கிட முடியும் என்பதால் கிரகங்களுக்கும் மனித வாழ்வுக்கும் தொடர்புண்டு என்பது மறுக்க முடியாத உண்மையாகும். சரியாக கணிக்கப்படாத ஜாதகங்களாலும், அனுபவமற்ற ஜோதிடர்களாலும் பலன் மாறக்கூடுமேயன்றி மற்ற வகையில் பலன் மாறுவதற்கு வழியில்லை. கிரகங்களின் நிலையை நுணுக்கமாக ஆராய்ந்து, அதன் வலிவுகளைக் கொண்டு திசாபுத்தி களுக்கேற்ப நடந்த, நடக்கப் போகும் பலன்களை ஓரளவு துல்லியமாகச் சொல்ல முடியும்.

சூரியன் நிலையான கிரகம் என்றும், பூமிமுதல் மற்றைய அனைத்து கிரகங்களும் அதை ஒரு குறிப்பிட்ட பாதையில் சுற்றி வருகின்றன என்றும் கீழ் வகுப்புகளில் புவியியல் பாடத்தில் படித்துள்ளோம். பூமி தன்னைத்தானே சுற்றிக்கொண்டு சூரியனையும் சுற்றி வருவதால் பூமியில் இரவு பகல், வெயில் குளிர்காலங்கள் தோன்றுகின்றன என்பதைப் போலவே மனிதனின் வாழ்விலும் கிரகங்கள் - உயர்வு - தாழ்வு, வெற்றி - தோல்வி ஆகியவற்றை நிர்ணயம் செய்கின்றன.

உடலின் பாகங்களை கிரகங்கள் எவ்விதம் ஏற்றுக் கொண்டுள்ளன என்பதைக் குறிப்பிட்டிருந்தபடி, பஞ்ச பூதங்கள் எனப்படும் நெருப்பு, நீர், பூமி, காற்று, ஆகாயம் என்பனவும் ஏழு கிரகங்களுக்கும் பகிர்ந்து அளிக்கப் பட்டுள்ளன. உடலின் பாகங்களைக் கவனிப்போம்.

நெருப்பு: சூரியன், செவ்வாய்க்கு - நெஞ்சு பாகம்
நீர்   : சுக்கிரன், சந்திரனுக்கு - தொடை, அடிவயிறு
பூமி   : சனி - பூமியில் நிற்கும் பாதம்
காற்று : புதன் - தோள்பட்டை, முதுகு, கழுத்து
ஆகாயம்: குரு - தலை மற்றும் தலையினுள் உள்ளமூளை.

மேலே கூறிய பஞ்சபூதங்களினால்தான் மனிதனின் உடல் ஆக்கப்பட்டுள்ளது. எனவே அந்த பஞ்சபூதங்கள் எவ்வளவு கச்சிதமாக ஏழு கிரகங்களுக்கும் பகிர்ந்தளிக்கப் பட்டுள்ளன என்பதை விளக்கமாகத் தெரிந்து கொண்டால் மனித வாழ்வில் கிரகங்களுக்குரிய தொடர்பு நன்கு விளங்கும். இது எந்தப் புத்தகத்திலும் விளக்கப்படாத உண்மை. (இந்தப் புத்தகத்தைப் படிப்பவர்கள் ஒரு சிறிய

விஷயத்தையும்கூட விடாமல் தெரிந்து கொள்வதற்காக மிக நுணுக்கமான உண்மைகளையும் தெளிவுபடுத்தியுள்ளேன்).

'நெருப்பு' என்பது நெஞ்சுப் பாகத்துக்கு ஏன் உதாரணமாக்கப்பட்டுள்ளது? அது ஏன் சூரியனுக்கும் செவ்வாய்க்கும் கொடுக்கப்பட்டுள்ளது? - என்ற கேள்வி யாருக்கும் தோன்றக் கூடியதே. நெஞ்சில்தான் உயிருக்கு மிக முக்கியமான 'இதயம்' உள்ளது. நெஞ்சுப் பாகம் மற்றெல்லா பாகத்தையும்விட சற்று உஷ்ணமாகவே இருக்கும். உடல் முழுவதும் செல்லும் ரத்தம் இதயத்தின் வழியாகத்தான் பயணம் செய்கின்றது. இதயம் எப்போதும் துடித்துக்கொண்டே இருப்பதால் மூலாதார உஷ்ணம் என்பது நெஞ்சில் மறைந்து இருக்கும். அந்த உஷ்ணத்தை ஒரே சீராக கட்டுப்படுத்துவது மனம் என்று சொல்லக்கூடிய இதயம்தான். ஞானிகளும், சித்தர்களும் அந்த மனத்தைக் கட்டுப்படுத்தி அந்த மூலாதார உஷ்ணத்தை அதிகப் படுத்தவும், குறைக்கவுமான வழிகள் தெரிந்தவர்கள். இப்போதும் யோகாசனம், தியானம், பிராணாயாமம் செய்பவர்கள் அதைப் பற்றி நன்கறிவார்கள். எனவே உஷ்ணமாக இருக்கும் நெஞ்சுப் பாகம் வெப்பக் கிரகங்களான சூரியனுக்கும், செவ்வாய்க்கும் அளிக்கப் பட்டுள்ளது. இரண்டையும் எரி கிரகம் என்று சொல்வார்கள்.

அடுத்து, நீர் என்று சொல்லப்படுவதை உடலிலே நீர் நிறைந்திருக்கும் பாகமான வயிற்றுக்குக் கொடுத்து அது சந்திரன் சுக்கிரன் என்ற இரு நீர்கிரகங்களுக்கும் கொடுக்கப் பட்டுள்ளது.

அடுத்து, பூமி என்று சொல்லப்படுவதை பூமியில் நிற்கும் பாதங்களுக்குக் கொடுத்து அந்தத் தத்துவத்தை சனிக்கு அளித்துள்ளார்கள். பூமியில் ஜனித்தவர்களுக்குத்

துன்பத்தை அளிப்பது சனியே என்ற காரணம்கூட பூமியைச் சனிக்கு அளித்ததற்குப் பொருந்தும்.

அடுத்து, காற்று என்பதை வாயுப் பிடிப்பு அடிக்கடி வரும் இடமாகிய முதுகு, தோள்பட்டை, கழுத்து ஆகிய இடங்களுக்கு அளித்து அப்பகுதி வாயுக் கிரகமாகிய புதனுக்கு அளிக்கப்பட்டுள்ளது.

அடுத்து, ஆகாயம் என்று சொல்வதை ஆகாயத்தை நோக்கியுள்ள தலைக்கு உதாரணப்படுத்தியதோடு, வான மண்டலத்தில் எங்கோ இருப்பதாக சொல்லப்படும் இறைவனால் அருளப்பட்ட அத்தனை கல்வி, கேள்வி, ஞானங்களையும் மூளையே ஏற்றுக்கொள்வதால், இந்த ஞானங்களுக்கு கர்த்தாவான தேவகுரு என்று கூறப்படும் குரு(வியாழன்)வுக்கு அளித்திருப்பதைக் கொண்டு மனித வாழ்வில் கிரகங்களின் தொடர்பு உண்டு என்பது தெளிவாகப் புரியும்.

2. கிரகங்களின் தன்மைகள்

சூரியன்

சூரியக் கிரகத்தைப் பற்றி இங்கு ஓரளவு கூறப் படுகின்றது. சூரியன் ஆத்மகாரகன். சூரியனை வைத்தே லக்கினம் கணிக்கப்படும். பிதுர்காரகன் என்றும் அழைக்கப் படுவார். சுமாரான உயரம், சத்துவ குணம், ஆண்கிரகம், பித்த திரேகம், எலும்புக்கு அதிபதி, கோதுமைத் தானியம், சந்தனம், சிவப்பு நிறம், கிழக்குத் திசை, செந்தாமரைப் புஷ்பம், தடித்த உடை, வாகனம் தேர், பகலில் வலிமை, கசப்பும் காரமும் சுவை, வட்டமான வடிவம், அரசன், அதிதேவதை அக்னி பகவான், பிரதி அதிதேவதை ருத்திரன், கிரீஸ்மருது, பூஜை புனஸ்காரங்களுக்குரிய உன்னதமான இடம். முக்கால் பங்கு கெட்டவன் கால் பங்கு நல்லவன். நெருப்பு, தாமிரம் உலோகம், நவரத்தினம் மாணிக்கம், சமித்து எருக்கு, கிரக க்ஷேத்திரம் ஆடுதுறை சூரியனார் கோவில், ராசியில் சஞ்சரிக்கும் காலம் 1 மாதம், சமஸ்கிருத மொழியும் - தெலுங்கும், க்ஷத்திரியன்.

ராஜ்ய பதவி, தகப்பனார், சம்பாத்தியம், பலம், ஆண்மை, பரிசுத்தம், பராக்கிரமம், ஆத்மபலம், தகப்பனார் சொத்துக்கள், அரசியல் தொடர்பு, தகப்பனாரின் உடன் பிறந்தவர்கள், காடு, மலை, வயல், ருசி, புகழ், கீர்த்தி ஆகியவற்றின் காரகத்துவம் பெற்றவர்.

சூரியனைக் கொண்டே உயிரின் வலுவையும், ஆத்ம பலத்தையும், சம்பாத்தியத் திறமையையும், தகப்பனார் பற்றிய விவரங்களையும் அறிந்து கொள்ள வேண்டியதால், சூரியனின் நிலையை நன்கு கவனிக்க வேண்டும்.

சூரியனுக்கு	நட்புக் கிரகங்கள்:	குரு, செவ்வாய், சந்திரன்.
சூரியனுக்கு	சம கிரகம் :	புதன்
சூரியனுக்கு	பகைக் கிரகங்கள்:	சுக்கிரன், சனி, ராகு, கேது
சூரியனுக்கு	உச்ச ராசி :	மேஷம் 10 பாகை வரையில் பரம உச்சம்.
சூரியனுக்கு	மூலத்திரிகோணம்:	சிம்மம் 20 பாகை வரை
சூரியனுக்கு	ஆட்சி :	சிம்மம் 20 முதல் 30 பாகை வரை
சூரியனுக்கு	நீச ராசி :	துலாம் 10 பாகைவரை பரமநீசம்.

பார்வை ஏழாம் பார்வை மட்டும்; அதிசாரம் ஐந்து நாட்கள். சூரியன் ஆதியிலேயே பலன் கொடுக்கும் கிரகம். சம்பாத்திய காரகனாதலால், சூரியனுக்கு பகை கிரகங்கள் இணைவு நல்லதல்ல என்பதோடு சூரியன் நின்ற ராசிக்கு 1, 4, 7, 10-இல் ராகு இருப்பது சம்பாத்தியத்தில் தொல்லை கொடுக்கும். அதேபோல் அஷ்டமாதிபதி என்று சொல்லும் எட்டாம் வீட்டிற்குரியவனின் இணைவும் பார்வையும்கூட வருமானத்தில் தொல்லை தரும். சூரியன் 1, 4, 7, 10 ஆகிய ஸ்தானங்களில் இருப்பது வலிது. அதிலும் 10ஆம் இடத்தில் இருப்பது வலியது திக்பலம். ராசிக்கு ஐந்தில் வரும்போது, தொல்லைகள் அதிகம் இருக்கும். இங்கு பாகை என்பது டிகிரி என்பதன் ஜோதிடச் சொல். ராசி சஞ்சாரம் 1 மாதம்.

சந்திரன்

சந்திரன் உடல்காரகன், மனதுகாரகன்; சந்திரனை வைத்தே ராசி கணிக்கப்படுகிறது. தாயார்காரகன் என்று அழைக்கப்படும் சந்திரன் உயரம் குறைவானவர். பெண் கிரகம், நீர்க்கிரகம், சிலேத்துமம், முத்து, வைசியன், அரசன், வடமேற்கு, வெள்ளை, ரத்தத்திற்கு அதிபதி, அதிதேவதை வருணன், பிரதி அதிதேவதை கௌரி (பார்வதி), வெள்ளை அல்லி புஷ்பம், இனிப்பு, சமித்து முருங்கை, ஈயம் - வெண்கலம், க்ஷேத்திரம் திங்களூர், வளர்பிறையில் சுபர், தேய்பிறையில் பாபர், நெல், இரவில் வலிமை, தமிழ், வர்ஷருது, நீர் சூழ்ந்த இடம், புதிய வெள்ளை வஸ்திரம், முத்துவிமானம், சாம்பிராணி, சதுரமான வடிவம், ராசியில் சஞ்சரிக்கும் காலம் $2\frac{1}{4}$ நாட்கள்.

சந்திரனுக்குத் தேய்பிறை, வளர்பிறை என்று இரட்டை நிலை உடையதால் அதற்குத் தக்கவாறே அதன் பலம் அமையும். வளர்பிறையில் பலம் அதிகமாயும் தேய்பிறையில் பலம் குறைந்தும் காணப்படும். தாயார், மனது, தைரியம், துணிச்சல், வெண்சாமரம், வாசனைப் பொருள், முக அழகு, செல்வம், தானியம், நீர் சம்பந்தமான பொருள்கள், பயிர்த் தொழில், சந்தோஷம், பெண் வழியால் உயர்வு பெறல், சாஸ்திரம், சங்கீதம், கருணை, ஈகை ஆகியவற்றிற்கு சந்திரனே காரகன். சதுர்த்த கேந்திரத்தில் வலு அதிகம். திக்பலம்.

சந்திரனைக் கொண்டே ராசி கணிக்கப்படுவதால், மனதின் வலிமைக்கும் உறுதிக்கும், தாயார் வர்க்கங்களைப் பற்றி அறியவும், கோசார பலன்களுக்கும் சந்திரனின் நிலையை நன்கு கவனிக்க வேண்டும்.

சந்திரனுக்கு	நட்புக் கிரகங்கள் :	சூரியன், புதன்
,,	சம கிரகங்கள் :	செவ்வாய், சுக்கிரன், குரு, சனி
,,	பகைக் கிரகங்கள் :	ராகு, கேது
,,	உச்ச ராசி :	'ரிஷபம்' முதல் 3 பாகை வரை உச்சம்
,,	மூலத்திரிகோணம் :	'ரிஷபம்' 3 முதல் 27 பாகை வரை
,,	ஆட்சி :	கடகம் 30 பாகையும் ஆட்சி பலம்
,,	நீச ராசி :	விருச்சிகம் முதல் 3 பாகை வரை பரம நீசம்

பார்வை "ஏழாம்" பார்வை மட்டும். எப்போதும் பலன் அளிப்பவர். அதிசாரம் 3 நாழிகை. சந்திரன் உடல்காரகன், மற்றும் மனதுகாரகனாகையால் சந்திரனுடன் ராகு, கேதுக்கள் இணைவு தேக வலிமையைத் தராது. அஷ்டமத்தில் சந்திரன் இருப்பது மிகவும் கெடுதல். அஷ்டமத்தோன் இணைவும் கெடுதியே! பாபக்கிரகங்களின் சேர்க்கை மனதைக் கெடுக்கும். தீய வழியிலும் செல்ல வைத்து விடும். பொதுவாக சந்திரன் லக்கினத்திற்கு கேந்திரங்களில் இருப்பதை விட திரிகோணங்களாகிய 1, 5, 9ல் இருப்பதோடு குருவின் இணைவும் பார்வையும் பெறுவது நல்லது. ஏனெனில் சந்திரனின் ஆட்சி வீடான கடகத்தின் உச்சாதிபதியான குரு பகவான் சுபரானதால் அவர் பார்வை, சகிதம் பெறுவது கோடி தோஷ பரிகாரம் என்று சொல்லப்படும். ராசி சஞ்சாரம் 2¼ நாட்கள்.

செவ்வாய்

செவ்வாய் சகோதரகாரகன் என்று அழைக்கப்படுபவர், செவ்வாயைக் கொண்டே சகோதரர்களின் நிலை பற்றி அறிந்து கொள்ள வேண்டும். செவ்வாய் ஆண் கிரகம், குறுகிய வடிவம், சமஸ்கிருதம், சிவப்பு, தெற்கு, க்ஷத்திரியன், கெட்ட குணம், தாமஸம், கிரீஸ்மருது, இரவில் வலு, பித்தம், சண்பகம், துவரை, கருங்காலி, எலும்பில் உள்ள மஜ்ஜைக்கு அதிபதி. அன்னம், துவர்ப்பு, செம்பு, குகந்தம், முக்கோண வடிவம், சேனாதிபதி, அதிதேவதை பூமாதேவி, பிரதி அதிதேவதை முருகன். க்ஷேத்திரம் பழனி (அ) வைத்தீஸ்வரன் கோயில். ராசியில் சஞ்சரிக்கும் காலம் 1 ½ மாதம். பாபர், மேஷம், விருச்சிகம் ஆகிய இரு ராசிகளைக் கொண்ட செவ்வாய் கொடூர குணம் கொண்டது. மேஷத்தில் செவ்வாய் இருக்கும்போது எக்காரியத்தையும் விவேகமில்லாமல் செய்யக் கூடும். விருச்சிகத்தில் உள்ள போது சற்றே வேகம் குறைந்து காணப்படும். செவ்வாய் லக்கினத்திலோ, லக்கினாதிபதியோடோ, சுக்கிரன், சந்திரன் ஆகியவர்களோடு இணைந்தோ, பார்வையிலோ இருப்பது நல்லதல்ல. முக்கியமாக பெண்களுக்கு செவ்வாயின் நிலையை நன்கு கவனிக்க வேண்டும். பெண்களுக்கு ருது நிகழக் காரணமானவர் செவ்வாயே. எனவே மங்கையர் ஜாதகங்களில் செவ்வாய்க்கு முக்கிய இடம் உண்டு; பின்னால் விரிவான விளக்கம் வரும். பொதுவாக ஆண், பெண் இருபாலரின் தீய செயல்களுக்கு செவ்வாயே முக்கிய காரணம்.

சகோதரம், வீரதீர பராக்கிரமம், திருடு, வெட்டுக் காயம், நெருப்புக் காயம், விபத்துக்கள், அரசு வேலைகள், அரசியல் தொடர்பு, எதிரிகள், பேராசை, அதிக காம இச்சை,

துர்நடத்தை, மழையில்லாமை, கெட்ட பெயர், தண்டனை அளித்தல், ஆயுதப் பயிற்சி, கோபம், ரோகம், வித்தை, பிறரைக் காப்பாற்றுதல், சாமர்த்தியம், துணிவு, சுதந்திர மனப்பான்மை ஆகியவற்றிற்கு காரகன்.

செவ்வாய்க்கு	நட்புக் கிரகங்கள்	:	சூரியன், குரு, சந்திரன்
,,	சம கிரகங்கள்	:	சனி, சுக்கிரன்
,,	பகைக் கிரகங்கள்	:	புதன், ராகு, கேது
,,	உச்ச ராசி	:	மகரம், 28 பாகை வரை பரமோச்சம்
,,	மூலத்திரிகோணம்	:	மேஷம் 12 பாகை வரை
,,	ஆட்சி	:	மேஷம் 12 முதல் 30 வரை ஆட்சி பலம்
,,	நீச ராசி	:	கடகம், 28 பாகைவரை பரமநீசம்

பார்வைகள் 4, 7, 8 ஆகியவை. அதிசாரம் 8 நாள். 1, 4, 7-ல் இருப்பது நல்லதல்ல. 10ஆமிடம் விசேஷ பலம் எனும் திக்பலம். 4, 7, 12, 2, 8-ம் தோஷமுள்ள இடம். எட்டாம் இடத்தில் இருப்பது மிகவும் கெடுதல், 3, 11, 6ம் இடங்களில் இருப்பது நல்லதே. கூர்மையும், கொடுமையும் நிறைந்த பார்வை. நல்ல வாலிப மேனி, இடை சிறுத்து வெண் சிவப்புநிறம். சபல புத்தி, உதார குணம், பராக்கிரமசாலி, ராசிக்கு 7-ல் தீமை செய்பவர். ராசியில் சஞ்சாரம் 1 ½ மாதங்கள். சில சமயம் வக்கிரகதியில் 6 மாதம் கூட சஞ்சாரம் செய்வதுண்டு. அச்சமயம் பஞ்சம் - வெள்ளம் - பூகம்பம் - புயல், சூறாவளி போன்றவை ஏற்படுவதுண்டு.

புதன்

வித்யாகாரகன் என்றும் மாதுலகாரகன் என்றும் அழைக்கப்படுபவர் புதன். கல்வியைப் பற்றியும், மாமன், அத்தை, மைத்துனர்களைப் பற்றியும் அறிந்துகொள்ள புதன் உதவி செய்பவர். அலிக் கிரகமான புதன் ஆண் கிரகங்களோடு சேரும்போது ஆண் தன்மையும் பெண் கிரகங்களோடு சேரும்போது பெண் தன்மையும் அடைபவர். தான் இருக்கும் இடம், சேரும் கிரகங்களின் வலிவுக்கேற்றவாறு தன்னையும் மாற்றிக் கொள்வதோடு, ஜாதகரையும் மாற்றிவிடும் திறமையுள்ளவர். பொதுவாக ஒருவருக்கு புதன் நன்முறையில் அமைந்துவிட்டால் பொன் தட்டில் சாப்பிடும் யோகம் என்று கூறுவதுண்டு. அதன் பொருள் சாமர்த்தியமாகவும், சாதுர்யமாகவும் நடந்து கொள்ளும் திறனுண்டு என்பதுதான்.

நெடிய வடிவம், கபடமான பார்வை, பெண்மை கலந்த சாயல், ஜோதிஷம், பச்சை, வைசியன், பாதி நல்லவர், பாதி கெட்டவர் (அரை சுபர்), ரஜோகுணம், வாதம், வடக்கு, இளவரசன், மரகதம், பச்சைப் பயறு, கற்பூரம், பித்தளை, காந்தள் மலர், நாயுருவி, குதிரை வாகனம், உப்பு - புளிப்பு, எல்லா நேரமும் வலிமை, அம்பு வடிவம், முதுகு, கழுத்து, தோள், உடலின் மேல் தோல் (சருமம்), பட்டு வஸ்திரம், அதிதேவதை விஷ்ணு, பிரதி அதிதேவதை நாராயணன், க்ஷேத்திரம் திருவெண்காடு, சரத்ருது, விளையாடும் இடங்கள்.

கல்வி, வித்தை, கவிதை, காவியம், ஜோதிடம், பேச்சாற்றல், விவேகம், மாமன், அத்தை, மைத்துனர், கணிதம், நண்பர், சாதுர்யம், கபடம், கதைகள்,

கைத்தொழில்கள், சிற்பம், சித்திரம், நுண்கலைகள், நடிப்பு, நாடகம், நடனம், வைத்தியம், எழுத்து வேலை, வேதாந்த சாஸ்திர ஞானம் ஆகியவற்றிற்கு காரகத்துவம் பெற்றவர். புதன். ராசியின் சஞ்சாரம் 1 மாதம்.

புதனுக்கு	நட்புக் கிரகங்கள்	: சூரியன், சுக்கிரன்
,,	சம கிரகங்கள்	: சனி, குரு, செவ்வாய், ராகு, கேது
,,	பகைக் கிரகம்	: சந்திரன்
,,	உச்ச ராசி	: கன்னி 15 பாகை வரை
,,	மூலத்திரிகோணம்	: கன்னி 15 முதல் 20 பாகைவரை
,,	ஆட்சி ராசி	: மிதுனம் ஆட்சி பலம் மட்டும்
,,	ஆட்சி ராசி	: கன்னி 20 முதல் 30 வரை ஆட்சி பலம்

பார்வை 7ஆம் பார்வை மட்டும். அதிசாரம் 7 நாட்கள். தெத்துவாய் (திக்கிப் பேசுதல்) நகைச்சுவையான பேச்சு, சிரித்த முகம், அதிபுத்திசாலி, இளம் பச்சைநிற மேனி, பித்தம் வாதம் கபம் மூன்றும் பொருந்திய உடல், காமத்தில் இச்சை அதிகம். லக்கினத்தில் வலு அதிகம் திக்பலம். எப்போதும் பலனளிப்பவர். சந்திரனுக்கு 4-ல் வரும்போது தீமை செய்வார். புதன் நின்ற ஸ்தானத்தின் அதிபன், லக்கினத்துக்கு 1, 4, 7, 10-ல் இருந்தால் புதனுக்கு வலிவு அதிகம் ஏற்படும். புதனும், சுக்கிரனும் இணைந்தால் புதனுக்கு வலிவு ஏற்படும். செவ்வாய், குரு இணைவு. பார்வை மேன்மை

கொடுக்காது. கல்வி இருந்தாலும் அரசாங்க உத்தியோக வாய்ப்பைக் கெடுக்கும். சூரியனை விட்டு 29 பாகைகளே கடந்து நிற்கும்.

வியாழன் (குரு)

புத்திரகாரகன் என்றும் தனகாரகன் என்றும் சொல்லப் படும் குருவைக் கொண்டு புத்திரங்களைப் பற்றி அறிந்து கொள்வதோடு, முழு சுபரான குரு மற்ற கிரகங்களின் தோஷங்களையெல்லாம் போக்கக்கூடியவர். குரு பார்வை கோடி தோஷ பரிகாரம் என்று சொல்வது உண்டு.

குரு ஆண்கிரகம், நெடிய வடிவம், சமஸ்கிருத பாஷை, பிராமண ஜாதி, முழு சுபர், வாதம், சத்துவ குணம், அமைச்சர், பொன், மூளை, வடகிழக்கு, மஞ்சள், தசைக்கு அதிபதி, ஹேமந்தருது, பகலில் வலு, முல்லை புஷ்பம், சமித்து அரசு, யானை வாகனம், உறுப்பு வயிறு, நீண்ட சதுர வடிவம், தானியம் கடலை, நவரத்தினம் புஷ்பராகம், இனிப்புச் சுவை, அதிதேவதை இந்திரன், பிரதி அதிதேவதை பிரும்மா, தக்ஷிணாமூர்த்தி, கிரகக்ஷேத்திரம், தென்குடி, திட்டை (தஞ்சாவூர்), ஆலங்குடி; கல்வி பயிலுமிடம், பழைய வஸ்திரம்.

புத்திர ஞானம், தேக சௌக்கியம், நல்லபுத்தி, ஞாபக சக்தி, மந்திரம், ராஜதந்திரம், நியம நிஷ்டை, வேத மந்திர சாஸ்திர அறிவு. யானை, குதிரை போன்ற வாகனங்கள், யாகங்கள், தெய்வ தரிசனம், தீர்த்த யாத்திரை, செல்வாக்கு, உயர்ந்த அந்தஸ்து, சொல்வாக்கு, பணம், பிராமண உபசாரம், தானம் ஆகியவற்றிற்கு காரகம் பெற்றவர். ராசியில் சஞ்சாரம் ஒரு வருடம்.

குருபகவானுக்கு நட்புக் கிரகங்கள்:	சூரியன், சந்திரன், செவ்வாய்
" சம கிரகங்கள்	: சனி, ராகு, கேது
" பகைக் கிரகங்கள்	: புதன், சுக்கிரன்
" உச்ச ராசி	: கடகம் 5 பாகை வரை பரம உச்சம்
" நீச ராசி	: மகரம் 5 பாகை வரை பரம நீசம்
" மூலத்திரிகோணம்	: தனுசு 10 பாகை வரை
" ஆட்சி	: தனுசு 10 முதல் 30 பாகை வரை
" ஆட்சி	: மீனம் ஆட்சி பலம் மட்டும்

பார்வை 5, 7, 9 ஆகியவை. அதிசாரம் 2 மாதம். புஷ்டி வாய்ந்த உடல். பொன்னிறம். தீட்சண்யமான பார்வை, சிலேத்தும உடல், தலை, ரோமம், மஞ்சள் கலந்த நிறம், யாவும் அறிந்த வித்துவானாகிய குரு பகவான் லக்கினத்தைத் தவிர, மற்ற கேந்திரங்களில் உள்ளபோது கேந்திராதிபத்திய தோஷம் அடைபவர். கேந்திரத்தில் பகை நீசம் பெற்றோ பாபக் கிரகங்கள் பார்வையோ சேர்க்கையோ ஏற்பட்டால் கேந்திராதிபத்திய தோஷம் நீங்கிவிடும். 1, 5, 9 ஆகிய திரிகோணங்களில் குரு இருப்பதே நல்லது. பொதுவாக குரு தனித்து இருப்பதை விட மற்ற கிரங்களோடு இணைந்து இருப்பதே நல்லதுதான். எதுவும் செய்யாமல் பிற கிரகங்களை தூண்டிவிடும் கிரகம் குரு. சுபச் சந்திரனைப் பார்ப்பதும், இணைவது விசேஷ பலனைச் செய்யும். தசாவின் மத்தியில் பலனளிப்பவர். லக்னத்தில் திக்பலம்

பெறுபவர். ராசி சஞ்சாரம் 1 வருடம்.

சுக்கிரன்

களத்திர (மனைவி - கணவன்) காரகன் என்று சொல்லப்படும் அசுர குருவாகிய சுக்கிரன் உலக இன்பங்களுக்கும், ஆடம்பரமான, அமோகமான வாழ்விற்கும் காரணகர்த்தா. சுக்கிரன் முக்கால் சுபர் என்று சொல்லப் படுபவர். ஒருவருக்கு சுக்கிரன் நன்முறையில் அமைந்து விட்டால் வாழ்க்கையின் பூரண சுகங்களையும் அனுபவித்து மகிழ்வார்கள்.

சுக்கிரன், பெண் கிரகம், சுமாரான உயரம், சமஸ்கிருதமும் - தெலுங்கும், வெண்மை நிறம். ரஜோகுணம், சிலேத்துமம், தென்கிழக்கு (கிழக்கு என்றும் கொள்ளலாம்) வெள்ளி உலோகம். நவரத்தினம்: வைரம், தானியம்: மொச்சை, வெண்தாமரை புஷ்பம், வாகனம்: கருடன், இனிப்புச் சுவை, சமித்து: அத்தி, அமைச்சர், வஸ்திரம்: வெண்பட்டு, உரிய இடம் : பள்ளியறை, பிராம்மணன், வசந்த ருது, பகல் வலிவு, இந்திரியம் (விந்து), உறுப்பு : மூக்கு - வயிறு, ஐங்கோண வடிவம், அதி தேவதை இந்திராணி, பிரதி அதிதேவதை இந்திரன், கிரக க்ஷேத்திரம் ஸ்ரீரங்கம், கஞ்சனூர் (சூரியனார் கோவில் அருகில்).

காம இச்சை, வாகனம், ஆடை ஆபரணம், அலங்காரம், வாசனைத் திரவியங்கள், சங்கீதம், அழகு, இளமை, படுக்கை சுகம், நவரத்தினங்கள், நூதனப் பொருள்கள் வியாபாரம், காவியம், கவிதை, நடிப்பு, நடனம், பணிப்பெண்கள், சித்திரம், விசித்திரமான பொருள் சேகரம், அரசபோகமான வாழ்வு, வசியம் செய்தல், கர்வம்,

இந்திரஜால வித்தை, நூதனமான வீடுகள் கட்டுதல், அலட்சியம், விநோதமான மனப்போக்கு, எளிதில் உணர்ச்சி வசப்படும் மனது, மனைவி அல்லது கணவனின் குணாதிசயங்கள் ஆகியவற்றுக்கு சுக்கிரன் காரகன்.

சுக்கிரனுக்கு நட்புக் கிரகங்கள்	:	புதன், சனி, ராகு, கேது
”	சம கிரகங்கள் :	செவ்வாய், குரு
”	பகைக் கிரகங்கள்:	சூரியன், சந்திரன்
”	உச்ச ராசி :	மீனம் 27 பாகை வரை பரமோச்சம்
”	நீச ராசி :	கன்னி 27 பாகை வரை பரமநீசம்
”	மூலத்திரிகோணம்:	துலாம் 15 பாகை வரை
”	ஆட்சி :	துலாம் 15 முதல் 30 பாகை வரை
”	ஆட்சி :	ரிஷபம் ஆட்சி பலம் மட்டும்

பார்வை 7ஆம் பார்வை மட்டும். சுகவாசி, வலுவான உடல், அழகிய மேனி, கருநிற சுருட்டை முடி, அதிக காம இச்சையுடையவர். வாத, சிலேத்தும தேகம். சாமளவர்ணம், அறிவு நுட்பமுள்ளவர். சூரியனுடன் இணையும்போது அஸ்தங்கத தோஷம் அடைபவர். சூரியனை விட்டு சுமார் 48 பாகைகள் வரைதான் விலகி இருக்க முடியும். ராசி சஞ்சாரம் 1 மாதம். சுக்கிரன் ஒருவர் வாழ்வில் கெடவே கூடாது. அதுவும் 6, 8, 12-ம் இடங்களில் பகையோ நீசமோ அடைந்து விட்டால் தாம்பத்திய சுகத்தில் முழுமை பெற முடியாது. இந்திரியம் துரித ஸ்கலிதம் அடைந்து விடும். செவ்வாயோடு சுக்கிரன் சேர்ந்தாலோ பார்வை பெற்றாலோ, காம இச்சை

அதிகமாவதுடன் முறைதவறிய இன்பத்தைப் பெறவும் தூண்டும்.

சனி

சனியை ஆயுள்காரகன் என்றும் துன்பங்களை அளிப்பதற்கென்றே உள்ள பாப கிரகம் என்றும் சொன்னாலும் சனியை விட நீதிமான் வேறெந்தக் கிரகமும் அல்ல என்றே கூடச் சொல்லலாம். அளவற்ற துன்பத்தை அளிப்பதுபோலவே நன்மையையும் அளவற்றுச் செய்வார். சனி கொடுத்த செல்வத்தை அவரால்கூட அழிக்க முடியாது என்று சொல்வதுண்டு.

சனி அலி கிரகம், கறுப்பு நிறம், குறுகிய வடிவம், அன்னிய பாஷை, சூத்திரன், பாபர், தாமஸ குணம், வாதம், மேற்குதிசை, தானியம் எள்ளு, கருங்குவளை புஷ்பம், நவரத்தினம் - 'நீலம்'; சமித்துவன்னி, வாகனம் காகம், கசப்புச் சுவை, நரம்புக்கு அதிபதி, உடல் உறுப்பு பாதம், உலோகம் இரும்பு, அடிமை, கறுப்புப் பட்டு வஸ்திரம், கிரக க்ஷேத்திரம் திருநள்ளாறு, சீர்காழீ டவுன் கடைவீதியில் உள்ள பாம்பு கோவில், அதிதேவதை எமன், பிரதி அதிதேவதை பிரஜாபதி, வடிவம் வளைவு (பிறை), இரவில் வலிமை, கிழிந்த வஸ்திரம், சிசிரருது, ஆயுள், அடிமை வாழ்வு, எருமை, யானை, எண்ணெய், வீண் கலகம், தேச சஞ்சாரி, கஞ்சத்தனம், பிறர்க்குத் தீங்கு செய்யும் எண்ணம், விஷம புத்தி, கள்ளத்தனம், மதுகுடித்தல், சூலைநோய், போதைப் பொருள்கள் பயன்படுத்துதல், கருநிறமுள்ள தானியம், இரும்பு, கல், மண், மரம், சூதாட்டம், கஷ்டகாலம், வாத ரோகம், கெட்டபுத்தி, கெட்ட சகவாசம், பிழைப்பு, மரணம் ஆகியவற்றிற்கு காரகர்.

சனிக்கு	நட்புக் கிரகங்கள்	: சுக்கிரன், புதன், ராகு, கேது
"	சம கிரகம்	: குரு
"	பகைக் கிரகங்கள்	: சூரியன், சந்திரன், செவ்வாய்
"	உச்ச ராசி	: துலாம் 20 பாகை வரை பரமோச்சம்
"	மூலத்திரிகோணம்	: கும்பம் 20 பாகை வரை
"	ஆட்சி வீடு	: கும்பம் 20 முதல் 30 பாகை வரை ஆட்சி பலம்
"	ஆட்சி	: மகரம் ஆட்சிபலம் மட்டும்

பார்வை 3, 7, 10 ஆகியவை; அதிசாரம் 4 மாதம், மெல்லிய தேகம், கருநிற மேனி, பயந்த கண்கள், வேலைகளில் திறமை அற்றவர், முரட்டு ரோமம், ஒழுங்கற்ற பற்கள், வாத உடல், வெறுக்கக்கூடிய செய்கை, சோம்பேறி, பொதுவாக சனி வலுவடைவது நல்லதல்ல. 7ஆம் இடத்தில் வலுவுடையது திக்பலம் என்றாலும், மகர கும்பத்தைத் தவிர மற்ற இடங்கள் 7ம் பாவமாக இருப்பது மனைவிக்கு தீங்கு. 3, 6, 11ல் இருப்பது நன்று. சந்திரன் நின்ற ராசிக்கு முன் ராசியில் தொடங்கி சந்திரனுக்கு இரண்டாம் ராசி முடியும்வரை 7½ சனி என்பதாகும். ஒரு ராசியில் சஞ்சார காலம் 2½ வருடங்கள். சந்திரனுக்கு நாலாம் இடத்தில் வரும்போது அர்த்தாஷ்டம சனியென்றும், சந்திரனுக்கு எட்டில் வரும்போது அஷ்டமச் சனியென்றும் சொல்லப் படும். அந்த காலங்கள் சிரமத்தைக் கொடுக்கும் காலங்கள். திசாபுத்திகள் வலுவாக இருந்தால் சனியின் சஞ்சாரம் பெருமளவு பாதிப்பு ஏற்படுத்தாது. மேஷத்திலிருந்து துலாம் வரையிலும் அப்பிரதட்சிணமாக சஞ்சாரம். துலாம் முதல்

மேஷம் வரை பிரதட்ஷிணமாக சஞ்சாரம். இதைப் பற்றி இரண்டாம் பாகத்தில் விவரமாக வரும். ராசிக்கு 7ல் வரும்போது கண்டச்சனி என்று கூறப்படும்.

3. இராசிகளின் விவரங்கள், தன்மைகள்

பூமி தன்னைத்தானே ஒரு நாளில் சுற்றிக் கொள்வதோடு, சூரியனை ஒரு வருடத்தில் சுற்றுவதாக, அதாவது 365 ¼ நாட்களில் சுற்றி வருவதாக புவியியல் சொல்லுகின்றது. அதே அடிப்படைதான் ஜோதிட சாஸ்திரத்திலும் கடைப்பிடிக்கப்படுகின்றது. பூமி சூரியனைச் சுற்றி வரும் பாதையை 12 பாகங்களாகப் பிரித்து 12 ராசி களாக உருவாக்கி, ஒரு ராசிக்கு சுமார் 30 பாகை (நாட்கள்) வீதம் பிரித்து 360 டிகிரி என்று கணக்கிட்டுள்ளார்கள். உபரியாக உள்ள 5 ¼ நாட்களை சில மாதங்களில் அதிக மாகவும், சில மாதங்களில் குறைவாகவும் அளித்திருப்பதை பஞ்சாங்கத்தில் அறிந்து கொள்ளலாம்.

360 டிகிரியை 12 பாகங்களாகப் பிரித்து ஒவ்வோர் மாதமாக்கி சித்திரை முதல் பங்குனி வரையிலுள்ள 12 மாதங்கள் கீழ்க்கண்டவாறு ராசிகளுக்கு அமைக்கப் பட்டுள்ளன. சித்திரை - மேஷம்; வைகாசி - ரிஷபம்; ஆனி - மிதுனம்; ஆடி - கடகம்; ஆவணி - ரிஷபம்; புரட்டாசி - கன்னி; ஐப்பசி - துலாம்; கார்த்திகை - விருச்சிகம்; மார்கழி - தனுசு; தை - மகரம்; மாசி - கும்பம்; பங்குனி - மீனம்.

இப்படியாக 12 மாதங்கள் ராசிகளில் முதல் ராசியாகிய 'மேஷம்' முதல் 'மீனம்' வரை அமைந்துள்ளதால் அந்தந்த

மாதங்களில் சூரியன் அதற்குரிய ராசியில்தான் சஞ்சாரம் செய்கின்றார் என்று பொருள். (சஞ்சாரம் செய்யும் விதம் நட்சத்திரங்களின் விளக்கத்தில் விரிவாகக் காணலாம்).

சித்திரை மாதம் என்றால் சூரியன் அந்த மாதம் முழுதும் மேஷத்தில்தான் இருப்பார். வைகாசி என்றால் ரிஷபத்தில்தான் இருப்பார். இது மாறவே மாறாது.

இப்படி அமைக்கப்பட்ட 1 2 ராசிகளும்தான் மனித வாழ்க்கையை விளக்கும் அற்புதத்தை நிகழ்த்துகின்றன. இந்தப் பன்னிரண்டு ராசிகளும் ஒரு முழுநாளான 24 மணி நேரமும், தமிழ் முறைப்படி 60 நாழிகைக்கு 12 பகுதிகளாகப் பிரிக்கப்பட்டு ஒவ்வொரு ராசிக்கும் உரிய காலம் நிர்ணயிக்கப்பட்டுள்ளது. அந்தக் காலம்தான் மனிதன் பிறந்த லக்கினத்தைக் கணக்கிடப் பயன்படுவது. ஒவ்வொரு ராசிக்குரிய காலம் பின்வருமாறு:-

மேஷம்	-	நாழிகை	4 ¼	மணி	1-42
ரிஷபம்	-	”	4 ¾	”	1-54
மிதுனம்	-	”	5 ¼	”	2-06
கடகம்	-	”	5 ½	”	2-12
சிம்மம்	-	”	5 ¼	”	2-06
கன்னி	-	”	5	”	2-00
துலாம்	-	”	5	”	2-00
விருச்சிகம்	-	”	5 ¼	”	2-06
தனுசு	-	”	5 ½	”	2-12
மகரம்	-	”	4 ¼	”	2-06
கும்பம்	-	”	4 ¾	”	1-54
மீனம்	-	”	4 ¼	”	1-42

இந்த மாதிரியாகப் பிரிக்கப்பட்ட ராசிகள்தான் மனித வாழ்வை அறியப் பயன்படும் படிக்கற்கள் என்றால் மிகையில்லை. இந்த 12 ராசிகளில் மேஷம், மிதுனம், சிம்மம், துலாம், தனுசு, கும்பம் இவை ஆறும் ஆண் ராசிகள் அல்லது குரூர ராசிகள் ஒற்றைப்படை ராசிகள் என்றழைக்கப்படும்.

ரிஷபம், கடகம், கன்னி, விருச்சிகம், மகரம், மீனம் இவை ஆறும் பெண் ராசிகள்; சௌமிய ராசிகள் இரட்டைப் படை ராசிகள் என்றழைக்கப்படும். இனி ஒவ்வொரு ராசியைப் பற்றிய முழு விவரத்தையும் தெளிவாக விவரிக்கின்றேன்.

மேஷம்

மேஷமே ராசிச் சக்கரத்தில் முதல் ராசி. அதன் சின்னம் ஆடு. ஆண் ராசி, ராசியின் அதிபதி செவ்வாய். சூரியனுக்கு உச்சவீடு. செவ்வாய்க்கு மூலத்திரிகோண இல்லம் மேஷம். 'குரு'வுக்கு நட்பு வீடு; சந்திரன், சுக்கிரன் புதன் - சமம்; சனி - நீசம்; ராகு, கேது - பகை; தலையைப் பாகமாகக் கொண்ட மேஷம் சரராசி (நகரும் தன்மை) நிறம் - சிவப்பு; திசை - கிழக்கு; நாற்கால் ராசி; இரவுக் காலம்; நெருப்பு; இடம் - சிறுகாடு; சுபர்கள் - சூரியனும் குருவும்; பாபர்கள் - புதன், சனி. செவ்வாய்; மாரகஸ்தானம் 2 - 7; மாரகாதிபதி சுக்கிரன்.

மேஷம் சர ராசியாகவும், தலையைக் குறிக்கும் ஸ்தானமாகவும் விளங்குவதால், இதில் ஜெனித்தவர்கள் நல்ல நிறமும், மெலிந்த அழகிய சரீரமும், மற்றவர்களால் விரும்பப்படுபவர்களாகவும், எதையும் சாதிக்கும் ஆற்றல் உடையவர்களாகவும், கல்வி சாஸ்திர அறிவுகளில் ஈடுபாடு கொண்டவர்களாகவும், அஞ்சா நெஞ்சும் முன்கோபமும்

ஆனால் தர்மகுணம் உள்ளவர்களாகவும், பணியாட்கள் உள்ளவர்களாகவும் இருப்பர். அரசுப்பணி, அல்லது அரசுத் தொடர்பு ஏற்படும். சிலர் அரசியலில் கூட ஈடுபடலாம். அடிக்கடி கண்டங்கள் நெருப்பு, வெட்டுக் காயம், நீர்க்கண்டம், விஷப்பூச்சிகள் கடித்தல் போன்றவைகள் ஏற்படும். செவ்வாய் லக்கினத்தில் இருப்பது நல்லதல்ல என்றாலும் லக்கினத்திற்கும் எட்டாம் இடமான ஆயுள் ஸ்தானத்திற்கும் அதிபதியாக செவ்வாய் இருப்பதால் *4, 7, 10, 5, 9* ஆகிய இடங்களில் இருப்பது ஆயுள் பலத்தைக் கொடுக்கும். லக்கினத்திலோ அல்லது லக்கினத்தையோ குரு சூரியன் இருப்பதும் பார்ப்பதும் நன்று. செவ்வாயோடு சனி இணைந்தால் கீழ்த்தரமான எண்ணங்களும், பிற மாதர்களை விரும்புவதும் ஏற்படும். முக்கியமாகச் சுக்கிரனோடு செவ்வாய் இணையக் கூடாது. இணைந்தால் மனைவியின் நடத்தையைப் பற்றியும் உறுதி கூற முடியாது. சுபர் பார்வை இருந்தாலொழிய நல்லதல்ல. சம்பாதிக்க வேண்டும் என்ற ஆர்வமுடையவர், அடிமைத் தொழில் செய்வதை விரும்பாதவர் என்றாலும் தொழில் ஸ்தானாதிபதியான சனி மற்றும் உச்சாதிபதியான சூரியனின் நிலைகளைப் பொறுத்தே தொழில்கள் அமையும். 11ஆமிடம் பாதக ஸ்தானம். இந்த லக்கினதாரர்களுக்கு சகோதரர்கள் சிறப்பாக அமைவது அபூர்வம். 'தீ' ராசி எனப்படும்.

ரிஷபம்

ரிஷபம் பெண் ராசி; அதன் சின்னம் எருது; அதிபதி சுக்கிரன்; சந்திரனுக்கு மூலத்திரிகோணம் - உச்ச வீடு; சனி புதன் இருவருக்கும் நட்பு வீடு. குரு - சூரியனுக்குப் பகைவீடு; செவ்வாய்க்கு சமவீடு; ராகு, கேது - நீசம்; ஸ்திர ராசி எனப்படும் இது நாற்கால் ராசி. இரவில் வலுவுடையது.

தென் திசைக்குரியது. வெள்ளை; பயிர் நிலங்களுக்குரிய இடம்; முகத்தைக் குறிக்கும் ராசி; சுபர்கள் - புதன், சனி; பாபர்கள் - சுக்கிரன், குரு, சூரியன்; சூரியன் பாவக் கிரகம் என்றாலும் திக் பலம் என்ற வகையில் விசேஷ யோகத்தைத் தருவான். 3, 8 மாரக ஸ்தானம், 9ஆமிடம் பாதக ஸ்தானம், மாரகாதிபதிகள் சந்திரனும், குருவும்.

ஸ்திர ராசியான இது, முகத்தைக் குறிக்கும். இந்த ராசியில் ஜெனித்தவர்கள் சற்றுப் பருத்த உடலுடைய வராகவும், பக்தி உடையவர்களாகவும், வாக்குச்சுத்தம் உடையவர்களாகவும், நல்ல ஆடைகளை விரும்பி அணிபவர்களாகவும், ஆபரணங்கள் மேல் ஆசையுள்ளவர் களாகவும், வாசனாதி திரவியங்களில் ஆர்வமும் பிள்ளைகள் மேல் பற்றுடையவர்களாகவும் இருப்பர். வேலையாட்கள் வைத்துக் கொள்ளும் யோகமும் சிலருக்கு ஏற்படும். லக்கினத்தில் சனி நின்றால் முகத்தில் எங்காவது தழும்பு இருக்கும். புதன் இருந்தால் யோகம். ஆனால் கபட எண்ணம் இருக்கும். சுக்கிரன் நின்றால் எப்போதும் வியாதிகளால் வேதனை அடைபவராவார். சனியும், சூரியனும் நின்றால் அரசுப் பணி கிட்டும். சுபச் சந்திரன் நின்றால் நல்லது. தேய்பிறைச் சந்திரன் நிற்பது நல்லதல்ல. செவ்வாயும், சுக்கிரனும் நின்றால் அதிகமான பெண்களை விரும்பும் காமாந்தகாரனாகவே இருப்பார். குரு நிற்பது நல்லது என்றாலும் ரோகியாவார். கண்டங்கள் அடிக்கடி ஏற்படும். ராகு, கேதுக்கள் நின்றால் சுமாரான பலன்கள் ஏற்படும். சனியும், புதனும் 1, 4, 5, 7, 9, 10 ஆகிய இடங்களில் நிற்பது நல்லது. மேற்படி இடங்களில் வலுவிழந்தோ 6, 8, 12லோ இருப்பதும் நல்லதல்ல. பொதுவாக ரிஷபத்தில் தீய கிரகங்கள் இருப்பது நல்ல மனைவி அமைவதற்குத்

தடையாகவே இருக்கும். களத்திரகாரகன் என்று சொல்லப் படும் சுக்கிரனுக்குச் சொந்தமான ராசியாகையால் வரக்கூடிய மனைவியைப் பற்றி அறிய ரிஷப ராசியும் உதவியாக இருக்கும். தொழில் ஸ்தானாதிபதியான சனியையும் உச்சாதிபதியான சந்திரனின் நிலையையும் வைத்தே தொழில் மேன்மைகளை அறிய வேண்டும். அது மட்டுமல்லாமல் பாபக் கிரகமாகிய செவ்வாய் சப்தமாதிபதியாக அமைவதால் அவரின் நிலையைக் கொண்டே மனைவியின் நிலையை உறுதியாக அறிந்துகொள்ள வேண்டும். பொதுவாக ரிஷப ராசி ஒரு சிறந்த ராசி என்றும் கூறலாம் நிலராசி எனப்படும்.

மிதுனம்

மிதுனம் ஆண் ராசி. உபயராசி எனப்படும். இதன் அதிபதி புதன். இதுவும் ஒரு நல்ல ராசி என்று சொல்லக் கூடியது. முக்கியமான காரணம் இந்த ராசியில் எந்தக் கிரகமும் உச்சமோ, நீசமோ அடைவதில்லை. எனவே எப்போதும் ஒரே சீரான பலன்களை அளிக்கும் இராசி; சுக்கிரன், சனி ஆகியவர்களுக்கும் ராகு, கேதுகளுக்கும் நட்பு வீடு; சந்திரனுக்கும் நட்பு வீடு. சூரியன் - சமம்; செவ்வாய், குரு - பகை, பச்சை நிறத்தையும், மேற்குத் திசையையும் கொண்ட இந்த ராசி இரவில் பிறந்தவர்களுக்கு வலிவுடையது. இந்த ராசியை வலுவாகக் கொண்டவர்கள், உடம்பில் இருக்கும் நரம்புகள் பளிச்சென்று தெரியும்படியாக இருப்பார்கள். எப்போதும் சிரித்த முகத்தோடு காட்சியளிக்கும் இவர்கள் எவரையும் எளிதில் கவர்ந்து விடுவார்கள். என்றாலும் கபட எண்ணம் அதிக முடையவர்களே.

மார்பு பாகத்தைக் குறிக்கும் இந்த ராசியில் தீய கிரகங்கள் இருந்தால் சுவாசக் கோளாறுகள் ஏற்படும். ஆஸ்த்மா, டி.பி. போன்ற வியாதிகள் தாக்கும். சுக்கிரனும்,

சனியுமே சுபர்கள். இந்த ராசியில் செவ்வாய், குரு அமர்வது சரியில்லை. பல தொல்லைகளை உருவாக்குவதோடு, மாமன் அத்தை உறவுகளைச் சீர்குலைக்கும். சூரியன் அமர்வதும்கூட சிறப்பாகாது. பள்ளியறை என்று சொல்லும் படுக்கையறையை இடமாகக் கொண்டது. ராசியில் புதனும் சுக்கிரனும் இருந்தால் பெரும் வியாபாரிகளாக இருப்பார்கள். பெரும்பாலும் அடிமைத் தொழில் இவர்களுக்கு ஒத்துவராது. வேகமாகப் பொருளீட்ட வேண்டும் என்ற ஆர்வமுடையவர்கள். எவ்வகையிலும் சம்பாதிக்க முயற்சி செய்வார்கள். 7 - 11ஆம் இடம் மாரக ஸ்தானம். குருவும், செவ்வாயுமே மாரகாதிபதிகள்.

சிரித்துப் பேசியே சிந்தையை மயக்கும் இவர்களிடம் எச்சரிக்கையாகவே இருக்க வேண்டும். கன்னியர்களை மயக்குவதில் சிலர் கைதேர்ந்தவர்கள். காரியம் ஆனவுடன் நழுவிவிடும் சுயகாரியக்காரர்கள், குரு பகவான் இந்த ராசியில் பிறந்தவர்களுக்கு மனைவிக்கும் தொழில் ஸ்தானத் திற்கும் அதிபதியாக அமைவதால் அவரின் நிலையைக் கொண்டே தொழில் வலுவைக் கணிக்க வேண்டும். பெரும்பான்மையோருக்குத் திருமணம் ஆனவுடன் திடீர்யோகம் ஏற்படக்கூடும். இந்த ராசி இரு கால் ராசியென்று அழைக்கப்படுவதுடன் வீணையை உடைய இருவரைச் சின்னமாகக் கொண்டது. மிதுனத்திற்கு 1, 4, 7, 10, 5, 9 ஆகிய இடங்களில் லக்கினச் சுபர்களாகிய சனியும், சுக்கிரனும் இருப்பது நல்லது. 8ஆமிடமாகிய மகரத்தில் செவ்வாய் உச்சமடைவது தீங்கானது. விபத்து, ஆயுதங்கள், நெருப்பு ஆகியவைகளால் கண்டங்கள் ஏற்படும். 7ஆமிடம் பாதக ஸ்தானம், காற்று ராசி எனப்படும்.

கடகம்

கடகம் பெண் ராசி. பலகால் ராசி எனப்படும். இது சர ராசி. மிகவும் எச்சரிக்கையானவர்கள் இந்த ராசியில் பிறந்தவர்கள். இவர்களை எளிதில் ஏமாற்றிவிட முடியாது. நல்ல நிறத்துடனே இருக்கும் இவர்கள் அஸ்தமன காலத்தில் பிறந்திருந்தால் அதிக வலுவுடையவர்கள். தாய் தந்தையிடமும், பெரியோர்களிடமும் மதிப்பு அதிகம் உடையவர்கள். தெய்வ பக்தி உடைய இவர்கள் நல்ல திறமைசாலிகள். எடுத்த காரியத்தை முடிக்கும் ஆற்றல் உள்ளவர்கள். வடக்குத் திசையையும், வயல், குட்டைகள் சூழ்ந்த இடத்தையும் குறிக்கும். இது மங்கலான சிவப்பு நிறத்தைக் கொண்டது. (பழுப்பு என்று கூறலாம். வெண்மை என்றும் கூறுவதுண்டு).

குரு - உச்சம்; சந்திரன் - ஆட்சி; செவ்வாய் - நீசம்; சூரியன் - நட்பு; சனி - சுக்கிரன் - புதன் - ராகு - கேது ஆகியவர்கள் பகை; 2, 7ஆமிடம் மாரக ஸ்தானம். 11ஆமிடம் பாதகஸ்தானம். கடக லக்கினம் உன்னதமானது. புராண காலத்தில் இந்த ராசியிலேயே பாற்கடலைக் கடைந்து தேவர்களும் அசுரர்களும் அமுதம் கொண்டு வந்ததாக கதை ஒன்றுண்டு. எனவே கடக ராசியில் பிறந்தவர்களில் 75 சதவிகிதம் நன்னிலையில் இருப்பர். பெரும்பாலும் நாட்டை, தேசங்களை ஆட்சி செய்தவர்கள் கடக லக்கினத்தில் ஜனித்தவர்களே! குளுமையான சந்திரனை ஆட்சி கிரகமாகக் கொண்ட இந்த லக்கினத்தில் வளர்பிறைச் சந்திரன் இருப்பது மிகவும் விசேஷம். குரு பகவான் இந்த ராசியில் உச்சமும், செவ்வாய் - நீசமும் அடைந்தாலும் குருவும், செவ்வாயுமே கடகத்திற்கு யோகாதிபதிகள், சனி,

சுக்கிரன், புதன், ராகு, கேது ஆகியவற்றுக்குப் பகை வீடு என்றாலும், ராகு மூலத்திரிகோண வலுவை அடைவதாகச் சில நூல்கள் கூறுகின்றன. சூரியனுக்கு நட்பு வீடு, ஜலராசி என்று கூறப்படுவது.

இருதயத்தைக் குறிக்கும் இந்த ராசியில் சனி தங்கினால் நிச்சயம் இருதய சம்பந்தமான நோய்கள் ஏற்படும். சூரியன் தனாதிபதியாகவும் மாரகாதிபதியாகவும் ஆகின்றார். செவ்வாய் 5, 10க்குடையவராக இருப்பதால், அவரின் நிலையைக் கொண்டே தொழில் வலுவைக் கணிக்க வேண்டும். சூரியனும் சனியும் மாரகாதிபதிகள், பெரும்பாலும் உயர்ந்த பதவிகள், அரசியல் தொடர்பு உண்டு. பெரும் தொழில் அதிபர்களாகவும் ஆவதுடன் வெளிநாட்டுப் பிரயாணங்கள் இந்த ராசிக்காரர்களுக்கு ஏற்படும். நண்டைச் சின்னமாகக் கொண்ட இந்த ராசியில் ராகு கேது ஆகிய இருவரும் அமர்ந்து குருவாலோ, செவ்வாயாலோ பார்க்கப்பட்டோ, சந்திக்கப்பட்டோ இருந்தால் திடீர் யோகத்தை அளிக்கும். இந்த ராசிக்கும் சனி சப்தமாதிபதியாக இருப்பதால் பெரும்பாலும் இவர்களுக்கு நல்ல மனைவி அமைவது அபூர்வமே! பொதுவாக சனி 7ஆம் இடத்தில் அமர்வது தீது என்றாலும் இந்த ராசிக்கு மகரத்தில் சனி இருப்பது நல்லது என்று கிரந்தம் கூறுகின்றது. லக்னத்தில் புதனும், சுக்கிரனும் இருப்பது நல்லதல்ல.

சிம்மம்

சிம்மம் என்றாலே விலங்கரசன் என்று ஞாபகம் வருகின்றதல்லவா? ஸ்திர ராசியான இது நாற்கால் இராசி, பகல் பொழுதில் பிறந்திருப்பின் வலுவுடையவர்கள். மலைப்பாங்கான இடத்தைக் குறிக்கும். கிழக்குத் திசையைக்

கொண்டது. முன்கோபம் உள்ளவர்கள். வயிறு பாகத்தைக் குறிக்கும். இந்த லக்னத்தில் பிறந்தவர்கள் சாப்பாட்டுப் பிரியர்களாக இருப்பார்கள். அறுசுவை உணவு கொள்வதுடன், அசைவ உணவில் அதிகம் ஈடுபாடு உண்டு என்றும் கூறலாம். இந்த ராசியிலும் எந்தக் கிரகமும் உச்சமோ நீசமோ அடைவதில்லை. எனவே சீரான பலன்கள் இவர்களுக்கு கிடைக்கும். உள்ளொன்று வைத்துப் புறமொன்று பேச அறியாத இவர்கள் எண்ணங்களை வெளிப்படையாகக் கூறிவிடுவார்கள். ஆற்றல்மிக்கவர்கள். எவ்வளவு சோதனைகள் வந்தாலும் தாங்கிக் கொள்ளும் உறுதி படைத்தவர்கள்.

சிவப்பு நிறத்தைக் கொண்டது. சூரியனுக்கு ஆட்சி வீடு என்றபோதும் லக்கினத்திலும் 7ம் இடத்திலும் சூரியன் இருப்பதை விட 4, 10 ஆகிய இடங்களில் இருப்பது சிறப்பு. குரு, செவ்வாய், புதன், சந்திரன் ஆகியவற்றிற்கு நட்பு வீடு; சனி, சுக்கிரன், ராகு, கேதுக்களுக்கு பகை வீடு; சூரியனுக்கு மூலத்திரிகோண இல்லம். லக்கினத்தில் சனி, செவ்வாய், ராகு, கேதுக்கள் இருப்பது நல்லதல்ல. குரு இருப்பதும் சுமார்தான். பொதுவாக சிம்மத்தில் கிரகம் எதுவும் இல்லாமல் இருப்பதே நல்லது. பொதுவாக எந்த லக்கினத்தில் பிறந்தவர்களுக்கும் சம்பாத்தியத்தை நிர்ணயம் செய்ய சிம்மம் பயன்படுவதால், சிம்மம் வலிவுடன் இருக்க வேண்டும். எனவே தான் சுத்தமாக இருப்பதுடன் சூரியன் 4, 10, 5, 9, 2, 11 ஆகிய இடங்களில் நட்போ, உச்சமோ பெற்று இருப்பது அவசியம். 7ஆமிடத்தில் இருப்பது அவ்வளவு நல்லதல்ல. உஷ்ணாதிக்கமான கோளாறை ஏற்படுத்தும். அதேபோல 6, 8, 12ல் இருப்பதுவும் நல்லதல்ல என்றாலும் ஆறாமிடத்தில் இருக்கும்போது எதிரிகளை வெல்லும்

சக்தியை அளிக்கின்றார். சூரியனின் நிலையைக் கொண்டே தந்தையின் நிலைமையையும் அறிய வேண்டியுள்ளதோடு, தொழில் ஸ்தானாதிபதியாகிய சுக்கிரன், குரு, செவ்வாய், சூரியன் ஆகியவர்களின் நிலையைக் கொண்டும், தொழில் வலுவைக் கணிக்க வேண்டும். குருவும், செவ்வாயும் யோகம் செய்பவர்கள் என்றாலும் அட்டம, நவாதிபத்தியம் பெறுவதால் முழு அளவு யோகர்கள் அல்ல லக்னாதி பதியாகிய சூரியனின் நிலைதான் இவர்களுக்கு முழு வலிமையும் அளிக்கும். 2, 11க்குடைய புதன் நல்ல நிலையில் இருப்பதுவும் அவசியம். பொதுவாக சிம்மம் உறுதியான லக்கினம். சோம்பலற்ற உழைப்பாளிகள். தெய்வ நம்பிக்கையும் தர்ம குணமும் உள்ளவர்கள். 3, 8 மாரக ஸ்தானம். சுக்கிரனும் குருவும் மாரகாதிபதிகள். 9ஆமிடம் பாதக ஸ்தானம். 'தீ' ராசி எனப்படும்.

கன்னி

கன்னி என்று கூறும்போதே பெண்களின் ஞாபகம் வருகின்றதல்லவா? அது உண்மை என்பதுபோலவே கன்னியில் பிறந்து புதனை வலுவாகக் கொண்டவர்கள் அழகிய முகமும் சுருண்ட முடியும் கொண்டு சிரித்தபடியே காரியத்தை முடித்துக் கொள்வார்கள். மற்ற கிரகங்கள் அனைத்தும் வலுவிழந்து விட்டால் அவர் ஆணென்றும் இல்லாமல் பெண்ணென்றும் இல்லாமல் அலியாக மாறி விடுகின்றார்கள். புதன் அலி கிரகம் என்றே முன்பே கண்டோமல்லவா? பெரும்பாலும் இவர்களிடம் மற்றவர்கள் எச்சரிக்கையாகவே இருக்க வேண்டும். சிரித்துப் பேசியே சிந்தையைக் குளிர வைக்கும் இவர்கள் காரியத்தைச் சாதித்துக் கொள்ள எவ்வழியையும் மேற்கொள்வார்கள்.

பெண்களை மயக்கி விடுவதில் கைதேர்ந்தவர்கள். சிலர் சரியான காமாந்தகாரர்களாகவும் இருப்பார்கள்.

இரு கால் ராசியானது இது பல வண்ணத்தைக் குறிக்கும். தென் திசை, பகலில் வலு, நந்தவனம், பூங்கா ஆகிய இடம். தொப்புளையும், இரைப்பையையும் குறிக்கும். இந்த ராசியின் அதிபதியான புதன் இதில் ஆட்சி உச்சம் மூலத்திரிகோணம் ஆகிய மூன்று வலுவடைகின்றார். வேறு எந்த ராசிக்கும் இப்பெருமை இல்லை. சுக்கிரன் - நீசம்; சூரியன் சமம், சனி, ராகு - கேதுக்கள் - நட்பு; செவ்வாயும் குருவும் - பகை; இந்த ராசியில் எந்தக் கிரகம் இருந்தாலும் செவ்வாய் மட்டும் இருக்கக் கூடாது. கன்னிச் செவ்வாய் கடலையே வற்றச் செய்யும் என்பது உண்மையான வாக்கு. பூர்வ சொத்துக்களை நாசமாக்கிவிடும். சில சமயங்களில் கன்னியில் செவ்வாய் வழக்கமான சஞ்சாரத்திற்கு மேல் கூடுதலான காலம் தங்கும்போது கடும் வறட்சி ஏற்படும். மழையே இருக்காது. சந்திரனுக்கு நட்பு வீடாகும்.

லக்கினாதிபதியாகவும் தொழில் ஸ்தானாதிபதியாகவும் புதன் இருப்பதோடு லக்கின உச்சாதிபதியாகவும் உள்ளதால் புதனின் நிலையை இந்த ராசிக்காரர்களுக்கு நன்கு கவனிக்க வேண்டும். சனியும், சுக்கிரனும் யோகம் கொடுப்பவர்கள். செவ்வாய், குரு, சூரியன் பாபர்கள். சந்திரன், குரு மாரகாதிபதிகள், 7 - 11ஆம் இடம் மாரக ஸ்தானம். புதன் சுக்கிரன் சுபர்களானதால் கேந்திரங்களில் நின்றால் கேந்திராதபத்திய தோஷம் ஏற்படும். எனவே திரிகோணங் களில் இருப்பதுவே நன்று. பெரும்பாலும் இந்த ராசியில் ஜனித்தவர்கள் வியாபாரிகளாகவே இருப்பார்கள். இயற்கையில் சாதுர்யமான பேச்சுத் திறமை உடையவர்கள். புதனும், சுக்கிரனும் லக்கினத்தில் இருந்தால் பெரும்

கவிஞர். கதாசிரியர், நடிகர் ஆகிவிடுவார்கள். பத்தாம் இடத்தில் இருந்தாலும் அப்படியே! பேரும் புகழும் அடைவார்கள். சனி நன்முறையில் அமைந்து விட்டால் பெரும் யோகம்தான். ராஜபோகமான வாழ்வு அமைந்து விடும். புதன் வலுவுடையவர்கள் சற்று பெண்களின் சாயல் கொண்டவர்களாக இருப்பதோடு பெண்களால் மிகவும் விரும்பப்படுவார்கள். 7 ஆமிடம் பாதகஸ்தானம், நிலராசி எனப்படும்.

துலாம்

துலாம் சரராசி, இருகால் ராசி என்றழைக்கப்படும். இது பகல் வலிவு கொண்டது. தராசு சின்னம் கொண்டது. மேற்குத் திசையைக் கொண்டது. கடை வீதிகளுக்குரிய இடம். அடிவயிற்றைக் குறிக்கும். சுக்கிரனை ஆட்சி யாளராகக் கொண்டதுடன் மூலத்திரிகோண வீடும் இதுவே. சனி - உச்சம்; சூரியன் - நீசம்; புதன், ராகு, கேதுவுக்கும் நட்பு வீடு; குருவுக்கு மட்டுமே பகைவீடு. சந்திரன், செவ்வாய்க்கு சமவீடு. 2, 7ஆம் இடம் மாரகஸ்தானம். எனவே செவ்வாய் மாரகாதிபதி. 11ஆமிடம் பாதகஸ்தானம். வெண்மைநிறம் (சிலர் கறுப்பு நிறம் என்றும் கூறுகின்றார்கள்).

இந்த லக்கினத்தில் பிறப்பவர்கள் பெரும்பாலும் செல்வந்தர்களாகவும், பெரிய வியாபாரிகளாகவும், தொழில் அதிபர்களாகவும் இருப்பார்கள். தொழில் ஸ்தானாதிபதி சந்திரன் என்றாலும் உச்சாதிபதியான சனியைக் கொண்டே தொழில் வகையை உறுதி செய்ய வேண்டும். அரசியல், கலைத் தொடர்புடையவர்கள், வாசனைத் திரவியங்களை விரும்புபவர்கள், எவரையும் சட்டென்று எடை போட்டு அவர்களுக்குத்தக்கவாறு தங்களை மாற்றிக் கொள்பவர்கள்.

பச்சோந்தியைப் போல இவர்கள் சட்டென்று தம்மை மாற்றிக் கொள்வார்களாகையால் பெரும் பிரச்சனைகள் இவர்களை அணுகாது.

பெரும்பான்மையானவர்களுக்குத் தொந்தி விழுவதோடு வயிறு சம்பந்தமான கோளாறுகள் ஏற்படும். ஆடம்பரத்தை விரும்புபவர்கள். புதனும் சனியுமே யோகாதிபதிகள். லக்கினத்தில் சனி அமர்ந்தால் யோகம்தான். என்றாலும் மனைவி வழியில் தொல்லைகள் ஏற்படும். பெரும்பாலும் இவர்களின் விருப்பத்திற்கேற்றவாறு மனைவி அமைவது அபூர்வம். இந்த லக்னத்தில் பிறந்தவர்களில் சுயதொழில் செய்வதை விரும்புபவர்களே அதிகம். அரசுப் பணியில் இருந்தாலும் எப்படியும் உபதொழில் ஏற்படுத்திக் கொள்வார்கள். வியாபாரத்தில் மிகவும் கெட்டிக்காரர்கள். நூதனமான வீடுகளை அமைத்துக் கொள்வார்கள். சமூகத்தில் எப்படியும் மதிப்பும், செல்வாக்கும் பெற்றுவிடுவார்கள்.

லக்கினத்தில் செவ்வாயோ, சுக்கிரனோ இருந்தால் சில சமயம் வயிற்றில் அறுவை சிகிச்சை செய்ய வேண்டிய நிலை ஏற்படும். குரு அமர்ந்தால் எபபோதும் நோயோடும், எதிரிகளோடும் போராட வேண்டி வரும். புதன் இருப்பது நல்லது. சந்திரன் இருந்தால் மிகவும் நல்லதே! அதுவும் வளர்பிறைச் சந்திரனாக இருந்துவிட்டால் 7 ½ சனிக் காலம் கொடுமை அளிப்பதாக இருக்காது. காற்று இராசி எனப்படுவது.

விருச்சிகம்

விருச்சிகம் ஸ்திர ராசி; பல கால் ராசி. அஸ்தமன காலத்தில் வலிவுடையது. தேள் சின்னம். வடக்குத் திசை. சந்து பொந்துகளுக்குரிய இடம். சாம்பல் (இளமஞ்சள்) நிறம்

கொண்டது. செவ்வாய் அதிபதி - ஆட்சியாளர்; ராகு, கேதுக்கு - உச்சம்; சூரியன், குருவுக்கு - நட்பு வீடு; சந்திரன் - நீசம்; புதன், சுக்கிரன் - சமம்; சனிக்கு மட்டுமே பகை வீடு. 3, 8 மாரகஸ்தானம், எனவே சனியும், புதனும் மாரகாதிபதிகள். 9 ஆமிடம் பாதகஸ்தானம். குருவும், சூரியனும் யோகர்கள். பிறப்பு உறுப்புக்குரிய இடம்.

இந்த ராசியில் ஜெனித்தவர்கள் மிகவும் எச்சரிக்கை யாக இருப்பார்கள். அரசுப் பணியில் அதிகம் பேர் இருப்பார்கள். காரணம் 10-க்குடைய தொழில் ஸ்தானாதிபதி சூரியனாக இருப்பதால் சூரியனின் நிலையைக் கொண்டு தொழில் அமையும். கல்வி ஸ்தானாதிபதி சுபராகிய குரு பகவானைக் கொண்டு கல்வி நிலையை அறியலாம். என்றாலும் அஷ்டமாதிபதியாக வித்யாகாரகனான புதன் அமைவதால் அவரின் நிலையையும் கவனித்தே கல்வி நிலையை அறிய வேண்டும். பணப்புழக்கத்துக்கு ஸ்தானமும், காரகமும் குருவுக்கே வருவதால் இந்த லக்கின தாரருக்கு குருபகவான் நல்ல நிலையில் இருக்க வேண்டும். கேந்திரங்களில் இருப்பதை விட திரிகோண அமைப்பே நலம் தரும் என்றாலும், 2லும் 10லும் குருவும், சூரியனும் சேர்ந்தோ தனித்தனியாகவோ இருப்பது மிகவும் நல்லது.

தமக்கு தீங்கு செய்தவர்களை மறக்காமல் பழிவாங்கி விடுவார்கள். வைராக்கியம் மிக்கவர்கள். பிரச்சனை களிலிருந்து எப்படியாவது பாதுகாப்புடன் தப்பித்துக் கொள்ளும் திறமையுடையவர்கள். லக்கினத்தில் செவ்வாய் இருப்பதும், 7ல் செவ்வாய் இருப்பதும் எவ்விதத்திலும் நல்லதல்ல என்பதோடு மனைவிக்குரியவரும் மனைவி காரகருமாகிய சுக்கிரனுக்கு செவ்வாய் இணைவு, வரும்

மனைவியின் நடத்தையைப் பற்றி உறுதியாகச் சொல்ல முடியாது. குரு பார்வை ஏற்பட்டாலன்றி இவ்விருவரின் சேர்க்கை நிச்சயம் நல்லதல்ல. அத்தோடு லக்கினத்தில் சனி, செவ்வாய், சுக்கிரன் இணைவு இருந்தால் நிச்சயம் மர்ம ஸ்தான நோய் தாக்கும். பொதுவாகவே எந்த லக்கினத்துக்கும் விருச்சிகத்தில் பாப கிரகங்கள் அமர்வது மர்ம ஸ்தானத்திற்கும் பாதகம் தரக்கூடியதே! பெரும்பாலும் இவர்களுக்கு சகோதரர்கள் நன்முறையில் அமைவது அபூர்வம். காரணம் 11ஆமிடம் 3 ஆமிடம் முறையே பகை கிரகங்களான புதனும் சனியுமாக அமைவதுதான். லக்னாதிபதியான செவ்வாயே இந்த லக்கினத்திற்கு பாபர், சனியும் பாபிதான். ஸ்திர ராசியாக இருந்தாலும் சூரியன், குருவின் அமைப்பு நன்றாக இருந்தால் மிகவும் உயர்ந்த வாழ்க்கை வாழ்வதோடு அரசியல் தொடர்பும் இருக்கும். நீர் ராசி எனப்படும்.

தனுசு

தனுசு உபயராசி. மஞ்சள் மற்றும் சந்தனத்தைக் குறிக்கும். இந்த ராசி முன் அரை இருகால் ராசி என்றும், பின் அரை பாகம் நாற்கால் ராசி என்றும் குறிப்பிடப் படுவதால் முன் 15 பாகையில் பிறப்பவர்களுக்கு பகல் வலிவு. பின் 15 பாகையில் பிறப்பவர்களுக்கு இரவில் வலு என்றாலும் பொதுவாக இரவில் பிறந்தவர்களுக்கே வலிவு அதிகம் என்பது அனுபவபூர்வமான உண்மை. இடுப்பையும், குதத்தை (ஆசன வாயை)யும் குறிப்பிடுவது, கிழக்குத் திசையைக் கொண்டது. அரசு அலுவலகங்களையும், படைக்கலங்கள் இருக்கும் இருப்பிடத்தையும் குறிப்பிடுவது.

குரு பகவான் ஆட்சியாளர் என்பதோடு அவர் மூலத்திரிகோண வலுவை அடையும் இல்லம். சூரியன்

செவ்வாய்க்கு நட்பு வீடு என்பதோடு ராகு, கேதுவுக்கும் நட்பு வீடே. சந்திரன், சனி, சுக்கிரன், புதன் ஆகியோருக்குச் சம வீடு. இந்த வீட்டில் எந்தக் கிரகமுமே பகையும், உச்சமும் நீசமும் அடைவதில்லை என்பதே தனுசுவுக்குச் சிறப்பு. எப்போதும் ஒரே சீரான பலனை அளிக்கும். இந்த ராசிக்கு, செவ்வாயும், சூரியனுமே யோகாதிபதிகள், குரு லக்கினத்தைத் தவிர மற்ற கேந்திரங்களில் இருந்தால் கடுமையான கேந்திராதிபத்திய தோஷத்தை அடைவார் என்பது உறுதி.

தொழில் ஸ்தானாதிபதியாகப் புதன் அமைந்தாலும், சூரியன், செவ்வாயின் நிலையைக் கொண்டும் தொழில் வலுவைக் கவனிக்க வேண்டும். வில்லைச் சின்னமாகக் கொண்ட இந்த ராசியில் பிறந்தவர்கள் அம்பு வேகமாகச் செல்வதைப் போல வேகமாகக் காரியம் செய்வதில் திறமையானவர்கள். சனி லக்கினத்தில் இருப்பது மட்டுமே இவர்களின் வேகத்தைத் தடை செய்வதோடு, மூல சம்பந்தமான நோயையும் ஏற்படுத்தும். நல்ல தைரியம் உடைய இவர்கள் கொடுமையைக் கண்டால் பொங்கி எழுவார்கள். பெருந்தன்மையான குணம் கொண்டவர்கள் பிறரை வஞ்சித்து வாழும் எண்ணம் பெரும்பாலும் இருக்காது. ஆனாலும், காமஇச்சை சற்று அதிகம் இருக்கும். லக்கினத்தில் சனி, புதன், சுக்கிரன் இணைவு இவர்களுக்குப் பெருமை அளிக்காது.

7 - 11ம் இடம் மாரக ஸ்தானம். புதன், சுக்கிரன் மாரகாதிபதிகள், 7ஆமிடம் பாதகஸ்தானம். எனவே புதன் பாதகாதிபதியாகவும் இருக்கின்றார். இந்த ராசியில் பகை கிரகங்கள் என்பது இல்லாததால் 12 ராசிகளிலும் இந்த ராசி

உத்தமமானது என்பதோடு அனைத்து கிரகங்களின் அமைப்பும் மிகவும் மோசமான நிலையில் இருந்தாலன்றி இவர்கள் வாழ்க்கை நல்ல முறையில் அமைந்துவிடும். ஆசிரியர்கள், அர்ச்சகர்கள், கணக்கர்கள், நீதி சம்பந்தமான தொழில்புரிபவர்கள், மதபோதகர்கள், வியாபாரிகள் என்று இருப்பார்கள். 'தீ' என்று சொல்லப்படும் ராசி.

மகரம்

மகரம் சரராசி. நாற்கால் ராசி என்று சொல்லப்படும் இது ஜலம் சார்ந்த நில ராசி. தெற்குத் திசை, கறுப்பு நிறத்தைக் குறிக்கும். கானகத்தையும் நீர்நிலைகளையும் கொண்டது. இரவில் பிறந்தவர்களுக்கு வலிவு, தொடைகள் என்னும் பாகத்தைக் குறிக்கும். கேதுவுக்கு மூலத்திரிகோண ராசி என்று கூறப்படும் இது கடகத்தைப் போலவே புராண காலத்தில் முக்கியத்துவம் வாய்ந்தது. சனீஸ்வர பகவான் ஆட்சியாளர், செவ்வாய்க்கு - உச்ச வீடு; குருவுக்கு - நீச வீடு; சுக்கிரன், புதன், ராகு, கேதுவுக்கு - நட்பு வீடு; சந்திரனுக்கு - சமம்; சூரியனுக்கு மட்டுமே பகைவீடு.

இந்த லக்கினத்தில் பிறந்தவர்கள் சற்று நல்ல நிறத்தோடு இருப்பார்கள். சனி சம்பந்தம் ஏற்பட்டாலே கருப்பு நிறம் அடைவார்கள். பயந்த சுபாவம், சஞ்சலம் உடையவர்களாக இருப்பார்கள். உழைப்புக்கு அஞ்சாத வர்கள். குடும்பத்தில் அனைவரையும் நேசிப்பவர்களாகவும், மென்மையான உள்ளம் உடையவர்களாகவும் இருப்பார்கள். ஆனால் லக்கினத்தில் செவ்வாய் உச்சமுடன் இருப்பவர்கள் கொடூர குணம் கொண்டவர்களாக இருப்பதுடன், எதிர்பாராமல் திடீரென்று கோபத்தால் முறையற்ற காரியங்களைச் செய்து வம்பை விலைக்கு வாங்கிக் கொள்வார்கள்.

புதனும், சுக்கிரனும் சுபர்கள். சனி, சூரியன், குரு பாபர்கள், செவ்வாய் உச்சாதிபதியாகையால் கெடுதல் செய்ய மாட்டார். 2, 7ஆம் இடம் மாரக ஸ்தானம். எனவே லக்கினாதிபதியாகிய சனியும், சந்திரனும் மாரகாதிபதிகள், பொதுவாக பிதுர்க்காரகனாகிய சூரியன் அஷ்டமாதிபத்தியம் வகிப்பதால் பெரும்பாலும் தந்தை மகன் உறவு மகர லக்கினதாரர்க்கு நன்முறையில் அமைவது அபூர்வம். அதே போல்தான் மனைவி. சகோதரவர்க்கமும்; 5, 10க்கு உடையவராக சுக்கிரன் வருவதால் அவரே முழுச் சுபர் என்ற ஸ்தானத்தைப் பெறுவதோடு தொழில் நிலையை சுக்கிரனையும், உச்சாதி பதியான செவ்வாயையும் கொண்டே கவனிக்க வேண்டும். மகர லக்கினதாரர்கள் பெரும்பாலும் சுயதொழில் அதிலும் வியாபாரம் செய்பவர்களாகவே இருப்பார்கள். அடிமைத் தொழிலும் அரசுப் பணியும் செய்பவர்கள் சொற்பமே. 11-ம் இடம் பாதக ஸ்தானம். எனவே செவ்வாயின் நிலையையும் அவசியம் கவனிக்க வேண்டும். லக்கினத்தில் சுக்கிரன், புதன் அமர்ந்திருப்பது விசேஷ யோகத்தைத் தரும். செவ்வாய், சூரியன் அமர்வது நல்லதல்ல. பொதுவாக இந்த லக்கினதாரர்களை நம்பி எந்தக் காரியத்தையும் செய்யலாம். பாபக் கிரகங்கள் லக்கினத்தில் இருந்தால், முழங்கால் வலி, மூட்டுவாதம் ஆகியவை ஏற்படும். குரு இருந்தால் தொடை இடுக்குகளில் தோல் சம்பந்தமான வியாதிகள் உண்டாகும் என்பதோடு எப்போதும் நோயின் பிடியிலேயே இருக்க நேரிடும். இதுவும் ஜலராசி என்று அழைக்கப்படுவதுண்டு. ஆனால் நிலத் தத்துவ ராசிதான்.

கும்பம்

கும்பம் ஸ்திர ராசி. பழுப்பு (அ) சாம்பல் நிறத்தைக் குறிக்கும். இது மேற்குத் திசையைக் கொண்டது. இருகால்

ராசி எனப்படும். இது பகல் வலிவு கொண்டது. நீர் நிறைந்த குடத்தை வடிவமாகக் கொண்டது. முழங்கால்களைக் குறிக்கும். தொழிற்சாலைகள், கழிவுநீர் தங்கும் இடங்களைக் கொண்டது. சனி இதன் ஆட்சியாளர் என்பதோடு அவரின் மூலத்திரிகோண இல்லமும் இதுவே. புதன், சுக்கிரன் ஆகிய கிரகங்களுக்கு நட்பு வீடு. சந்திரன் குரு, செவ்வாய் - சமம். சூரியனுக்கு மட்டுமே - பகைவீடு. ராகு, கேதுவுக்கு பகை வீடு என்று சில நூல்களில் குறிப்பிடப்பட்டுள்ளது. அதை எம்மால் ஒப்புக்கொள்ள இயலவில்லை. அதன் காரணத்தை 'ராகு, கேது கிரகங்களின் தன்மைகள்' என்ற தலைப்பில் விரிவாக விளக்கியுள்ளேன்.

இந்த லக்கினத்தில் பிறந்தவர்கள் அடக்கமானவர்கள். அழுத்தமானவர்கள் அதிகம் பேசாதவர்கள். ஆனால் தற்புகழ்ச்சி அதிகம். பித்ததேகம், காம உணர்வு அதிகம் உடையவர்கள். கருமையான நிறம் உள்ள பெண்களின் மேல் ரசிப்புத் தன்மை இருக்கும். இந்த லக்கினத்திலும் எந்த கிரகமும் உச்சநீசம் அடைவது இல்லை. எனவே ஒரே சீரான வாழ்வை உடையவர்கள். சுகபோகமான வாழ்வு வாழ வேண்டும் என்ற ஆர்வம் இருக்கும். கற்பனைவாதிகள். புதன், சுக்கிரன் யோகாதிபதிகள் என்றாலும் முழுஅளவு யோகர்கள் என்று சொல்வதற்கில்லை. காரணம், புதன் அஷ்டமாதிபத்தியமும், சுக்கிரன் 9க்குடைய பாதகாதிபத்தியமும் பெறுவதுதான் என்றாலும் லக்கினத்தில் புதன், சுக்கிரன் இருந்தால் - கவிஞர்கள், எழுத்தாளர்கள் ஆகலாம். ஜோதிடத்திலும் புலமை பெறலாம்.

கும்ப லக்கினத்திற்கு எந்தக் கிரகமுமே முழு யோகாதி பத்தியம் அடையும் வாய்ப்பு இல்லாததால், பெரும்பாலும் இவர்கள் வாழ்வு ஒரு வரையறைக்குள்ளேயேதான் இருக்கும்.

பத்தாயிரம் ஜாதகங்களில் ஒன்றுதான் மிகப் பிரபலமான யோகம் அடையும். ஸ்திர ராசிகளிலேயே கடைத்தர வலுவுடையது கும்பம்தான். ஏற்றமிக்கது என்று சில நூல்கள் கூறினாலும், அனுபவத்தில் மிகுந்த யோகம் பெறுவது குறைவே. காரணம் லக்னாதிபதியான சனியே விரயாதி பதியாகவும் அமைவது மட்டுமல்லாமல், இந்த ராசிக்கே அனைத்து கிரகங்களும் பாதகத்தையும் ஏற்படுத்துவதாக அமைந்து விட்டதுதான். இவர்களுக்கு நல்ல மனைவி அமைவதும் அபூர்வமே. சகோதரர்களும் அவ்வாறே! தந்தைக்கும் தாய்க்கும் சுக்கிரனே ஆதிபத்தியம் வகிப்பதால் அவர் நல்ல நிலையில் இருப்பது அவசியம். செவ்வாய் தொழில் ஸ்தானாதிபதியாக வருவதாலும், அரசுப் பணிக்குரிய சூரியன் பகைக் கிரகமாக வருவதாலும், பெரும்பாலும், அரசுப் பணிகள் அமைவது அபூர்வம். சுயதொழிலே சிறந்தது. 3, 8மாரக ஸ்தானம். காற்று ராசி என்றழைக்கப்படும்.

மீனம்

மீனம் உபயராசி. ஜலராசி, வடக்குத் திசை, இரவுப் பொழுதில் வலிவு. மீன் சின்னம். நீர்நிலைகளைக் குறிக்கும் இடம். பாதங்களைக் குறிக்கும், வெண்மை (அ) இளமஞ்சள் நிறம்; ஆட்சியாளர் - குரு; சுக்கிரன் - உச்சம்; புதன் - நீசம்; சூரியன் - செவ்வாய், ராகு, கேது - நட்பு; சனி, சந்திரன் - சமம்; எந்தக் கிரகத்துக்கும் பகை இல்லை. யோகாதிபதிகள் செவ்வாயும், சுபச்சந்திரனுமே. அஷ்டம ஸ்தானாதிபதியே உச்சம் அடையும் வாய்ப்பு பெற்றது மீனம். அதேபோல் சப்தமாதிபதி நீசம் பெறுவதும் இதிலேயே. எனவே சுக்கிரனையும், புதனையும் வைத்தே மனைவியின் நிலையைத் தீர்மானிக்க வேண்டும். சனி, சூரியன் - பாபர்கள்.

லக்கினாதிபதியே தொழில் ஸ்தானாதிபதியாக வருவதால் தொழில் சிறப்படைய குருவின் நிலையைக் கவனிக்க வேண்டும். லக்கினத்தைத் தவிர மற்ற கேந்திரங் களில் குரு இருப்பது நல்லதல்ல. கேந்திராதிபத்திய தோஷம் ஏற்படும். எனவே திரிகோணங்களில் இருப்பதுவே வலிவு. அதுவும் கடகத்தில் உச்சம் பெற்றுவிட்டால் மிகவும் யோகம். கடகாதிபதியாகிய சந்திரன் சுபராகி குருவுக்கு கேந்திர திரிகோணங்களில் அமைந்துவிட்டால் மிகவும் யோகம். அது யோக வகைகள் என்ற தலைப்பில் விரிவாக வெளிவரும்.

மீன லக்கினத்தில் பிறந்தவர்கள் மிகுந்த முன் எச்சரிக்கையுடன் இருப்பவர்கள். எளிதில் பிடிகொடுக்க மாட்டார்கள். ஆனால் வாக்கு கொடுத்துவிட்டால் தவற மாட்டார்கள். வாக்குச் சுத்தம் உடையவர்கள். தெய்வ காரியங்களில் விருப்பமும், பொறுமையும், கல்வி கற்பதில் ஆர்வமும் கொண்டு இருப்பார்கள். லக்கினத்தில் சனி, சூரியன் இருப்பது நல்லதல்ல. செவ்வாய், சுபச்சந்திரன் இருப்பது நல்லது. சுக்கிரன் லக்கினத்தில் உச்சமடைவது ஆயுள்பலத்திற்கு நல்லது என்றாலும், யோகத்திற்குச் சிறப்பல்ல. ஆனால் சூரியன் 12-ல் நின்று லக்கினத்தில் சுக்கிரன், புதன் நின்று மிதுனத்தில் சுபச்சந்திரன் நின்றால் பிரபல யோகம் கிட்டும். மேலும் செவ்வாய் தன் வீடுகளில் ஆட்சியில் இருந்தால் அதிவிசேஷமான யோகம் கிட்டும்.

மீன லக்கினத்தில் பிறந்தவர்கள் பெரும்பாலும் அனைவராலும் புகழக்கூடிய வாய்ப்புள்ள தொழில் களையே அடைவார்கள். பேராசிரியர்கள், நியாயவாதிகள், மதாசாரியார்கள், தெய்வ கைங்கர்யம் செய்பவர்களாக இருப்பார்கள். தனம் இல்லாவிடினும் புகழ் கீர்த்தி ஏற்பட்டு விடும். பொதுக் காரியங்களில் ஈடுபடும் ஆர்வம் இருக்கும்.

உபய ராசிகளில் உயர்ந்த ராசி மீனம். நடந்து செல்வதில் விருப்பமுடையவர்கள். லக்கினத்தில் சனி, சூரியன் இருந்தாலோ பார்த்தாலோ பாதங்களில் வலி ஏற்படும். முடக்குவாதம் கூட ஏற்பட்டு நடக்க முடியாமல் போகவும் கூடும். ஜலராசி என்றழைக்கப்படுகிறது.

4. நட்சத்திரங்களின் விவரங்கள் ராசிகளில் அமையும் விதம்

நட்சத்திரங்கள் மொத்தம் 27. அவைகளைப் பற்றிய விவரங்கள் பஞ்சாங்கங்களில் விரிவாகக் கொடுக்கப்பட்டிருக்கும் என்றாலும் உங்கள் வசதிக்காக இங்கே கொடுக்கப்படுவதோடு அவைகளைப் பற்றிய விளக்கங்களையும் சேர்த்துள்ளோம்.

		தோற்றம்	அதிபதி
1.	அஸ்வினி	குதிரை முகம்	கேது
2.	பரணி	அடுப்புக்கட்டி	சுக்கிரன்
3.	கார்த்திகை	கற்றை	சூரியன்
4.	ரோகிணி	சகடம் (உற்றால்)	சந்திரன்
5.	மிருகசீரிஷம்	மான்முகம்(தேங்காய் கண்)	செவ்வாய்
6.	திருவாதிரை	இரத்தினம்	ராகு
7.	புனர்பூசம்	கிரகம்	குரு
8.	பூசம்	பாணம்	சனி
9.	ஆயில்யம்	அம்மி	புதன்

10. மகம்	வீடு (நுகம்)	கேது
11. பூரம்	மெத்தை	சுக்கிரன்
12. உத்திரம்	கைத்தலம்	சூரியன்
13. அஸ்தம்	புலிக்கண்	சந்திரன்
14. சித்திரை	துருவலகை (தீபம்)	செவ்வாய்
15. சுவாதி	பவளம் (முறம்)	ராகு
16. விசாகம்	தோரணம் (குடைப்பனை)	குரு
17. அனுஷம்	வில்வளைசல் (வேல்)	சனி
18. கேட்டை	ஈட்டி	புதன்
19. மூலம்	சிங்கமுகம் (முறம்)	கேது
20. பூராடம்	கட்டில்கால்	சுக்கிரன்
21. உத்திராடம்	மெத்தை (முழக்கால்)	சூரியன்
22. திருவோணம்	முழங்கால்	சந்திரன்
23. அவிட்டம்	மிருதங்கம்	செவ்வாய்
24. சதயம்	தராசு (பூங்கொத்து)	ராகு
25. பூரட்டாதி	கட்டில்கால்	குரு
26. உத்திரட்டாதி	கட்டில்கால்	சனி
27. ரேவதி	முரசம் (ஓடம்)	புதன்

மேற்சொல்லிய 27 நட்சத்திரங்களும் ஒரு நட்சத்திரத்திற்கு நான்கு பாதங்கள் (பகுதிகள்) வீதம் மொத்தம் 108 பாதங்கள் கொண்டவை. மேஷம் முதல் மீனம் வரையிலுள்ள 12 ராசிகளும் தலா ஒவ்வொரு ராசிக்கும் 2 ¼ நட்சத்திரம் (9 பாதங்கள்) வீதம் பிரிக்கப்பட்டுள்ளன. அவை எவ்வாறு பிரிக்கப்பட்டுள்ளன என்பதைக் காண்போம்.

ஜோதிட ஆராய்ச்சித் திரட்டு (முதல் பாகம்) ❑ 54

அஸ்வினி, பரணி, கார்த்திகை முதல் பாதம்	**மேஷம்**
கார்த்திகை 2, 3, 4 பாதம், ரோகிணி மிருகசீரிஷம் 1, 2 பாதம்	**ரிஷபம்**
மிருகசீரிஷம் 3, 4 பாதம், திருவாதிரை, புனர்பூசம் 1, 2, 3 பாதம்	**மிதுனம்**
புனர்பூசம் 4ஆம் பாதம், பூசம், ஆயில்யம்	**கடகம்**
மகம், பூரம், உத்திரம் 1ஆம் பாதம்	**சிம்மம்**
உத்திரம் 2, 3, 4 பாதம், அஸ்தம், சித்திரை 1 - 2 பாதம்	**கன்னி**
சித்திரை 3, 4 பாதம், சுவாதி, விசாகம் 1, 2, 3 பாதம்	**துலாம்**
விசாகம் 4ஆம் பாதம், அனுஷம், கேட்டை	**விருச்சிகம்**
மூலம், பூராடம், உத்திராடம் முதல் பாதம்	**தனுசு**
உத்திராடம் 2 - 3 - 4, திருவோணம், அவிட்டம் 1 - 2 பாதம்	**மகரம்**
அவிட்டம் 3, 4 பாதம், சதயம் பூரட்டாதி 1 - 2 - 3 பாதம்	**கும்பம்**
பூரட்டாதி 4ஆம் பாதம், உத்திரட்டாதி, ரேவதி	**மீனம்**

இவ்வாறு ராசிகளில் நட்சத்திரங்கள் அமைக்கப் பட்டுள்ளன. ஒன்பது கிரகங்களும் வருடம் முழுவதும் இந்த 27 நட்சத்திரங்களின் 108 பாதங்களில் உரிய கணக்கின்படி சஞ்சாரம் செய்கின்றன. அதன் விவரங்கள் பஞ்சாங்கங்களில் பாதசாரம் என்ற தலைப்பின்கீழ் அளிக்கப்பட்டுள்ளன. இவ்விதம் ஒன்பது கிரகங்களும் சஞ்சாரம் செய்வதில் முக்கியமாக சந்திரனின் சாரமே ராசி என்று கணக்கிடப் படுகின்றது. ராசியை சந்திர லக்கினம் என்றும், உடல்

லக்கினம் என்றும் சொல்வதுண்டு. எந்த நட்சத்திரத்தின் எத்தனையாவது பாதத்தில் சஞ்சாரம் செய்கின்றார் சந்திரன் என்பதைப் பிறந்த நேரத்தைக் கொண்டு அறிந்து அந்த நட்சத்திரத்தின் அந்த பாதம் எந்த ராசியில் வருகின்றதோ அதுவே சந்திரா லக்கினம் எனப்படும் ஜென்ம ராசி. அதுவும் பிறந்த லக்கினத்தைப் போலவே முக்கியமானது. அதன் முக்கியத்துவம் பற்றியும் சந்திரன் அமையும் இடத்தைக் கண்டறியும் முறையையும் லக்கினம் அமைத்தல் என்ற தலைப்பில் விவரிக்கின்றோம்.

மேற்கண்ட 27 நட்சத்திரங்களில் பிறந்தவர்களுக்கும், அந்தந்த நட்சத்திரங்களின் விசேஷ தன்மை இருக்கும். அது பொதுவான பலன்தானேயன்றி அதுபோலவே இருப்பார்கள் என்று முழுமையாகக் கூற இயலாது. அதுபோலவேதான் திதி, கிழமை, யோகம், கரணம் ஆகியவற்றுக்கும் பலன் உண்டு என்றாலும், லக்கினத்தையும் கிரகங்களின் நிலையையும் கொண்டேதான் ஜாதகரின் பலன்களை நிர்ணயிக்க வேண்டும். ஆனாலும் அவைகளையும் அறிந்து கொள்ளுதல் நலமே என்ற அடிப்படையில் தொகுத்து அளித்துள்ளோம்.

அஸ்வினி: கடும் உழைப்பாளிகள். திறமையுடைய வர்கள். காரியம் முடியுமட்டும் சளைக்காதவர்கள். பிணி பீடைகள் இருக்கும் என்றாலும் பெருமளவு பாதிப்பு ஏற்படாது. அனைவராலும் விரும்பப்படுவார்கள்.

பரணி: புகழ் கீர்த்தியுடன் இருப்பார்கள். பெற்றவர்களை நேசிப்பவர்கள். எதையும் செய்து முடிக்கும் ஆற்றல் உடையவர்கள். பெண் சபலம் உடையவர்கள்.

கார்த்திகை : சிறந்த பேச்சு வன்மை, எளிதில் காரியங்களை முடிப்பவர்கள். கடவுள் பக்தியுள்ளவர்கள். கல்வி மேன்மையுடையவர்கள். உயர்ந்த குணங்களும் தர்ம சிந்தனையும் உடையவர்கள், அரசுப் பணி, வியாபாரம் ஆகியவற்றில் சிறப்படைவார்கள்.

ரோகிணி : எதிலும் உண்மையாக இருப்பவர்கள். நல்ல உழைப்பாளிகள். அனைவரிடமும் நன்கு பழகுபவர்கள். தர்ம சிந்தனை மட்டுமல்லாமல் உதவி செய்யும் மனப்பான்மையும் உண்டு.

மிருகசீரிஷம் : அறிவுக்கூர்மையுடையவர்கள். அதிகம் பேச மாட்டார்கள். சுறுசுறுப்பானவர்கள். கலைகளை ரசிப்பதோடு பெண்களையும் ரசிப்பார்கள். ஆனாலும் கடவுள் பக்தி குறையாது.

திருவாதிரை : பேச்சாற்றல் உள்ளவர்கள். மிகுந்த செலவாளிகள். வார்த்தைச் சுத்தம் இருக்காது. வீண் ஜம்பம் உடையவர்கள். நல்ல நடத்தையும் இருக்காது. இவர்களிடம் எச்சரிக்கையாக இருக்க வேண்டும்.

புனர்பூசம் : உயர்ந்த குணமுடையவர்கள். தெய்வ நம்பிக்கை அதிகம் உடையவர்கள். கஷ்டங்களுக்கு அஞ்சாதவர்கள். சுறுசுறுப்பு இருக்காது. அடிக்கடி நோய்களால் அவஸ்தைப் படுவார்கள். எளிமையானவர்கள்.

பூசம் : வார்த்தை ஜாலம் உடையவர்கள். எளிதில் பிறரை ஏமாற்றிவிடுவார்கள். வாதாடுவதில் வல்லவர்கள். எனவே வழக்கறிஞராக வந்தால் மிகுந்த செல்வாக்குப் பெறுவார்கள். செல்வர்களாகவும் மாறுவார்கள். ஆனால் கஞ்சத்தனம் உடையவர்கள்.

ஆயில்யம்: நல்லவர் என்று கூறுவதற்கில்லை. கபட எண்ணம் உடையவர்கள். எவ்வழியிலும் காரியத்தைச் சாதித்துக் கொள்வார்கள். கெட்ட பழக்கங்களோடு சிற்றின்பப் பிரியர்கள் என்றும் சொல்லலாம்.

மகம் : ஊர் சுற்றுவதில் ஆர்வமுள்ளவர்கள். காரியத்தில் கருத்து இருந்தாலும் தற்புகழ்ச்சிக்காரர்கள். சிற்றின்பப் பிரியர்கள், சுயநலம் இருக்கும். ஆனால் எளிதில் ஏமாந்து விடுவார்கள்.

பூரம் : கற்பனைவாதிகள். கதை, கவிதைகளில் ஆர்வம் இருக்கும். அரசியல் தொடர்பு ஏற்படும். அழகாகப் பேசுவார்கள். புகழ் கீர்த்தியுடையவர்கள். பெண்கள் சபலம் உண்டு.

உத்திரம் : நல்ல கல்வி பெறுபவர்கள். எப்போதும் ஆடம்பரமாக இருக்கு விருப்பம் கொண்டவர்கள். சிற்றின்பத்தில் மிகவும் அதிக ஈடுபாடு உடையவர்கள். கலா ரசிகர்கள், புகழை விரும்புபவர்கள்.

அஸ்தம் : இவர்களிடம் எச்சரிக்கையாக இருக்க வேண்டும். வாய் ஜாலம் உடையவர்கள். ஆனால் நட்புக்கு மதிப்பளிப்பவர்கள். எளிதில் ஏமாற மாட்டார்கள். எப்படியாவது வாழ்க்கையில் முன்னேறத் துடிப்பவர்கள்.

சித்திரை : வாக்குச் சுத்தம் உடையவர்கள். முன்கோபம் உண்டென்றாலும் நம்பியவர்களை மோசம் செய்யாதவர்கள். பெண் சபலம் உடையவர்கள்.

சுவாதி : அதிகம் செலவு செய்பவர்கள். போஜனப் பிரியர்கள். நல்ல உழைப்பாளிகள். இவர்களை நம்பி எந்தக்

காரியத்தையும் ஒப்படைக்கலாம். நிச்சயம் நிறைவேற்றி விடுவார்கள். தர்ம சிந்தனையும் இருக்கும்.

விசாகம் : பெரும்பாலும் நேர்மையானவர்களாகவே இருப்பார்கள். தெய்வ நம்பிக்கை உடையவர்கள். தர்ம நியாயத்துக்குக் கட்டுப்படுபவர்களாக இருப்பவர்கள்.

அனுஷம் : புகழை விரும்புபவர்கள். பெருமை அடைபவர்கள். எப்படியும் வாழ்க்கையில் முன்னேற வேண்டும் என்ற துடிப்புடையவர்கள்.

கேட்டை : உயர்வு தாழ்வு அதிகம் சந்திப்பவர்கள். வாழ்க்கை இவர்களுக்குச் சாதாரணமாகத்தான் அமையும். மிகவும் அபூர்வமாகத்தான் இவர்களுக்கு மேன்மையான வாழ்க்கை அமைகின்றது.

மூலம் : ஆண் மூலம் அரசாளப் பிறந்தவர்கள் என்று பொதுவாகச் சொல்வதுண்டு. அப்படியெல்லாம் எதுவும் இல்லை. கிரகங்களின் தன்மைகளைக் கொண்டுதான் நிர்ணயம் செய்ய வேண்டும். ஆனால் வாழ்க்கையில் எப்படியும் முன்னேற வேண்டும் என்ற துடிப்புடையவர்கள்.

பூராடம் : ஆடம்பரத்தை விரும்புவார்கள். எதிலும் தாம்தூம்தான். பணத்தின் அருமை அறியாதவர்கள் என்று கூடச் சொல்லலாம். நண்பர்கள் அதிகம் இருப்பார்கள்.

உத்திராடம் : பிடிவாதம் உள்ளவர்கள் என்றாலும் உறவினர்களை மதிப்பவர்கள். பிறருக்காகவே அதிகம் பயன்படுவார்கள். பொதுநல விரும்பி என்றும் கூறலாம்.

திருவோணம் : மிகவும் நல்லவர்கள். லட்சிய வாதிகள், எப்போதும் மகிழ்ச்சியுடன் இருப்பவர்கள்.

எவ்வளவு கஷ்டம் ஏற்பட்டாலும் தாங்கிக் கொள்ளும் மனஉறுதி உள்ளவர்கள்.

அவிட்டம் : சுயமரியாதை உடையவர்கள். அலட்சியப் படுத்தப்படுவதை விரும்ப மாட்டார்கள். அவச்சொல் தாங்காதவர்கள். அநீதியை எதிர்ப்பவர்கள். வீம்பும் இருக்கும். கோபமும் இருக்கும்.

சதயம் : அடக்கமானவர்கள். உண்மையாக இருப்பார்கள். தவறான வழியில் செல்ல விரும்பாதவர்கள். தீய நட்பை ஏற்க மாட்டார்கள். பயந்த சுபாவம் உள்ளவர்கள்.

பூரட்டாதி : கொள்கைக் குழப்பம் உடையவர்கள். எதிலும் சீக்கிரம் முடிவு எடுக்க முடியாதவர்கள். ஆனாலும் எந்தத் தவறையும் ஒப்புக் கொள்ளாதவர்கள்.

உத்திரட்டாதி : வாதம் புரிவதில் வல்லவர்கள். எல்லோரையும் நேசிப்பார்கள். பெரும்பாலும் எதிரிகளையும், பேச்சின்மூலம் வசப்படுத்தி விடுவார்கள்.

ரேவதி : பிறர் சொல்லுக்கு மதிப்பளிப்பவர்கள். மிகுந்த யோசனையின் பேரிலே எதையும் செய்வார்கள். துணிவிருக்காது. பயந்தேதான் எதையும் தொடங்குவார்கள்.

மேற்கண்ட பலன்கள் எல்லாம் பொதுப்பலன்கள் தான். இவையே முடிவானவை என்று கருதக்கூடாது. குணாதிசயங்கள் பெரும்பாலும் லக்கினாதிபதியைக் கொண்டும் உடன் இணையும் கிரகங்களைக் கொண்டும் தீர்மானிக்க வேண்டும்.

மேலே கூறிய 27 நட்சத்திரங்களும் தினம் ஒரு நட்சத்திர வீதம் சாரம் நடக்கும். அத்தனை கிரகங்களும் இந்த 27

நட்சத்திரங்களின் 108 பாதங்களில் ராசி ஒன்றுக்கு 9 பாதம் வீதம் சஞ்சாரம் செய்கின்றன. அவைகளின் விவரங்கள் பஞ்சாங்கங்களில் 'பாதசாரம்' என்ற தலைப்பில் கொடுக்கப் பட்டிருக்கும்.

நட்சத்திரங்களின் பாதசாரத்தில் சந்திரன் சஞ்சாரமே இராசி என்று குறிப்பிடப்படும். அதன் விவரம் பின்னால் வரும். 27 நட்சத்திரங்களை மூன்று பிரிவுகளாகப் பிரித்துள்ளார்கள்.

1. **ஊர்த்துவ முக நட்சத்திரங்கள்** : *(மேல் நோக்கு நட்சத்திரங்கள்* என்று அழைக்கப்படுபவை - ரோகிணி, திருவாதிரை, பூசம், உத்திரம், உத்திராடம், திருவோணம், அவிட்டம், சதயம், உத்திராட்டாதி ஆகியவை.

2. **அதோமுக நட்சத்திரங்கள்** : *(கீழ்நோக்கு நட்சத்திரங்கள்)* என்று அழைக்கப்படுபவை - பரணி, கார்த்திகை, ஆயில்யம், மகம், பூரம், விசாகம், மூலம், பூராடம், பூரட்டாதி ஆகியவை.

3. **திரியக்முக நட்சத்திரங்கள்** : *(சமநோக்கு நட்சத்திரங்கள்)* என்று அழைக்கப்படுபவை - அஸ்வினி, மிருகசீரிஷம், புனர்பூசம், அஸ்தம், சித்திரை, சுவாதி, அனுஷம், கேட்டை, ரேவதி ஆகியவை. இவைகளில் செய்யும் நற்காரியங்களின் விளக்கங்களைப் பஞ்சாங்கத்தில் அறிந்து கொள்ளலாம்.

அடுத்தபடியாக இந்த நட்சத்திரங்களில் ஒன்பது நட்சத்திரங்களைக் கால் அற்றது, உடல் அற்றது, தலை அற்றது என்று கூறுவார்கள். காரணம் இந்த ஒன்பது நட்சத்திரங்களும் இரு ராசிகளில் அடைபடுவதால் அம்மாதிரிப் பெயர் ஏற்பட்டது.

கால் அற்றது என்பது கார்த்திகை, உத்திரம், உத்திராடம் ஆகும். இது முறையே மேஷத்தில் முதல் பாதமும் ரிஷபத்தில் மற்ற மூன்று பாதங்களும் வருவதால் கார்த்திகைக்கு கால் அற்றது என்று பெயர். அதேபோல் உத்திரம் முதல் பாதம் சிம்மத்திலும் மற்ற மூன்று பாதங்கள் கன்னியிலும், உத்திராடம் முதல் பாதம் தனுசுவிலும் மற்ற மூன்று பாதங்கள் மகரத்திலும் அமைகின்றன.

உடலற்றது என்பது மிருகசீரிஷம், சித்திரை, அவிட்டம், இது முறையே மிருகசீரிஷம் ரிஷபத்தில் இரு பாதங்களும், மிதுனத்தில் இரு பாதங்களும், சித்திரை, கன்னியில் இரு பாதங்களும், துலாத்தில் இரு பாதங்களும், அவிட்டம் மகரத்தில் இரு பாதங்களும், கும்பத்தில் இரு பாதங்களும் அமைவதால் உடல் அற்றது என்று பெயர்.

தலையற்றது என்பது புனர்பூசம், விசாகம், பூரட்டாதி. இது முறையே புனர்பூசம் மிதுனத்தில் மூன்று பாதமும் கடகத்தில் நான்காம் பாதமும், விசாகம், துலாத்தில் முதல் மூன்று பாதமும், விருச்சிகத்தில் நான்காம் பாதமும், பூரட்டாதி முதல் மூன்று பாதம் கும்பத்திலும், கடைசிப் பாதம் மீனத்திலும் அமைவதால் தலையற்றது என்று பெயர். மற்ற நட்சத்திரங்கள் 18ம் முழுமையாக இராசிகளில் அடைபடுகின்றன.

இந்த 27 நட்சத்திரங்களின் 108 பாதங்களையும் 12 ராசிகளில் பிரித்துள்ளபடி 9 கிரகங்களும் அவற்றின் வழியே தங்களின் இராசிப் பயணத்தைத் துவங்குகின்றன. 9 கிரகங்களின் நட்சத்திர பாதசாரங்களில் சஞ்சாரம் செய்யும் விவரம் பஞ்சாங்கங்களில் அளிக்கப்பட்டிருக்கும். அதைக் கொண்டு ஒவ்வொரு கிரகத்தின் சாரத்தையும் அறிந்து

கொள்ளலாம். அது கிரகத்தின் வலுவை அறிந்து கொள்ள உதவியாக இருக்கும். நட்புக் கிரகத்தின் நட்சத்திரப் பாதங்களில் சஞ்சாரம் செய்யும்போது வலுவுள்ளதாகவும், பகை கிரகத்தின் நட்சத்திர சாரத்தில் சஞ்சாரம் செய்யும் போது வலுவற்றதாகவும் இருக்கும். இந்த சாரத்தின் நிலையைக் கொண்டே அந்தந்தக் கிரகங்களின் தசா புத்திகள் எப்படியிருக்கும் என்பதை அறிந்து பலன் சொல்ல உதவியாக இருக்கும். அதுவும் முக்கியமான அம்ஸம் அமைக்க நட்சத்திர பாதசாரம் உதவியாக இருக்கும். எந்த நட்சத்திரத்தின் எத்தனையாவது பாதத்தில் குறிப்பிட்ட கிரகம் உள்ளதோ அதைக் கொண்டே அம்ச சக்கரத்தில் கிரகங்களை அமைக்க வேண்டும். அதைப் பற்றி விரிவாகப் பின்னால் வரும்.

■

5. சாயாக் கிரகங்களான ராகு கேதுவைப் பற்றிய விவரங்கள்

மற்ற ஏழு கிரகங்களை அறிமுகப்படுத்தியபோதே ஏன் இவ்விரு கிரகங்களை அறிமுகப்படுத்தவில்லை என்ற கேள்வி உங்கள் உள்ளத்தில் தோன்றும். ஆட்சி வீடுகள் என்னும் சொந்த ராசிகள் இல்லாத இவ்விரு கிரகங்களுக்கும் ஜோதிட சாஸ்திரத்தில் தனிப்பட்ட அந்தஸ்து உள்ளது. சாயா கிரகங்கள் (அ) நிழல் கிரகங்கள் என்று கூறப்படும். இவ்விரு கிரகங்களைப் பற்றிய முழு விவரங்களையும் தந்துள்ளேன். இது பெரும்பாலும் வேறெந்த ஜோதிடப் புத்தகங்களிலும் தரப்படாத விவரம். இது சுவையான புராணக் கதையும்கூட. ராகு, கேதுக்களின் தோற்றத்தைப் பற்றிக் கூறிவிட்டு அதன் மற்ற விவரங்களையும் தெரிவிக்கிறேன்.

புராண காலத்தில் சாகாவரம் அளிக்கும் அமுதத்தைப் பெற வேண்டித் தேவர்களும், அசுரர்களும் பாற்கடலில் மந்தர மலையை மத்தாகவும், வாசுகி என்ற பாம்பைக் கயிறாகவும் கொண்டு கடைய, மந்தரமலை கடலில் அமிழ்ந்து விடாமல் இருக்க பகவான் மகாவிஷ்ணு கூர்ம அவதாரம் என்னும் ஆமை வடிவை எடுத்து மந்தர மலையைத் தாங்கிக் கொள்ள, அதிலிருந்து வெளியே வந்த அமுத கலசத்திலுள்ள அமுதத்தைப் பெற தேவ, அசுரர்கள் சண்டையிட்டுக் கொள்ளவே, பகவான் மகாவிஷ்ணு மோகினியாக வந்து அமுதத்தைத் தேவர்களுக்கும், அசுரர்களுக்கும் சமமாகப் பங்கிட்டுத் தருவதாக உறுதி கூறவே, இருதரப்பினரும் ஒப்புக்கொண்டு இரு வரிசையாக இருக்க, மோகினியாகிய பகவான் முதலில் தேவர்களுக்கு அமுதம் வழங்கிவர, 'ஸ்வர்பானு' என்னும் அசுரன் ஒப்பந்தத்தை மீறி அமுதத்தை விரைவில் பெற்று அருந்தி விட வேண்டும் என்ற ஆவலினால் வரிசை மாறித் தேவர்களின் வரிசையில் அமர்ந்து அமுதம் பெற்று அருந்தி விட்டான். ஆனால் இந்த ஸ்வர்பானுவின் தந்திரத்தை அறிந்து கொண்ட சூரியனும், சந்திரனும் பகவானிடம் ஸ்வர்பானுவைக் காட்டிக் கொடுத்துவிடவே, பகவான் கோபம் கொண்டு ஸ்வர்பானு என்னும் அசுரனின் தலையை வெட்டி விடுகின்றார். ஆனால் சாகாவரம் அளிக்கும் அமுதத்தை உட்கொண்டு விட்டதால் அவ்வசுரன் இறக்க வில்லை. மாறாக வெட்டப்பட்ட தலை பாம்பின் உடலையும், உடல் பாம்பின் தலையையும் அடைந்து விட்டது.

ஒப்பந்தத்தை மீறிய காரணத்தால் அசுரர்கள் ஸ்வர்பானுவைத் தங்களுடன் சேர்த்துக் கொள்ள மறுத்து விடவே ஸ்வர்பானுவின் இரு உருவங்களும் பிரம்ம

தேவரைச் சரணடைந்தன. பிரம்ம தேவர் அசுரனான ஸ்வர்பானு சரணத்தை ஏற்றுக்கொண்டு, என்னவென்று கேட்க, ஸ்வர்பானு தன் பழைய உருவை வேண்டினான். ஆனால் பிரம்மதேவர், "ஸ்வர்பானு! சர்வ வல்லமை பெற்ற மகா விஷ்ணுவால் துண்டிக்கப்பட்ட உன் உடலையும் தலையையும் பழையபடி இணைக்கும் வலிமை எமக்கில்லை. என்றாலும் சாகா வரத்தை நீ அடைந்து விட்டதால் (அசுரர்களுக்கு அமுதம் கிட்டாமல் செய்து விட்டார் மகாவிஷ்ணு) உனக்கு நவக்கிரக பரிபாலன அந்தஸ்து அளிப்பதோடு உன் இரு உருவங்களும் எப்போதும் எதிர் எதிராகவே இணைபிரியாமல் சஞ்சாரம் செய்வதோடு, உன்னைக் காட்டிக்கொடுத்த சூரிய சந்திரர்களை (அப்பிரதட்சணமாகச் சுற்றி வரும்போது), அவர்கள் இருவருக்கும் கிரகணத்தை ஏற்படுத்தும் வலிமையும் அளிக்கின்றேன். உனக்குச் சொந்தமான ராசி ஏற்படுத்த முடியாதாகையால் நீங்கள் இருவரும் அமரும் வீடே உங்களுக்குச் சஞ்சாரம் முடியும் மட்டும் சொந்த ராசியாக இருக்கும். அந்த ராசியின் அதிபதிகளுடைய குணாதிசயத்தையே பெற்றுச் செயலாற்றுவீர்கள் என்றார். உடன் மகாவிஷ்ணு தோன்றி, பிரம்ம தேவரிடம் வேதங்களைக் கற்றுணராத அசுரனை, அதுவும் அசுரர்களின் பரிபாலனம் நடந்து கொண்டுள்ள போது நவக்கிரக அந்தஸ்துக்கு உயர்த்தியது மாபெரும் தவறு. என்றாலும் பிரம்மதேவரின் வரம் பொய்க்கக் கூடாது என்பதால் பூவுலகில் கடைசி அசுரனான இராவணேஸ்வரன் வதம் முடிவடைந்தபின்தான் 'ஸ்வர்பானுவின்' நவக்கிரக பரிபாலனம் தொடங்க இயலும். அதுவரை ஸ்வர்பானுவின் மனிதத் தலையும், பாம்பின் உடலும் உள்ள உருவத்திற்கு ராகு என்னும் பெயரையும், பாம்புத் தலையும் மனித

உடலும் உள்ள உருவத்திற்கு கேது என்னும் பெயரையும் அளிக்கின்றேன். கேது, ருக், யஜுர், சாமம் ஆகிய வேதங்களை கடக ராசியில் அமர்ந்தும், ராகு அதர்வண வேதத்தை மகர ராசியில் அமர்ந்தும் கற்றுணரும்படியும், அதற்குப் பின் அவர்கள் ஞான, மோட்ச காரகத்துவத்தை அடைந்து, மக்களின் பாவ புண்ணியங்களுக்குக்கேற்றவாறு அவர்களைப் பீடித்து ஞான, மோட்சத்தை அளிக்கட்டும் என்று கூறி மறைந்துவிட்டார். இது புராண வரலாறு. இவ்வாறு வரம் பெற்று விட்ட காரணத்தால்தான், ராகு திசை, கேது திசை, மற்ற திசைகளில் இவர்களின் புத்திகள் மக்களின் பாவ புண்ணியங்களுக்குத் தக்கவாறு பலன்களை அளிக்கின்றது. இது அனுபவத்தில் மாறாமல் வருகின்றது. சூரிய கிரகணமும், சந்திர கிரகணமும் ராகு, கேது ஆகிய கிரகங்களின் நேர்க்கோட்டில் சந்திக்கும்போது ஏற்படு கின்றது. சூரிய கிரகணம் ஏற்படும்போது பூமிக்கும், சூரியனுக்கும் இடையில் சந்திரன் ஒரே நேர்க்கோட்டில் இருக்கும். அப்போது ராசிச் சக்கரத்தில், ராகுவுடன் அல்லது கேதுவுடன் சூரிய சந்திரர்கள் இணைந்து இருப்பார்கள். இது அமாவாசையில்தான் நடைபெறும். சந்திர கிரகணம் என்பது சந்திரனுக்கும், சூரியனுக்கும் இடையில் பூமி ஒரே நேர்க்கோட்டில் இருக்கும்போது ஏற்படுவது. அப்போது ராசிச் சக்கரத்தில் ராகுவோடு சூரியன், கேதுவோடு சந்திரன் அல்லது கேதுவோடு சூரியன், ராகுவோடு சந்திரன் இருக்கும். இது பௌர்ணமியில் தோன்றுவது.

இனி ராகு கேதுகளைப் பற்றிய முக்கிய தகவல் களைக் கூறுகின்றேன். ராகுவைப் பற்றி ஆங்கிலத்தில் 'ரிப்ளெக்ஷன் ஆப் பிளானட்' என்றும், கேதுவைப் பற்றி 'ஷேடோ ஆப் பிளானட்' என்றும் கூறப்படுகின்றது.

ராகு: பெண் கிரகம், மூச்சில் உருவம், தமோகுணம், அடிமை, கருப்பு நிறம், அதிதேவதை காமன், துர்க்கை என்று சொல்வதும் உண்டு. ப்ரதி அதிதேவதை நாக தேவதை, பைடீநஸ கோத்ரம், தென் மேற்கு, உச்சவீடு விருச்சிகம். நீச வீடு ரிஷபம். மூலத்திரிகோண ராசி கடகம், பகை ராசிகள் - மேஷம், கடகம், சிம்மம் ஆகியவை. கருங்கல், உளுந்து தானியம், நவரத்தினம் கோமேதகம், மந்தாரை மலர், சமித்து அருகம்புல், உறுப்பு கை, பாஷை அன்னியம், நெடிய உருவம், வாகனம் ஆடு. வலிமை இரவு - பகல் எந்த நேரமும், சுவை புளிப்பு, பித்தம், குடல் சம்பந்தமான நோய், பைத்தியம், விஷம் சம்பந்தமானவற்றினால் மரணம், கிறுகிறுப்பு, மயக்கம், பேய் பிசாசு ஆகியவை சம்பந்த மானது. பாட்டனாருக்கு காரகத்துவம் பெற்றவர். அஸ்தங்கதமோ வக்கிரமோ அடைவதில்லை. சஞ்சாரம் அப்பிரதட்சணம் பார்வை 7-ம் பார்வை மட்டும் என்றாலும் 3-ம் பார்வையும் உண்டு. சிலர் 11-ம் பார்வை என்றும் 12-ம் பார்வை என்றும் கூறுகின்றார்கள். முழுப்பார்வை 7 மட்டுமே. கால் பார்வை மூன்றாம் பார்வை, 11-ம் பார்வை அப்பிரதட்சணமாக என்பதுதான் அனுபவத்தில் ஒத்து வருகின்றது. கூட்டுக் கிரக அமைப்பில் ராகுவும், அதைவிட கேதுவும் வலிவுள்ளது. ஹோரை என்ற அமைப்பும் இல்லை. அஷ்டவர்க்கத்தில் பரல்கள் தரும் அமைப்பும் இல்லை. ராசியில் சஞ்சாரம் 1½ ஆண்டுகள், அதிசாரம் 3 மாதம், பரமோச்சம் விருச்சிகத்தில் 3 பாகை பரமநீசம் ரிஷபத்தில் 3 பாகை வரை.

புண்ணிய நதிகளின் ஸ்நானம், கெடு புத்தி, விஷம், தேசாந்திரி, சிறைப்படல், வழக்கு வியாஜ்ஜியம், பித்தம், குஷ்டம், க்ஷயம், விதவையைச் சேர்தல், கீழ்த்தரமான தொழில், அரசாங்கத்திற்கு விரோதமான செயல்,

துஷ்டர்களின் சேர்க்கை, பிறரைக் கெடுத்தல், மாந்திரீகம், அன்னிய பாஷை அறிதல், மறைந்து வாழ்தல், துஷ்டப் பிராணிகள் மற்றும் விஷ ஜந்துக்களால் பயம் ஆகியவை களுக்கு காரகம் வகிப்பவர்.

கேது : அலி கிரகம், கொடி உருவம், தமோகுணம், அடிமை, சிவப்பு நிறம், அதிதேவதை சித்ரகுப்தர், ப்ரதி அதிதேவதை பிரம்மா, பைடீநஸ கோத்ரம், வடமேற்கு (வாய்வு திக்கு) உச்ச வீடு விருச்சிகம் 3 பாகை வரை பரமோச்சம்; நீசம் ரிஷபம் 3 பாகை வரை பரம நீசம்; மூலத்திரிகோண ராசி மகரம், பகை வீடுகள் - மேஷம், கடகம், சிம்மம்; துருக்கல்; செவ்வல்லி மலர்; நவரத்தினம் - வைடூரியம்; வாகனம் - சிங்கம்; சமித்து - தர்ப்பை; தானியம் கொள்ளு; நெடிய உருவம்; அன்னிய பாஷை; உறுப்பு - கால்; இரவு - பகல் எந்நேரமும் வலிமை; சுவை - புளிப்பு; மற்றவை எல்லாம் ராகுவுக்குக் கூறியவை அனைத்தும் அப்படியே பொருந்தும்.

காரகம் : பாட்டியார், வைராக்கியம் அல்லது விரக்தியடைதல், ஞானம், மோட்சம், தேசாந்தரம் போதல், கபடமான எண்ணம், மாந்திரீகம், கணபதி உபாசனை, உபச்சாரம் செய்தல், கொலை செய்யும் எண்ணம், பழி வாங்கும் குணம், பைத்தியம் பிடித்தல், விஷ சம்பந்தமான தொல்லைகள், ஆணவம், அகங்காரம், சிறைப்படல், புண்ணிய ஸ்தல யாத்திரை, மகான்கள் ஞானிகள் ஆகியவர் களின் தரிசனம் ஆகியவைகளுக்கு காரகத்துவம் பெற்றவர்.

ராகு, கேது ஆகிய இவ்விரு கரும்பாம்பும், செம்பாம்பும், தான் அமர்ந்த இடங்களையே சொந்த இடங்களாகக் கொள்வதால் அந்த ஸ்தானாதிபதிகளின் தன்மைக்கேற்றவாறே பலன் அளிப்பார்கள். இவர்கள்

இருவரும் யாருடன் இணைவு பெறுகின்றார்களோ, அவர்களின் பாவத்தைக் கெடுத்துவிடும் தன்மையுள்ளவர்கள். எனவே இவர்கள் தனித்திருப்பதே நல்லது. பொதுவாக லக்கினத்திற்கு 3, 6, 11 ஆகிய இடங்களில் இருப்பது நன்மை. 10-ம் இடத்தில் இருப்பது நல்லது என்று சிலர் கூறுவார்கள். அது சரியல்ல. மற்ற பாவக் கிரகங்கள் இருக்கலாம். ஆனால் இவர்கள் இருவரும் மேற்சொன்ன மூன்று இடங்களைத் தவிர வேறெங்கு இருந்தாலும் சரியல்ல. ஒரு பாடல் உண்டு.

ஆ மேட எருது சுறா நண்டு கன்னி
ஐந்திடத்துங் கருநாகம் அமர்ந்திடவே
பூ மேடை படுத்துறங்கும் ராஜயோகம்

என்று அதாவது மேஷம், ரிஷபம், கடகம், கன்னி, மகரம் ஆகிய ஐந்து ராசிகளில் ராகு, கேது அமர்வது நல்லதென்று பாடல் கூறுகின்றது. ஆனால் அதை அப்படியே எடுத்துக் கொள்ளக் கூடாது. அந்த ராசிகள் லக்கினத்திற்கு 3, 6, 11, 12 ஆகிய ஸ்தானங்களாகவும் இருந்து அந்த ராசிகளில் நின்ற ராகு, கேதுவுக்கு 1, 4, 7, 10 ஆகிய கேந்திரங்களில் ஏதாவது ஒரு கிரகமாவது இருக்க வேண்டும். ஆனால் 1-ம் இடமாகிய ஸ்தானத்தில் மட்டும் சுபகிரகம் இருந்தால் நல்லது. அப்படி இருந்தால்தானே மேற்கண்ட பாடலின் பலன் முழுமையாகக் கிடைக்கும்.

முக்கியமாக ராகு, கேது ஆகிய இவ்விரு கிரகங்களின் இடையில் பிரதட்சிணமாகப் பார்க்கும்போது லக்கினம் முதல் அனைத்துக் கிரகங்களும் அகப்பட்டுக் கொண்டால் அதற்குக் கால சர்ப்ப யோகம் என்று பெயர். அம்மாதிரி கால சர்ப்ப யோகத்தில் அகப்பட்டுக் கொண்ட கிரகங்கள் உச்சம் பெற்று இருப்பினும்கூட வலுவிழந்துவிடும். அவர் வாழ்க்கையே போராட்டம்தான். எவர் உதவியும் கிடைக்காது.

எவ்வளவு சொத்துக்கள் இருந்தாலும் நாசம்தான். மிகவும் துர்ப்பாக்கியமான நிலைக்கு ஆளாகி விடுவார்.

இந்த உதாரண சக்கரத்தில் உள்ளபடி அமைந்து விட்டால் உச்சம் பெற்ற குருவும், ஆட்சி பெற்ற சுக்கிரனும்

			ரா
	ராசி		ல கு செ
			சனி
கே		சு சந்	சூ பு

கூட வலுவற்றவர்கள்தான். இத்தனை கிரகங்களையும் ஆட்டிப் படைக்கும் வலிமை ராகு, கேதுவுக்கு உண்டு.

இப்படி கிரகங்களை வலிமை குறையச் செய்யும் இவ்விரு கிரகங்களுக்கும் அதியோகம் கொடுக்கும் வலிமையும் உண்டு. அதுவும் திடீர் யோகங்களைக் கொடுப்பதில் இவ்விருவரும் வல்லவர்கள். அதேபோல் அந்த யோகத்தைத் திடீரென்று பிடுங்கிக் கொள்வதிலும் வல்லவர்கள்தான். பொதுவாக ராகு கேதுக்கள் சூரியன், சந்திரனோடு இணைந்திருப்பது நல்லதல்ல. சூரியனோடு சேர்ந்திருப்பது சம்பாத்தியத்தில் தடங்கல்களையும், தகப்பனார்

உறவையும் கெடுக்கும். சந்திரனோடு இணைவது தேக வளத்தைக் கெடுக்கும் என்பதோடு, தாயாருக்கும் தீமை செய்தே தீரும். செவ்வாய், சனியோடு இணைவதும் நல்லது அல்ல. குணாதிசயங்களைக் கெடுக்கும். தீயவர்களின் நட்பை ஏற்படுத்தும், புதன், சுக்கிரன், குரு இணைவது நல்லது.

ராகு கேதுக்கள் இருவரும் புத்திர தோஷத்தைப் பெருமளவு ஏற்படுத்துபவர்கள். எனவே இவர்கள் 5, 9 ஆகிய திரிகோணத்தில் அமர்வது தீங்கானது. லக்கினத்தில் அமர்வதும் கூட சரியானதல்ல. அதேபோல 2, 7, 8 ஆகிய இடங்களில் அமர்வது குடும்பம், மனைவி, மாங்கல்யம் ஆகிய தோஷங்களையும் உருவாக்கும். இப்படி அமர்ந்துள்ள ராகு கேதுக்களை குரு இணைவும் பார்வையும் தோஷத்தை மட்டுப்படுத்தும் வாய்ப்புண்டு. கடும் புத்திர தோஷம் உள்ளவர்கள் ராகு - கேது ப்ரீதி செய்து சர்ப்ப தோஷ நிவர்த்தி செய்துகொள்ள புத்திரர்கள் ஏற்படும். குடும்ப, மனைவி, மாங்கல்ய தோஷம் உள்ளவர்களும் ப்ரீதி செய்து கொள்ள வேண்டும். அதன் விவரங்கள் இரண்டாம் பாகத்தில் கொடுக்கப்பட்டுள்ளன. ராகு கேதுக்கள் ஒவ்வொரு இராசியிலும் அமர்ந்தால் என்னென்ன பலன்கள் என்பது சிறப்பாக விவரிக்கப்பட்டுள்ளன.

பொதுவாக இந்த ராகு கேதுக்கள் திசாபுத்திகளை மீறியும் பலன்களை அளிக்க வல்லது. எனவே ராகு, கேதுக்களை மற்ற ஏழு கிரகங்களையும் ஆராய்வதை விட அதிகமாகவே கவனிக்க வேண்டும். கோசாரப் பலன் களையும் கவனிக்கும்போது, ராகு கேதுக்களின் சஞ்சாரங் களை நுணுக்கமாகக் கணித்தே பலன்களைக் கூற வேண்டும்.

6. பாவக விளக்கங்கள்

பாவகம் என்று சொல்லப்படுவது பிறந்த லக்கினம் முதல் 12 இராசிகளும் வரிசையாக 12 பாவகங்கள் எனப்படும். லக்கினம் எதுவாக இருந்தாலும், அதுதான் முதல் பாவகம், அது முதலே மற்ற பாவகங்களைக் கணக்கிட வேண்டும். 12 பாவங்களும் எதை எதைப் பற்றி கணிக்கப் பயன்படும் என்பதைக் கீழே குறிப்பிட்டுள்ளேன். மற்ற புத்தகங்களில் இல்லாத விவரங்கள் இதில் கொடுக்கப் பட்டுள்ளன.

லக்கினம் : முதல் பாவகம் எனப்படும். ஜாதகனின் உருவம் - உருவத்தின் நிறம் - வடிவு - பெருந்தன்மை - ஆடை ஆபரணம் - மனத்தின் எண்ணங்கள் - நினைவு - மனக்கவலை - அழகு - புகழ் - அடையாளம் - மகிழ்ச்சி - ஆயுள் - ஆசாரம் - ரட்சித்தல் - ஜீவனம் - சரீர புஷ்டி - நித்திரை கனவு - தலைமயிர் - புலன்கள் - ஜாதி ஆகியவற்றை லக்கினம் என்று சொல்லப் படும் முதலாம் பாவகத்தைக் கொண்டு அறிந்து கொள்ளலாம். பாவகம் - பாவம் இரண்டும் ஒன்றே.

2–ம் பாவகம் : தனம் - வாக்கு - குடும்பம் - கல்வி - கண் - அதிர்ஷ்டம் - பெருஞ்செல்வம் - சாஸ்திரக்கேள்வி - மனம் - நடை - மறுத்துரைத்தல் - விதண்டாவாதம் - தங்கம் - நவரத்தினம் - தானியம் - கிரயவிக்கிரயம் - தன சம்பாத்திய முயற்சிகள் - சிநேகிதரால் வருமானம் - அன்னியரால் ஜீவனம் - வஸ்திரம் - குதிரை - முகம் - நாக்கு - நகம் - போஜனம் - ஸ்திர புத்தி - கோபம் - கபடம் - சூது - ஆஸ்தி ஆகியவை.

3–ம் பாவகம் : இளைய சகோதிரம் - காரியம் - வெற்றி - ஆளடிமை - சங்கீதம் - தேக பலம் - தைரியம் - காது நோய் -

கர்ண பூஷணம் - போஜன பாத்திரம் - வீரம் - தொழில் விருத்தி - எஜமானன் - பூமி விருத்தி, பூமி லாபம் - நல்ல காரியம் - சௌகரியம் - பாதம் - கழுத்து - கண்ட கருதி - கஷ்ட போஜனம் - தூய எண்ணம் - சாமர்த்தியம் - யுத்தம் - தாய்கவலை - போகம் எனும் உடல் உறவு ஆகியவற்றை அறிந்து கொள்ளலாம். திருதீய ஸ்தானம் என்று கூறலாம்.

4–ம் பாவகம் : தாயார் - வித்தை - வாகனம் - சுப காரியம் - வீடு - நிலம் - வியாபாரம் - சுகம் - வெற்றிக்கீர்த்தி - சுற்றத்தார்கள் - மாதுர் விபசாரம் - புதையல் - பால், பசு, கன்று - ஆலயம் - ஔஷதம் - தேசாதிகாரம் - வித்யா பராக்கிரமம் - ஆலய சேவை - சுகந்தம் - சிநேகிதர் - ஜெயம் - விநோதம் - ஆலோசனை - கனவு - பிதுர் கவலை - கண்டம் - யாத்திரை - விரதோபவாசம் - ஜலத்தினால், ஸ்தானத்தால் லாபம் ஆகியவற்றை அறிந்து கொள்ளலாம் - சதுர்த்த கேந்திரம் எனப்படும்.

5–ம் பாவகம் : புத்திரர்கள் - மாதுல ஸ்தானம் - புகழ் கீர்த்தி - பூர்வ புண்ணியம், தந்தையின் தந்தை - கற்ப்போர் பத்தி, சந்ததி - மந்திரோபதேசம், வேதப்பயிற்சி - புத்தி சாதுர்யம் - மனதின் கூர்மை - நீதி சாஸ்திரம் - மந்திராலோசனை - புராண உபந்யாசம் - பத்திரிகை - சுப வார்த்தை - தூரதேசத்திலுண்டாகும் விசனம் - வித்தியா பிரசங்கம் - பஞ்சமம் என்று கூறப்படும்.

6–ம் பாவகம் : அம்மான் - நோய்கள் - கடன் தொல்லை - எதிரிகள் - ஆயுதங்களால் காயம் - தாயாதிகள் - கலகம் - சரீர வருத்தம் - தன நஷ்டம் - திருடர் பயம் - ஜலகண்டம் - சிறைவாசம் - காரியத் தடங்கல் - சந்தேகம் - மந்த குணம் - குரூர காரியம் - கெட்ட சகவாசம் - வைசூரி - தூஷித்தல் -

ஸ்திரீ வியாதி - சர்ப்ப விஷ ஜந்துக்கள் கண்டம் - நாற்கால் ஜீவன் கண்டம் - சஷ்டி பாவம் என்று பெயர்.

7–ம் பாவகம் : விவாகம் - மனைவி - சிற்றின்பம் - வழக்கு - சுற்றங்கள் சூழல் - சன்மானம் - வியாபாரம் - விவாக காலம் - மனைவியின் ரூபம் - வஸ்திர வியாபாரம் - போக சக்தி - மனைவியின் சுக துக்கம் - சப்தமம் என்று கூறுவது.

8–ம் பாவகம் : வாளாயுத காயம் - ஆயுள் - யுத்தம், மீளாத வியாதி - காரிய விக்கினம் - நீங்காத விசனம், மாங்கல்யம் - மானக் குறைவு - அவமானம் - செலவுகளால் துன்பம் - நீங்காத பகை - வீண் அலைச்சல் - பாவம் பழி - அஞ்ஞானம் - களத்ர விரோதம் - பயம் - நீங்கா துன்பங்கள் - மலைமேலிருந்து, மரத்தின் மேலிருந்து விழல் - வாகனங்களால் கண்டங்கள் - பலவிதமான கண்டங்கள் - தூக்கினால் மரணம் - அஷ்டமம் என்று பெயர்.

9–ம் பாவகம் : தகப்பனார், பாக்கியம், தர்மம், தகப்பனார் சொத்து, மடாதிக்கம் - குளம் வெட்டல் - ஆலயத் திருப்பணி - குரு உபதேசம் - தண்ணீர்ப் பந்தல் - ஞான வித்தை - குரு கார்ய நிர்வாகம் - சேவை - குலவிருத்தி - வேதாத்யயனம் - தருமக்கிணறு - விசுவாசம் - தீட்சை - தீர்த்த யாத்திரை - தெய்வ காரியம் - ஜலபிரதேச வாசம் - பட்டாபிஷேகம் - சகோதரத் துக்கம் - நவம் என்று அழைப்பர்.

10–ம் பாவகம் : தொழில் - ஜீவனம் - கர்மம் - இராஜாதிக்கம் - நகர ஸ்தாபிதம் - கிருபை - சிரார்த்தம் - தெய்வ வழிபாடு - பிரபல கீர்த்தி - மானம் - காய கல்பம் - வஸ்திரம் - தூரதேச சமாச்சாரம், முத்திராதிகாரம் - அதிகார பதவி - இராஜ்யாதிகாரம், தசம ஸ்தானம் என்றும் பெயர்.

11-ம் பாவகம் : மூத்த சகோதரம் - இளைய மனைவி - சேவை செய்வோர்கள் - வித்தைகளால் ஆதாயம் - பயிர்த் தொழில் - கிணறு - தெளிந்த அறிவு - வாகன வசதி - மனத்துக்கு நிவர்த்தி - கௌரவம் - சாஸ்திராதிகாரம் - லாபம் - நஷ்டம் - செய்தொழிலின் மேன்மை - சத்யவாக்கு - ப்ரீதி - மாதுரு நேயம் - வெளிதேச பிரயாணம் - லாபஸ்தானம் என்று பெயர்.

12-ம் பாவகம் : விரயம் - மோட்சம் - சயனம் - போகம் - பரதேசத் தொழில் பணச்செலவால் பெறும் சுகம் - மறுமைப் பேறு - தியாகம் - யாகம் - குலம் - அம்மானால் உண்டாகும் சுக துக்கங்கள் - பந்தனம் - தந்தையாரைப் பெற்ற தாயார் - தாயாரைப் பெற்ற தந்தையார் - கோர்ட்டுத் தொழில் - புண்ணியம் பாபச் செலவு - வெளிதேசப் பிரயாணம் - விரய ஸ்தானம் என்று பெயர்.

12 பாவங்களின் விளக்கமும் தெளிவாகக் கூறப் பட்டுள்ளது. ஒவ்வொரு பாவாதிபதியின் வலு, பாவத்தில் அமர்ந்த கிரகங்கள் ஆகியவற்றின் தன்மைகளை நன்கு கணித்து பலன்களை அறிவிக்க வேண்டும்.

■

7. ராசி – கேந்திரம் – திரிகோணம் பணபரம் – உபஜெயம்

ராசி என்பதுதான் மிகவும் முக்கியமானது. ராசி என்று சொன்னாலும் அதை 'லக்கினம்' என்றுதான் கூற வேண்டும். பொதுவாக ராசிச் சக்கரம் என்று வழக்கில் குறிப்பிட்டாலும்

லக்கினம் என்பதுதான் பிறந்த நேரத்தைக் கொண்டு கணக்கிடப்படுவது. அதுதான் முதல் பாவகம் என்பது. அதைக் கொண்டே மற்ற பாவகங்களைக் கணக்கிட வேண்டும். ஜாதகக் கட்டத்தில் 'ல' என்று குறிப்பிட்டுள்ளதுதான் லக்கினம். இந்த லக்கினத்தைக் கொண்டுதான் ஒருவரின் வாழ்க்கை நிர்ணயிக்கப்படுகின்றது. இது சூரிய சஞ்சாரத்தை அடிப்படையாகக் கொண்டு கணக்கெடுப்பது.

அடுத்து சந்திரன் எந்த இடத்தில் இருக்கின்றாரோ அது ராசி என்று கூறப்படும். அது நட்சத்திரத்தின் அடிப்படையில் சந்திரனின் சஞ்சாரத்தைக் கொண்டு கணக்கெடுப்பது, ராசியானது கோசாரம் எனப்படும் ராசி பலன்களை அறியப் பயன்படுவது. லக்கினத்தைப் போலவே ராசியும் முக்கியமானது. லக்கினம் உயிர் என்றால் ராசி உடலாகும்.

மீனம் புதன் 10	மேஷம் சூரியன் சுக்கிரன் 11	ரிஷபம் 12	மிதுனம் ல 1
கும்பம் கேது 9	ராசி		கடகம் சனி 2
மகரம்			சிம்மம் ராகு 3
தனுசு குரு 7	விருச்சிகம் செவ்வாய் 6	துலாம் 5	கன்னி *சந்திரன் 4

சந்திரனைக் கன்னியில் குறிப்பிட்டுள்ளதால் இந்த ஜாதகரின் உடல் ராசி கன்னியாகும். சந்திரன் அமர்ந்த இடம் எதுவோ அதுவே ஜென்ம ராசி. பத்திரிகைகளில் வரும் பலன்களை அதைக் கொண்டே அறிந்துகொள்ள வேண்டும். லக்கினம் வேறு. ராசி என்பது வேறு. இரண்டையும் ஒன்றாக எண்ணிக் குழப்பம் கொள்ளக் கூடாது என்பதற்காக கீழே சக்கரம் போட்டுக் காட்டியுள்ளேன். நன்கு புரிந்துகொள்ளலாம்.

உதாரணமாக காட்டப்பட்டுள்ள ஜாதக கட்டத்தில் குறிப்பிட்டபடியேதான் மேஷம் முதல் மீனம் வரையும் 12 இராசிகளும் இருக்கும். இது மாறவே மாறாது. அதில் சூரியனை மேஷத்தில் குறித்துள்ளதால் இது சித்திரை மாதத்தில் பிறந்தவருடைய ஜாதகம். சூரியன் சித்திரையில் மேஷம் முதலாகத் தன் சஞ்சாரத்தை தொடங்குவார் என்பதே முன்பே கூறியுள்ளேன். அடுத்து மிதுனத்தில் ‘ல’ என்று குறிப்பிட்டுள்ளதால் மிதுனம்தான் இந்த ஜாதகரின் லக்கினம். அதுவே முதல் பாவகம். அதைக் கொண்டே வரிசையாக கடகம் 2ம் பாவகமாகவும், சிம்மம் 3ம் பாவகமாகவும் தொடங்கும்.

இப்படி அமையப் பெற்ற ஜாதகத்தின் அடுத்த கட்டம் கேந்திரங்கள் எனப்படுவது. லக்கினம் முதல் கேந்திரம். அது எந்த லக்கினமாக இருந்தாலும், அதுதான் முதல் கேந்திரம் 1 - 4 - 7 - 10 என்பது கேந்திரங்கள் ஆகும். இந்த ஜாதகத்தில் 1-ம் இடம் ஆகிய லக்கினம் ‘மிதுனம்’ ஆகையால் அதுவே முதல் கேந்திரம். அடுத்தது 4ம் வீடாகிய ‘கன்னி’ சதுர்த்த கேந்திரம் எனப்படும். அடுத்த 7-ம் வீடாகிய தனுசு சப்தம கேந்திரம் எனப்படும். அடுத்து 10-ம் வீடாகிய ‘மீனம்’ தசம கேந்திரம் எனப்படும். எனவே கேந்திரங்களை லக்கின முதலாகவே எண்ணிக் கணக்கிட வேண்டும்.

கேந்திரங்கள் என்பது ஒரு கட்டடத்தைத் தாங்கும் நான்கு சுவர்கள் அல்லது நான்கு தூண்கள் என்று கூறலாம். ஒரு ஜாதகத்தின் வலிமையைக் கணக்கிட இந்தக் கேந்திரங் களைத்தான் முக்கியமாகக் கணக்கில் கொள்ள வேண்டும். நான்கு கேந்திரங்களிலும் கிரகங்கள் இருந்தால் அந்த ஜாதகன் வலுவுடையவனாக இருப்பான்.

அடுத்தது திரிகோணம் எனப்படும் 1- 5 - 9 ஆகிய இடங்கள், லக்கினமே முதல் திரிகோணம் 5-ம் இடம் இரண்டாம் திரிகோணம் எனப்படும். 9ம் இடம் மூன்றாம் திரிகோணம் ஆகும். கேந்திரங்களைப் போலவே இதுவும் முக்கியமானது. இந்த திரிகோணங்களில் சுபக் கிரகங்கள் அமர்வது நல்லது. அதன் விவரம் பின்னால் விரிவாக வரும். மிதுன லக்கினத்தில் ஜனித்த இந்த ஜாதகத்துக்கு முதல் திரிகோணம் 'மிதுனமே' 2-ம் திரிகோணம் பஞ்சம ஸ்தானம் எனப்படும் 'துலாம்' 3-ம் திரிகோணம் நவம் என்று சொல்லப்படும் 9-ம் இடமாகிய 'கும்பம்' ஆகும். எந்த லக்கினம் என்றாலும் லக்கினம் முதற்கொண்டே திரிகோணத் தையும் கணக்கிட வேண்டும்.

அடுத்து பணபரம் எனப்படும் 2 - 5 - 8 - 11 ஆகிய இடங்கள், இவைகளும் ஜாதகத்தில் முக்கியத்துவம் வாய்ந்தவை. தனப்புழக்கங்களுக்கு முக்கியத்துவம் வாய்ந்தவை. மிதுனத்தில் ஜனித்த இந்த ஜாதகத்திற்கும் 2-ம் இடம் கடகம், 5-ம் இடம் துலாம், 8-ம் இடம் மகரம், 11-ம் இடம் மேஷம் ஆகும். இதேபோல் லக்கினத்தை முதல் பாவகமாகக் கொண்டு கணக்கிட்டுக் கொள்ள வேண்டும்.

அடுத்து, உப ஜெய ஸ்தானம் எனப்படும் 3 - 6 - 10 - 11 எனப்படுவது. இதுவும் ஒரு வகையில் ஜாதகத்திற்கு

பயன்படுவது. இது முக்கியமாக பெண்களின் ருது ஜாதகத்திற்கு பயன்படும். மிதுன லக்கினத்திற்கு 3-ம் இடம் சிம்மம் - 6ம் இடம் விருச்சிகம் - 10-ம் இடம் மீனம் - 11-ம் இடம் மேஷம். இதையும் எந்த லக்கினம் வருகின்றதோ அது முதலே கணக்கிட வேண்டும்.

அடுத்து, ஆபோக்கிலியம் அல்லது ஆபோக்கிலிமாஸ் எனப்படும் 3 - 6 - 9 - 12 எனப்படுவது. இதுவும் முக்கிய இடத்தை வகிப்பது. இது மிதுன லக்கின ஜாதகத்திற்கு 3ம் இடம் சிம்மம் - 6ம் இடம் விருச்சிகம் - 9ம் இடம் கும்பம் - 12ம் இடம் ரிஷபம். இதுவும் எந்த லக்கினமானாலும் லக்கின முதற்கொண்டே எண்ணிக் கணக்கிட வேண்டும்.

ஸ்தானங்களில் சுப ஸ்தானம், அசுப ஸ்தானம் என்று இருவகை உண்டு. 1, 2, 4, 5, 7, 9, 10, 11 ஆகிய ஸ்தானங்கள் சுப ஸ்தானம். 3, 6, 8, 12 அசுப ஸ்தானம். இதில் 3 மட்டும் அரை அசுப ஸ்தானம், 6, 8, 12-ஐ மறைவிடங்கள் என்றும் கூறலாம்.

■

8. கிரகங்கள் இராசியில் பெறும் சத்துரு மித்துரு விவரங்கள்

இந்த விவரங்களை கிரகங்கள், மற்றும் ராசிகளின் தன்மைகள் என்ற பகுதிகளில் குறிப்பிட்டிருந்தாலும், மறுபடியும் இதைக் குறிப்பிட வேண்டிய அவசியம் உள்ளது. காரணம் கிரகங்களின் நட்பு, பகை, சமம் ஆகியவற்றைச் சரியாகக் குறிப்பிட்டாலும், இராசிகளில் கிரகங்கள் பெறும்

நிலையைப்பற்றி பல்வேறு விதமான கருத்துகள் உள்ளன. நூல்களிலும் மாறுபாடுகள் உள்ளன. அதைப் போலவே பஞ்சாங்கங்களிலும் ஒன்றுக்கொன்று வித்தியாசமாக இருக்கும். இது நிச்சயம் குழப்பத்தை ஏற்படுத்துவதோடு மட்டு மல்லாமல் பலன்களை நிர்ணயிக்கும்போது குழப்பத்தை ஏற்படுத்தும்.

உதாரணமான வாக்கிய பஞ்சாங்கங்களில் செவ்வாய்க்கு சிம்மராசி 'பகை' என்று போடப்பட்டிருக்கும். ஆனால் திருக்கணித பஞ்சாங்கத்தில் செவ்வாய்க்கு சிம்மராசி நட்பு ஸ்தானம் என்று போடப்பட்டிருக்கும். இப்படி மாறுதலாக ராசிகளில் கிரகங்களின் நிலையைக் குறிப்பிடுவதால் எப்படி சரியான பலனை அறியக்கூடும்? செவ்வாய்க்கு சிம்ம ராசி பகையானது என்று குறிப்பிடும் அந்தப் பஞ்சாங்கமே, செவ்வாயும் சூரியனும் நட்புக் கிரகங்கள் என்று குறிப்பிட்டுள்ளது. ஏன் இந்த முரண்பாடு? நட்புக் கிரகத்தின் ராசி பகையானது எப்படி? பகைக் கிரகத்தின் ராசி நட்பு வீடாக அமைந்தது எப்படி? இதற்கு விளக்கம் கேட்டுப் பஞ்சாங்கத் தயாரிப்பாளர்களுக்கு எழுதினால் பதிலே இல்லை. பல மாதங்கள் குழம்பி கடைசியில் இதற்கு ஒரு சூத்திரம் இருப்பதை கிரந்தத்தில் அறிந்து கொண்டேன். அதன்படி சரியான விவரங்களைத் தெளிவாக அறிவித்துள்ளேன். பஞ்சாங்கங்களில் குறிப்பிடப்பட்டுள்ளதைப் பற்றி எண்ணி குழம்பிக் கொள்ள வேண்டாம்.

ஒரு கிரகம் தான் மூலத்திரிகோணம் அடையும் ராசி யிலிருந்து 2 - 4 - 5 - 8 - 9 - 12 ராசிகளையும், அவற்றின் அதிபதிகளையும் நட்பு ராசிகளாகவும், நட்புக் கிரகங் களாகவும் கொள்ள வேண்டும். ஏகாதிபத்தியம் என்ற

அமைப்பில் ஒன்று பகையாகவும் ஒன்று நட்பாகவும் அமைந்தால் அந்த ராசியையும், ராசி அதிபதியையும் சமமாகப் பாவிக்க வேண்டும். அதேவிதமாக ஒரு கிரகம் உச்சம் அடையும் இராசிக்கு ஏகாதிபத்தியமான மற்றொரு ராசியையும் ராசியாதிபதியையும் சமமாகக் கொள்ள வேண்டும் என்ற சூத்திரத்தின் அடிப்படையிலேயே சரியான முறையில் கிரகங்கள் ராசிகளில் பெறும் நிலையை அறிந்து கொள்ளலாம். சூரியன் முதல் சனி வரை ஏழு கிரகங்களுக்கே இந்த சூத்திரம் பொருந்தி வரும். ராகு, கேதுக்களின் நிலை வேறு. அது நட்புக் கிரகங்களின் அடிப்படையிலேயே தங்களுடைய ராசியின் நிலைகளை உறுதி செய்து கொள்கின்றது. அந்த அடிப்படையிலும் அனைவருமே ராகு கேதுக்களுக்கு, கும்ப இராசி பகை என்றே குறிப்பிடு கின்றார்கள். இவ்விரு கிரகங்களுக்கு சனி நட்புக் கிரகம் எனும்போது சனியின் ஒரு ராசியாகிய 'மகரம்' நட்பாகவும், கும்பம் பகையாகவும் வரும் சாத்தியமே இல்லை. எதன் அடிப்படையில் கும்ப ராசியை பகையென்று கூறுகின்றார்கள் என்பதற்கும் சரியான ஆதாரமில்லை.

என்னுடைய ஆராய்ச்சியிலும் கும்ப லக்கினதாரர் களுக்கு ராகு, கேதுக்கள் பெருமளவு தீமை எதுவும் செய்வதில்லை என்று பல ஜாதகங்கள் மூலமாக அறிந்துள்ளேன். எனவே ராகு கேதுக்களுக்கு கும்ப ராசி பகையானது என்பதை ஏற்றுக் கொள்வதற்கில்லை. விவரமான அட்டவணை கொடுத்துள்ளேன்.

மீனம்			மேஷம்		
குரு	–	ஆட்சி	*செவ்வாய்	–	ஆட்சி
சூரியன்	–	நட்பு	சூரியன்	–	உச்சம்
சந்திரன்	–	சமம்	சந்திரன்	–	சமம்
செவ்வாய்	–	நட்பு	புதன்	–	சமம்
புதன்	–	நீசம்	குரு	–	நட்பு
சுக்கிரன்	–	உச்சம்	சுக்கிரன்	–	சமம்
சனி	–	சமம்	சனி	–	நீசம்
ராகு, கேது	–	நட்பு	ராகு, கேது	–	பகை

கும்பம்		
*சனி	–	ஆட்சி
சூரியன்	–	பகை
சந்திரன்	–	சமம்
செவ்வாய்	–	சமம்
புதன்	–	சமம்
குரு	–	சமம்
சுக்கிரன்	–	நட்பு
ராகு, கேது	–	நட்பு

மகரம்		
சனி	–	ஆட்சி
சூரியன்	–	பகை
சந்திரன்	–	சமம்
செவ்வாய்	–	உச்சம்
புதன்	–	சமம்
குரு	–	நீசம்
சுக்கிரன்	–	நட்பு
ராகு, கேது	–	நட்பு

தனுசு			விருச்சிகம்		
*குரு	–	ஆட்சி	செவ்வாய்	–	ஆட்சி
சூரியன்	–	நட்பு	சூரியன்	–	நட்பு
சந்திரன்	–	சமம்	சந்திரன்	–	நீசம்
செவ்வாய்	–	நட்பு	புதன்	–	சமம்
புதன்	–	சமம்	குரு	–	நட்பு
சுக்கிரன்	–	சமம்	சுக்கிரன்	–	சமம்
சனி	–	சமம்	சனி	–	பகை
ராகு, கேது	–	நட்பு	ராகு, கேது	–	உச்சம்

ரிஷபம்			மிதுனம்		
சுக்கிரன்	–	ஆட்சி	புதன்	–	ஆட்சி
சூரியன்	–	பகை	சூரியன்	–	சமம்
*சந்திரன்	–	உச்சம்	சந்திரன்	–	நட்பு
செவ்வாய்	–	சமம்	செவ்வாய்	–	பகை
புதன்	–	நட்பு	குரு	–	பகை
குரு	–	பகை	சுக்கிரன்	–	நட்பு
சனி	–	நட்பு	சனி	–	நட்பு
ராகு, கேது	–	நீசம்	ராகு, கேது	–	நட்பு

			கடகம்		
			சந்திரன்	–	ஆட்சி
			சூரியன்	–	நட்பு
			செவ்வாய்	–	நீசம்
			புதன்	–	பகை
			குரு	–	உச்சம்
			சுக்கிரன்	–	பகை
			சனி	–	பகை
			ராகு, கேது	–	பகை

			சிம்மம்		
			*சூரியன்	–	ஆட்சி
			சந்திரன்	–	நட்பு
			செவ்வாய்	–	நட்பு
			புதன்	–	நட்பு
			குரு	–	நட்பு
			சுக்கிரன்	–	பகை
			சனி	–	பகை
			ராகு, கேது	–	பகை

துலாம்			கன்னி		
*சுக்கிரன்	–	ஆட்சி	*புதன் – உச்சம் –		ஆட்சி
சூரியன்	–	நீசம்	சூரியன்	–	சமம்
சந்திரன்	–	சமம்	சந்திரன்	–	சமம்
செவ்வாய்	–	சமம்	செவ்வாய்	–	பகை
புதன்	–	நட்பு	குரு	–	பகை
குரு	–	பகை	சுக்கிரன்	–	நட்பு
சனி	–	உச்சம்	சனி	–	நட்பு
ராகு, கேது	–	நட்பு	ராகு, கேது	–	நட்பு

* இக்குறி மூலத்திரிகோணத்தைக் குறிக்கும்.

9. லக்கினம், இராசி, அம்சம் அமைத்தல்

ஜோதிட சாஸ்திரத்திற்கே அடிப்படையானதும் முக்கியமானதும் இப்பகுதிதான். இன்று நடைமுறையில் லக்கினம், அம்சம் அமைப்பதில் ஜோதிடர்கள் பல பெருந் தவறுகள் செய்கின்றார்கள். தவறாக அமைக்கப்பட்ட லக்கினங்களும் தவறான பலன்களையேதான் அளிக்கும். பெரும்பாலானவர்களின் கணிதம் தவறாகவே அமைகின்றது. காரணம் அக்கறையின்மை என்பதோடு ஜாதகம் கணிக்க வருகின்றவர்களும், உழைப்புக்கேற்ற ஊதியம் அளிப்ப தில்லை. ஜோதிடர்களும் சரியான தொகை கேட்டுப் பெறுவதில்லை. ஒரு சிலரே கண்டிப்புடன் தொகை கேட்டுப் பெற்று சரியான கணிதம் செய்கின்றார்கள்.

அது மட்டுமல்லாமல் கிராமாந்திரங்களில் பட்டயம் பெறாத அரைகுறை ஜோதிடர்களே அதிகம். எனவே ஏனோதானோவென்று கணிதம் அமைப்பதால் தவறான ஜாதகங்கள் அதிகமாக அமைகின்றன. இப்பகுதியில் சரியான முறையில் கணித முறை விளக்கப்பட்டுள்ளது.

தற்போது குழந்தைப் பிறப்புகள் பெரும்பாலும் மருத்துவமனைகளிலேதான் நிகழ்கின்றன. எனவே அவர்கள் கொடுக்கும் நேரப்படிதான் கணிக்க வேண்டும். ஆனால் அதில் பெரிய சிக்கல் என்னவென்றால் ஜாதகக் கணிதம் என்று சிரசு உதயமாகும் நேரத்தைக் கொண்டு அமைக்கப்பட வேண்டும் என்பதுதான். ஆனால் குழந்தை முழுமையாக வெளியே வந்தபின்தான் நேரம் குறிப்பிடுவார்கள். அத்துடன் மட்டுமல்லாது கடிகாரத்திலும் நேரம் வித்தியாசப்படலாம்.

அதையெல்லாம் துல்லியமாக கணக்கெடுக்கும் முறையை விவரிக்கின்றேன். இது எவர் எழுதிய புத்தகங்களிலும் இருப்பது அபூர்வமே.

லக்கினம் அமைக்க, சாயனஸ் புடம், நிராயணஸ் புடம் என்று இரு கணிதம் உண்டு. இதன் விவரம் பஞ்சாங்கத்தில் இருக்கும். ஆனால் சாயன நிராயணத்தை விடவும் இராசிகளின் சரியான ராசிமானத்தைக் கொண்டு கணிதம் செய்வதே சிறப்பானது. குழப்பங்களுக்கு இடமில்லாதது. அதே போல ஆண் காலம், பெண் காலம் என்று $1\frac{1}{4}$ நாழிகை ($1\frac{1}{2}$ மணி) நேரத்திற்கு ஒரு காலம் மாறும். அதன் அடிப்படையிலும் சரியாக அமையாது. ஆண் காலத்தில் பெண் ஜனனமாவதும் உண்டு. பெண் காலத்தில் ஆண் ஜனனமாவதும் உண்டு. எனவேதான் ஒரு ராசியை 9 பாகங்களாகப் பிரித்து கணக்கிடுவது அம்சம் என்று பெயர். அதில்தான் துல்லியமாக குழந்தைகளின் ஜனனங்களை உறுதி செய்து கொள்ள வேண்டும். ஆண் குழந்தை ஆண் அம்சத்தில் தான் பிறக்கும். பெண் குழந்தை பெண் அம்சத்தில்தான் பிறக்கும். சில சமயம் மாறவும் கூடும். தோராயமாக ஒரு அம்சத்திற்கு 12 நிமிட முதல் 14 நிமிடத்திற்குள் வரும். அதன் விவரங்களைக் காண்போம்.

குரோதன வருஷம் பங்குனி மாதம் 10-ந் தேதி ஞாயிற்றுக் கிழமை (23-8-86) பிற்பகல் 1-22 மணிக்கு பிறந்த ஒரு குழந்தையின் ஜாதகத்தை உதாரணத்துக்கு எடுத்துக் கொள்வோம். இந்த நேரம் மருத்துவமனையில் அறிவிக்கப் பட்ட நேரம். குழந்தை பிறந்தது சேலம் மாவட்டத்தில்.

முதலில் குழந்தை பிறந்த நேரத்தை நாழிகையாக்கிக் கொள்ள வேண்டும். காரணம் பஞ்சாங்க கணிதம் நாழிகையில்

தான் அளிக்கப்பட்டிருக்கும். அதுதான் தமிழ்முறை (மணிக்கு 2-30 நாழிகை. 1 நிமிடத்திற்கு 2-30 வினாடி. 60 வினாடி கொண்டது ஒரு நாழிகை. 1-22 மணியை காலை 6 மணி முதல் கணக்கிட 7 மணி 22 நிமிடம் வருகின்றது. இதை நாழிகையாக்கினால்,

7-22	x	2 ½	=	
2-30	x	7 மணி	=	17-30 நாழி
2-30	x	22 நிமி	=	0-55
ஜனன நாழிகை			=	18-25 ஆகின்றது.

குரோதன வருஷப் பஞ்சாங்கத்தில் சூரிய உதயம் என்ற தலைப்பில் சேலம் மாவட்டத்தில் அன்றைய தேதியில் சூரிய உதயம் காலையில் எத்தனை மணிக்குத் தொடங்குகின்றது என்று கணக்கிட வேண்டும். 'வாசன்' திருக்கணிதப் பஞ்சாங்கப்படி அன்றைய சேலம் சூரிய உதயம், 6-24 நிமிஷம். எனவே காலை 6.00 மணி முதல் கணக்கிட்ட நேரத்திலிருந்து சூரிய உதய வித்தியாசமான 24 நிமிடத்தைக் கழித்து கணக்கிட வேண்டும் 2-30 x 24 = 60 வினாடி அதாவது 1 நாழிகை வருகின்றது. ஜனன மொத்த நாழிகையாக 18-25ல் இருந்து சூரிய உதய வித்தியாசத்தைக் கழிக்க வேண்டும். 18.25 - 1.00 கழித்தது போக மீதிதான் சூரிய உதயாதி சுத்த ஜனன நாழிகையான 17.25. இதுதான் குழந்தை ஜனித்த நேரம்.

அடுத்து அன்றைய தேதியில் இராசியில் இருப்பை கவனிக்க வேண்டும். பங்குனி மாதம் என்பதால் சூரியன் மீனத்தில்தான் இருப்பார். எனவே மீனம் முதலாக கணக்கிட வேண்டும். அன்றைய தேதியில்

மீனராசி இருப்பு		3-00 நாழி
அடுத்து	மேஷம்	4-15 நாழி
அடுத்து	ரிஷபம்	4-45 நாழி
அடுத்து	மிதுனம்	5-15 நாழி
மிதுனம் முடிய		17-15 நாழிகையாகின்றது.

நமக்கு ஜனன நாழிகை 17-25. மிதுனம் வரையில் 17-15 நாழி சென்று விட்டது. எனவே உபரியாக கடகத்தில் 10 வினாடி சென்றுள்ளது. ஆகையால் லக்கினம் கடகமாகத்தான் வரவேண்டும். கடகத்தை லக்கினமாகக் கொண்டால் அம்ச ரீதியாகப் பிரிக்கும்போது கடகத்தின் முதல் அம்சமான கடகமேதான் ஜனன அம்சமாக வருகின்றது. கடகம் பெண் ராசி என்பது அறிந்ததே. அதன் முதல் அம்சமும் கடக அம்சமேயாகையால் அம்சம் பெண் அம்சம். ஆனால் பிறந்துள்ள குழந்தை ஆண் எனவே பெண் அம்சம் அடையும் வாய்ப்பில்லை. எனவே அவர்கள் கொடுத்த நேரம் தவறு. ஆண் குழந்தை ஆண் அம்சத்தில்தான் ஜனிக்கும். எனவே நாம் சிரசு உதயத்தைக் கணக்கிடவில்லை என்பது தெரிந்து விட்டது. எனவே குழந்தை ஜனனம் ஆகியது சற்று முன்பாக இருக்க வேண்டும். மிதுனம் லக்கினமாகக் கொண்டால் அதன் கடைசி அம்சம் மிதுனமே. எனவே மிதுனம் ஆண் அம்சம் ஆகையால் குழந்தை மிதுன லக்கினத்தில்தான் ஜனித்திருக்க முடியும். 17-15 நாழிகை வரை மிதுனம் உள்ளதால் 17-15 நாழிகைக்குள்தான் குழந்தை ஜனனம் சில நேரங்கள் சரியாக அமைந்து விடும். வித்தியாசம் எதுவும் வராது. சிலது இப்படி லக்கினச் சந்தியாக அமைந்துவிடும் வாய்ப்புண்டு. எனவேதான் இந்த ஜாதகத்தை உதாரணத்திற்கு எடுத்துக் கொண்டேன்.

அவர்கள் கொடுத்த நேரத்தில் தவறுள்ளது என்பதை அறிந்து கொண்டதால், 5 நிமிடம் முன்னதாகவேதான் ஜனனம் நிகழ்ந்திருக்க வேண்டும். எனவே அந்தக் கணக்கையே கொள்ள வேண்டும். ஆகையால் 12 ½ வினாடியைக் கழித்துக் கணக்கிட லக்கினம் மிதுனமாகவே வரும். லக்கின நிச்சயம் செய்ய வேறு பல வழிகளும் உள்ளது. அவற்றை பிறகு கூறுகின்றேன். தற்போது சரியான ஜனன நாழிகை 17-12 ½ தான். லக்கினம் நிச்சயித்துக் கொண்டோம். அடுத்து ராசி எனப்படும் சந்திரனின் நிலையைக் கணிக்க வேண்டும். அன்று காலை 5-55 நாழிகை வரை ஆயில்யம் நட்சத்திரம் உள்ளது. அதற்கு மேல் மகம் நட்சத்திரம் தொடங்கி மறுநாள் திங்கள் காலை 5-02 வரை உள்ளது. எனவே குழந்தை மகம் நட்சத்திரத்தில்தான் பிறந்துள்ளது. மகம் நட்சத்திரம் முழுவதும் சிம்ம ராசியில் தான் உள்ளது என்றாலும் மகம் நட்சத்திரத்தின் எந்த பாதத்தில் குழந்தை பிறந்தது என்பதை அறிந்துகொண்டால்தான் அம்சம் அமைக்கவும் வசதியாக இருக்கும். அதுவுமல்லாமல் சில நட்சத்திரங்கள் இரு ராசிகளில் அமையும் என்பதையும் முன்பே கூறியுள்ளேன். எனவே நட்சத்திரப் பாதம் தெரிந்து கொண்டால்தான், ராசிக் கட்டத்திலேயே கூட சந்திரனை அமைக்க முடியும். அன்று ஜனன நாழிகை 17-12 காலை 5-55 வரை ஆயில்யம் உள்ளதால் ஜனன நாழிகையில் ஆயில்யத்தைக் கழிக்க 17.12 - 5.55 = 11.17 நாழிகை மீதம் உள்ளது. அது மகத்தில் சென்றுவிட்ட நாழிகை. இனி இருப்பு நாழிகையை அறிந்து கொள்ள வேண்டும். ஒரு நாளைக்கு 60-00 நாழிகை. எனவே 60-00 நாழிகையில் ஆயில்ய நட்சத்திரத்தின் இருப்பு நாழிகையைக் கழிக்க வருவது 60.00 - 5.55 = 54.05 அன்றைய மக நட்சத்திர இருப்பு. இத்துடன் மறுநாள் மகம் 5.02 வரை உள்ளதால் அதையும்

கூட்ட 54.05 + 5.02 = 59.07 நாழிகை வருகின்றது. இது மகம் நட்சத்திரத்தின் ஆதி அந்த பரம புண்ணிய நாழிகை இதில் ஜனனம் வரை சென்ற மகம் நாழிகை 11-17 இதை ஆதியில் கழிக்க 59.07 - 11.17 = 47.50 நாழிகை மீதம். இது இன்னமும் செல்ல வேண்டிய இருப்பு. மகத்தின் ஆதி அந்தமாகிய 59.07 நாழிகையை 4 பாதமாக்க 4ஆல் வகுத்தால் 14.46 ¾ நாழிகை வரும். இதுவே ஒரு பாதத்தின் நாழிகை. ஜனனம் வரை சென்றது 11.17 நாழிகை. எனவே மகம் முதல் பாதத்தையே கடக்கவில்லை. ஆகவே சந்திரன், மகம் 1-ம் பாதத்தில் சஞ்சாரம் செய்கின்றார்.

இனி அடுத்த மற்ற கிரகங்களின் நிலையைக் கவனிக்க வேண்டும். பஞ்சாங்கத்தை எடுத்து கிரக பாதசாரங்கள் என்னும் தலைப்பில் கொடுத்துள்ளபடி கிரக சஞ்சாரத்தைக் கீழே குறித்துள்ளபடி குறித்துக் கொள்ள வேண்டும். அன்றைய தேதியில் ஜனன நாழிகையில் கவனமாக கிரக சஞ்சாரத்தைக் கவனித்து குறிக்க வேண்டும். சிறிய தவறும் பெரிய தவறாகி விடும்.

உத்திரட்டாதி 2ல் சூரியன் உள்ளார். சந்திரனை ஏற்கனவே மகம் 1ல் சந்திரன் என்று அறிந்துள்ளோம்.

மூலம்	3ல் செவ்வாய்
பூரட்டாதி	2ல் புதன் (வக்ரத்தில் உள்ளார்)
சதயம்	3ல் குரு
ரேவதி	3ல் சுக்கிரன்
அனுஷம்	4ல் சனி (வக்ரத்தில் உள்ளார்)
அஸ்வினி	3ல் ராகு
சுவாதி	1ல் கேது

என்கின்றபடி கிரக சஞ்சாரம் உள்ளது. அதைக் கொண்டு ராசிக் கட்டத்தை முதலில் பூர்த்தி செய்து கொள்ள வேண்டும்.

சூ சுக்	ரா		ல
கு புத (வ)	ராசி		
			சந்
செவ்	சனி (வ)	கேது	

மேற்படி அமைக்கப்பட்டதுதான் அந்தக் குழந்தையின் பிறந்த ஜாதகத்தின் ராசிக்கட்டம். கிரகங்களின் சஞ்சாரத்தை ஒவ்வொரு மாதமும் பஞ்சாங்கத்தில் மேற்கண்டவாறே கட்டத்தில் அமைத்துள்ளதுடன், கிரக மாற்றங்களின் தேதிகளும் குறிக்கப்பட்டிருக்கும்; அந்தந்த கிரக மாறுதல் களில் தேதிகளில் எத்தனை நாழிகைக்கு மாற்றம் என்பதை கிரக பாதசாரம் என்ற தலைப்பில் துல்லியமாக கவனித்துக் குறிக்க வேண்டும். இப்போது சாரத்தின் அடிப்படையில் இராசிக் கட்டத்தில் கிரகங்களை அடைக்கும் முறை விவரிக்கின்றேன்.

உத்திரட்டாதி 2ல் சூரியன் என்பது உத்திரட்டாதி 4 பாதங்களும் மீனமே, எனவே சூரியன் 'மீனத்தில்' அமைந்தது. அடுத்து சந்திரன் மகம் 1-ல் என்பது, மகம் 4 பாதமும் 'சிம்மமே' எனவே சந்திரன் சிம்மத்தில் அமைந்தது. அடுத்தது மூலம் 2ல் செவ்வாய், மூலம் 4 பாதமும் 'தனுசு'தான், எனவே செவ்வாய் தனுசுவில் அமைந்தார். புதன் பூரட்டாதி 3ல், உள்ளார். பூரட்டாதி 3ம் பாதம்வரை கும்பராசி, 4ம் பாதம்தான் மீனம். எனவே புதன் 'கும்பத்தில்' அமர்ந்தார். குரு சதயம் 3ல், சதயம் 4 பாதமும் கும்பமேதான். எனவே குரு கும்பத்தில் அமர்ந்தார். சுக்கிரன் ரேவதி 3ல் எனவே ரேவதி 4 பாதமும் மீனமே, எனவே சுக்கிரன் மீனத்தில். சனி அனுஷம் 4ல், அனுஷம் 4 பாதமும் விருச்சிகமே, எனவே சனி விருச்சிகத்தில். அஸ்வினி 3ல் ராகு அஸ்வினியின் 4 பாதமும் மேஷமே எனவே ராகு மேஷத்தில். கேது சுவாதி 1ல், சுவாதி 4ம் பாதமும் 'துலாமே'. எனவே கேது துலாத்தில் அமர்ந்தார். இவ்விதம் கிரகத்தின் நட்சத்திரப் பாதங்களின் வீதம் கிரகங்களை ராசிக் கட்டத்தில் லக்கின முதலாக அமைத்துக் கொண்டதும் அடுத்து குழந்தை எந்த திசையில் பிறந்தது, அந்த திசையில் சென்றது எவ்வளவு சென்றதுபோக நின்ற இருப்பு வருடம் எவ்வளவு என்பதை அறிந்து கொண்டால்தான் திசா புத்திகள். அந்தரங்கள் மூலம் குழந்தையின் நிகழ்கால எதிர்காலப் பலன்களை அறிந்து கொள்ள முடியும்.

திசைகள் என்றால் என்ன, என்ற கேள்வி எழும் அல்லவா? 27 நட்சத்திரங்களையும் 12 ராசிக்கு பிரித்துள்ளது போலவே கிரகங்களுக்கும் பிரித்து அளித்துள்ளார்கள். எனவே எந்த நட்சத்திரங்களில் குழந்தை ஜனித்ததோ அந்த நட்சத்திரத்தின் அதிபதியின் திசைதான் நடப்பில் இருப்பதாக

பொருள். அந்த திசா காலம் முடிந்ததும் அடுத்த திசை துவங்கும். இதுவும் வரிசைக் கிரமமாகத்தான் வரும் - மாறாது. திசையின் முதல் திசை சூரிய திசைதான். சூரிய திசைக்கு அடுத்து கீழ்க்காணும் வகையில் திசைகள் அமையும். திசைக்குரிய நட்சத்திரங்களையும் காலத்தையும் குறிப்பிடுகின்றேன். திசா என்பதை தசா என்றும் கூறலாம்.

சூரிய திசை	கார்த்திகை, உத்திரம், உத்திராடம்	6 வருடம்
சந்திர திசை	ரோகிணி, அஸ்தம், திருவோணம்	10 வருடம்
செவ்வாய் திசை	மிருகசீரிஷம், சித்திரை, அவிட்டம்	7 வருடம்
ராகு திசை	திருவாதிரை, சுவாதி, சதயம்	18 வருடம்
குரு திசை	புனர்பூசம், விசாகம், பூரட்டாதி	16 வருடம்
சனி திசை	பூசம், அனுஷம், உத்திரட்டாதி	19 வருடம்
புதன் திசை	ஆயில்யம், கேட்டை, ரேவதி	17 வருடம்
கேது திசை	மகம், அஸ்வினி, மூலம்	7 வருடம்
சுக்கிர திசை	பரணி, பூரம், பூராடம்	20 வருடம்
மொத்த திசை காலம்		**120 வருடம்**

மேற்கண்ட வரிசைப்படிதான் சூரியன் முதலான 9 கிரகங்களுக்கும் தலா மூன்று நட்சத்திரங்களின் வீதம் அளிக்கப்பட்டுள்ளது. மேற்படியான வரிசையும் மாறாது. நட்சத்திரங்களும் மாறாது. காலமும் மாறாது. புத்திகளும், அந்தரங்களும் கூட அந்த வரிசைப்படியேதான் அமைந் திருக்கும். அதன் விவரங்கள் அத்தனை பஞ்சாங்கங்களிலும் அளிக்கப்பட்டுள்ளதால் விரிவை அஞ்சி அளிக்கவில்லை.

திசை பிரிக்க சந்திரனின் சாரம்தான் முக்கியம். எனவே சந்திரன் எந்த நட்சத்திரத்தில் இருக்கின்றாரோ அந்த நட்சத்திராதிபதியின் திசையே ஆரம்ப திசை. அடுத்து

அதற்கடுத்த திசாநாதரின் வரிசைப்படி திசைகள் தொடங்கும். நம் உதாரண ஜாதகக் குழந்தையின் இராசிக் கட்டத்தில் சந்திரன் மகம் நட்சத்திரத்தில் இருப்பதால் மகம் நட்சத்திராதி பதியாகிய கேது திசைதான் துவக்கம். அதை அடுத்து வரிசைப்படி சுக்கிர திசை, அடுத்து சூரியன் திசை என்று நடக்கும். வரிசை எக்காரணம் கொண்டும் மாறாது என்பதை நினைவில் வைக்கவும்.

இப்போது கேது திசையில் சென்றது எவ்வளவு, நின்றது எவ்வளவு காலம் என்பதைக் கண்டறியும் முறையை விவரிக்கின்றேன். கேது திசாவின் காலம் 7 ஆண்டுகள் என்று குறிப்பிட்டுள்ளேன். ஜனன காலத்தில் வந்த மகம் நட்சத்திரத்தின் ஆதி அந்த பரம நாழிகை 59.07 என்பது நாம் அறிந்ததுதான். இந்த பரம நாழிகை 7 ஆண்டுகளுக்கு சமம். இதில் சென்ற நாழிகை 11.17 போக இருப்பு நாழிகையான 47.50க்கு சமமாக எத்தனை ஆண்டுகள் மாதம், நாள், நாழிகை வருகின்றது என்பதை கணக்கிட வேண்டும்.

அதற்கு இருப்பு நாழிகையை வினாடிகளாக்க வேண்டும். 60 வினாடி ஒரு நாழிகை. ஆதலால் அதை 60ஆல் பெருக்கினால் வினாடியாகிவிடும்.

47.50 x 60 = 2820 + 50 = 2850 வினாடி ஆகின்றது. இதை கேது திசாவின் 7 ஆண்டால் பெருக்கி மகம் நட்சத்திரத்தின் ஆதி அந்த பரம நாழிகையால் வகுக்க திசையில் செல்ல வேண்டிய இருப்பு கிடைக்கும். இருப்பு வினாடியான 2850 x 7 = 19950 வினாடி. இதை ஆதி அந்த நாழிகையான 59.07ஆல் வகுக்க வேண்டும். எனவே இதையும் வினாடியாக்கிக் கொண்டால் வகுக்க எளிது. எனவே 60ஆல் பெருக்க வினாடிகள் கிடைக்கும் 59.07 x 60 = 3540 + 07 = 3547 வினாடி ஆகின்றது.

19950 - 3547 கேது திசை சென்றது போக இருப்பு

```
3547 )  19950   (5
        17735
        .........
         2215
```

ஈவு ஆகிய '5' வருடமாகும். மீதியாகிய 2215-ஐ 12ஆல் பெருக்க வரும் தொகையை மறுபடியும் 3547-ல் வகுத்தால்,

$2215 \times 12 = 26580$

```
3547 )  26580   (7
        24829
        .........
         1751
```

வரும் ஈவான '7' என்பது மாதமாகும். அதன் மீதியை 30ஆல் பெருக்கினால் வரும் தொகையை 3547ஆல் வகுத்தால்,

$1751 \times 30 = 52530$

```
3547 )  52530   (14
         3547
        .........
        17060
        14288
        .........
         2772
```

வரும் ஈவான 14 என்பது நாட்களாகும். அதன் மீதியை 60-ஆல் பெருக்கினால் வரும் தொகையை 3547ஆல் வகுத்தால்,

ஜோதிட ஆராய்ச்சித் திரட்டு [முதல் பாகம்] ❑ 94

2772 x 60 = 616320

```
        3547 )  166320    (46
                14188
                ............
                24440
                21282
                ............
                 2152
```

வரும் ஈவான 46 என்பது நாழிகை. மீதியாக வரும் தொகையை விட்டு விடலாம். எனவே இப்போது மகம் நட்சத்திரத்தின்

ஆதியந்த பரம நாழிகை	59.17
செல்லானது	11.17
இருப்பு	47.50க்கு

சரியான கேது திசையில் சென்றது போக நின்ற இருப்புக் காலம்

வ - மா நாள் - நாழி
5 - 7 - 14 - 46

ஆகின்றது. இந்தக் காலம் கடந்தவுடன் அடுத்து ஆரம்பம் சுக்கிர திசை 20 வருடம். அதற்கு மேல் சூரிய திசை 6 வருடம். அடுத்து சந்திர திசை 10 வருடம் என்று கணக்கிட்டுக் கொள்ள வேண்டும்.

மேற்கண்ட இருப்பை, கேதுதசா 7 வருடத்தில்; பஞ்சாங்கத்தில் கண்டவாறு கேது புத்தி, சுக்கிர புத்தி என்று அதற்குரிய காலத்தைக் கழித்து வந்தால் இருப்புக்கு சமமாக

எந்த புத்தி நடக்கின்றது என்று அறிந்து கொள்ளலாம். அதே போல் அந்தந்த புத்திகளில் உள்ள அந்தரங்களையும் கணக்கிட்டுக் கொண்டு வர அந்தரத்தையும் கண்டு அவ்வப்போது நடக்கும் திசா புத்தி அந்தரங்களைக் கண்டு பலன்கள் கூறலாம்.

அடுத்து அம்சா லக்கினம் அறியும் முறையையும், அம்சக் கட்டத்தில் கிரகங்களை அமைக்கும் முறையையும் அறிந்து கொள்ளலாம். ஒரு ராசியை ஒன்பது பிரிவாகப் பிரிப்பதுதான் அம்சம் எனப்படும். ஒரு குழந்தை ஒரு ராசியின் எத்தனையாவது அம்சத்தில் பிறந்துள்ளதோ அதை அம்ச லக்கினமாகக் கணக்கில் கொள்ள வேண்டும். ராசியில் உள்ள கிரகங்களின் வலுவை அறிந்து கொள்ளப் பயன்படுவதுதான் அம்சக் கட்டத்தின் முக்கியப்பணி. அம்சம் இல்லையெனில் பொதுவாகத்தான் பலன் கூற முடியுமேயன்றி கிரகத்தின் வலிவறிந்து துல்லியமாகப் பலன் கூறுவது கடினம். எனவே அம்சம் மிக முக்கியமானது. ராசிக் கட்டத்திற்கு துணைபுரிவது.

நாம் உதாரணத்திற்கு எடுத்துக் கொண்ட ஜாதகம் மிதுன லக்கினத்தில் பிறந்தது என்பதை அறிவோம். மிதுன லக்கினத்தின் இராசி மானம் 5 ¼ நாழிகை. அதாவது 315 வினாடி. இதை 9 பிரிவாக்க ஒன்பதால் வகுக்க ஒரு பிரிவுக்கு 35 வினாடிகள் வருகின்றது. மிதுனத்தின் ராசி மானம் முடிய நமக்கு 17.15 வந்தது. ஆனால் நம் கணிதப்படி ஜனன நாழிகை 17.12தான். எனவே மிதுனத்தில் (17.15 - 17.12) 3 வினாடிகளே இருப்பு உள்ளது. 1 பிரிவிற்கு 35 வினாடிகள் வீதம் கணக்கிட்டுக் கொண்டு வந்தால், 8 பாகம் முடிந்து 9ம் பாகத்தில் குழந்தை ஜனனம். எனவே மிதுனத்தின் ஒன்பதாம் பாகமே, குழந்தை ஜனனமான அம்சம்.

ஜோதிட ஆராய்ச்சித் திரட்டு (முதல் பாகம்)

அம்சா லக்கினம் அமைக்க மேஷம், சிம்மம், தனுசு ஆகிய மூன்று லக்கினங்களுக்கு சரராசி முதலே எண்ண வேண்டும். எனவே மேஷம்தான் முதல் அம்சம். அதிலிருந்தே வரிசையாக எண்ணி வர தனுசு 9-ம் அம்சமாக வரும். அதுபோலவே மற்ற லக்கினங்களுக்கும் திரிகோண ராசிகளையே கணக்கில் கொண்டு சரராசி முதலாக எண்ணி அம்சா லக்கினம் அமைக்க வேண்டும். அந்தப்படிக்கு ரிஷப, கன்னி, மகரம் ஆகிய லக்கினங்களுக்கு மகர ராசியாகிய சரராசி முதல் எண்ணி வர வேண்டும். முதல் அம்சம் மகரம். 2ம் அம்சம் கும்பம் என்று எண்ணி வர 9ம் அம்சம் கன்னியாகும். அடுத்து மிதுன, கும்பம், துலா ஆகிய லக்கினங்களுக்கு துலா ராசி முதலாக எண்ணி வர வேண்டும். கடக, விருச்சிக, மீனம் ஆகிய லக்கினங்களுக்கு கடகம் முதலாக எண்ணி அம்சா லக்கினம் அமைக்க வேண்டும். இது மாறவே மாறாது. இதன்படியே திரிகோண ராசிகளில் சர ராசி முதற்கொண்டே எண்ண வேண்டும். அந்தப்படிக்கு மிதுன லக்கினத்தில் தோன்றிய இந்தக் குழந்தை கடைசி அம்சமாகிய 9ம் பாகத்தில் பிறந்துள்ளதால், துலாம் முதலாக எண்ணி வர கடைசி பாதம் மிதுனம்தான் வரும். எனவே அம்சாலக்கினம் மிதுனம்தான்.

ராசிக் கட்டத்தைப் போலவே மற்றொரு கட்டம் போட்டு அந்தக் கட்டத்தில் மிதுனத்தில் “ல” என்று குறிப்பிட வேண்டும். அடுத்து அந்தக் கட்டத்தில் கிரகங்களின் நட்சத்திர சாரப்படி கிரகங்களை அமைக்க வேண்டும்.

கிரகங்களை கட்டத்தில் அமைக்கும் முறையைப் பற்றிக் கவனிப்போம். உத்திரட்டாதி 2ல் சூரியன் என்பது மீனராசி என்று முன்னமே அறிந்து கொண்டோம். மீனராசியில்

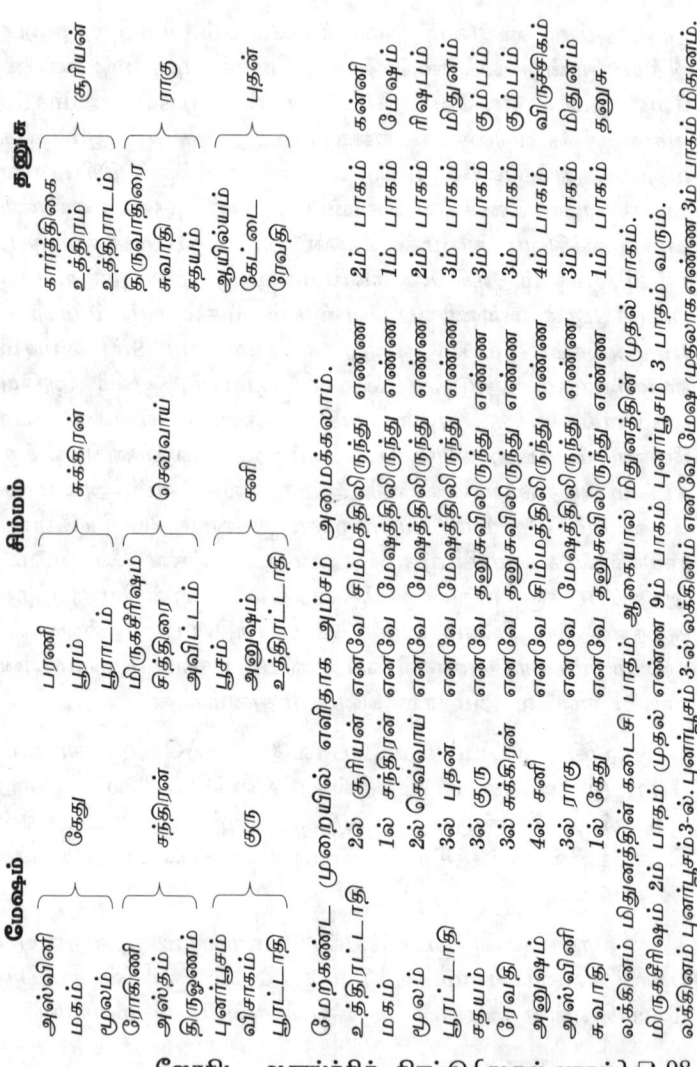

மேஷம்		சிம்மம்		தனுசு	
அஸ்வினி, மகம், மூலம்	கேது	பரணி, பூரம், பூராடம்	சுக்கிரன்	கார்த்திகை, உத்திரம், உத்திராடம்	சூரியன்
ரோகிணி, அஸ்தம், திருஓணம்	சந்திரன்	மிருகசீரிஷம், சித்திரை, அவிட்டம்	செவ்வாய்	திருவாதிரை, சுவாதி, சதயம்	ராகு
புனர்பூசம், விசாகம், பூரட்டாதி	குரு	பூசம், அனுஷம், உத்திரட்டாதி	சனி	ஆயில்யம், கேட்டை, ரேவதி	புதன்

மேற்கண்ட முறையில் எளிதாக அம்சம் அமைக்கலாம்.

உத்திரட்டாதி	2ல் சூரியன்	எனவே	சிம்மத்திலிருந்து எண்ண	2ம்	பாகம்	கன்னி
மகம்	1ல் சந்திரன்	எனவே	மேஷத்திலிருந்து எண்ண	1ம்	பாகம்	மேஷம்
மூலம்	2ல் செவ்வாய்	எனவே	மேஷத்திலிருந்து எண்ண	2ம்	பாகம்	ரிஷபம்
பூரட்டாதி	3ல் புதன்	எனவே	மேஷத்திலிருந்து எண்ண	3ம்	பாகம்	மிதுனம்
சதயம்	3ல் குரு	எனவே	தனுசுவிலிருந்து எண்ண	3ம்	பாகம்	கும்பம்
ரேவதி	3ல் சுக்கிரன்	எனவே	தனுசுவிலிருந்து எண்ண	3ம்	பாகம்	கும்பம்
அனுஷம்	4ல் சனி	எனவே	சிம்மத்திலிருந்து எண்ண	4ம்	பாகம்	விருச்சிகம்
அஸ்வினி	3ல் ராகு	எனவே	மேஷத்திலிருந்து எண்ண	3ம்	பாகம்	மிதுனம்
சுவாதி	1ல் கேது	எனவே	தனுசுவிலிருந்து எண்ண	1ம்	பாகம்	தனுசு

லக்கினம் மிதுனத்தின் கடைசி பாதம் ஆகையால் மிதுனத்தின் முதல் பாகம்.

மிருகசீரிஷம் 2ம் பாதம் முதல் எண்ண 9ம் பாகம் புனர்பூசம் 3 பாதம் வரும்.

லக்கினம் புனர்பூசம் 3-ல். புனர்பூசம் 3-ல் லக்கினம் எனவே மேஷ முதலாக எண்ண 3ம் பாகம் மிதுனம்.

அது எத்தனையாவது பாதம் என்று அறிய வேண்டும். மீனராசியின் ஆரம்பம் பூரட்டாதி 4ம் பாதம், அடுத்து உத்திரட்டாதி 1, அதற்கடுத்தது உத்திரட்டாதி 2ம் பாதம். எனவே மீனராசியில் 3ம் பாகம் உத்திரட்டாதி 2ம் பாதம் ஆக வருகின்றது. மீனத்தின் முதல் திரிகோண ராசி கடகம் எனவே கடகம் முதல் எண்ணி வர 3ம் பாதம் கன்னியாகும். ஆகவே அம்சத்தில் சூரியன் கன்னியில் அமர்கின்றார். இவ்வாறு அடுத்து சந்திரன் மகம் 1ல் உள்ளார். அது சிம்மத்தின் முதல் பாகம். எனவே சிம்மத்தின் முதல் திரிகோணமாகிய மேஷத்திலிருந்து எண்ண முதல் பாகம் மேஷமே. ஆகவே சந்திரனை மேஷத்தில் அமைக்க வேண்டும். இப்படியாக ஒவ்வொரு கிரகம் அமர்ந்த நட்சத்திரம் இராசியின் எத்தனையாவது பாகம் என்று கணக்கிட்டு அந்தந்த திரிகோண ராசியின் முதலாவதான சராசரி முதலாக எண்ணி அடைக்க வேண்டும்.

இது சற்று சிரமமாக உள்ளதுபோல் தோன்றும். பழக்கத்தில் எளிதாகிவிடும் என்றாலும் எளிய முறை ஒன்றை அளிக்கின்றேன். இதன் மூலம் மிகச் சுலபமாக கிரகங்களை அம்சத்தில் அமைத்து விடலாம். மேஷ, சிம்ம, தனுசுவில் முன்பக்கத்தில் கண்டவாறு நட்சத்திரங்களின் முதல் பாகத்தை எண்ணிப் போட்டுவிடலாம். (98ம் பக்க பட்டியலைக் காணவும்).

இது மிகவும் எளிய முறை. மேற்கண்ட 3 ராசிகளில் 9 கிரகங்களின் 27 நட்சத்திரங்களும் அடங்குகின்றன. எனவே வெகுவிரைவில் அமைத்துவிடலாம். இப்போது முறையாக லக்கினம், திசாபுத்தி, அம்சம் அமைக்கும் முறையை அறிந்து கொண்டீர்கள். அடுத்து ஜாதகத்தை எப்படி எழுதிக் கொடுக்க வேண்டும் என்பதையும் சொல்லிவிடுகின்றேன்.

முதலில் விநாயகர், முருகன், சரஸ்வதி, நவக் கிரகங்கள் ஆகியவற்றிற்கு ஸ்தோத்திரப் பாடல்களை எழுதி விட்டு கீழ்க்கண்ட ஸ்லோகத்தையும் எழுத வேண்டும்.

"ஓம் ஜெனனீ ஜென்ம சௌக்யானாம்
வர்த்தனீ குலசம்ப்ரதாம்
பதவிபூர்வ புண்யானாம்
லிகியதே ஜென்மபத்திரிக்கா"

அடுத்து காப்பு என்ற வகையில் நிகழும் சுபஸ்ரீ சுபமங்கள ஜோதிட விஜயாத்புத

சாலிவாகன	வருஷம்	1907 - 1908	(இவை யாவும்
கலியுகாதி	வருஷம்	5987	பஞ்சாங்கத்தின்
பசலி	வருஷம்	1399	அந்தந்த
ஹிஜ்ரி	வருஷம்	1406	மாதங்களின்
கொல்லம்	வருஷம்	1161	மேல்பகுதியில்
ஆங்கில	வருஷம்	23 - 3 - 1986	அளிக்கப்பட்டிருக்கும்).

நிகழும் குரோதன வருஷம் பங்குனி மாதம் 10ந் தேதி ஞாயிற்றுக்கிழமை பிற்பகல் மணி 1-17க்கு சூரிய உதயாதி சுத்த ஜனனி நாழிகை 17-12க்கு அன்று பூர்வபட்சத்து 'துவாதசி' திதி 18-48 ஆயில்யம் 5-55 உபரி 'மகம்' மறுநாள் 5-02 வரை யோகம் 'திருதி' 39-10. கரணம் 'பாவலம்' 18-48 நட்சத்திர தியாஜ்யம் 35-40 சித்தயோகம் 5-55 உபரி மரணயோகம் சம்பூரணம் நேத் - ஜீவன் 2-1 விவாக சக்கரம் - தென் மேற்கு, வாரசூலை - மேற்கு, யோகினி - வடக்கு சென்னை அகஸ்நாழி 30-02 உத்தராயணம், சிசிர ருது அன்று மீன இராசி இருப்பு 3-00 நாழிகை, அன்று சூரிய உதயம் சேலம் காலை 6.24 A.M. திருவாளர் - அவர்களுடைய மனைவி திருமதி... அவர்களுக்கு பூர்வ புண்ய குமாரன் சுபஜென்மம்.

"மாதா பிதா சிசு தீர்க்காயுள்"

மேற்கண்ட விவரங்கள் அனைத்தும் பஞ்சாங்கத்தில் அன்றைய தேதியில் குறிப்பிட்டிருக்கும். அதை கவனமாக எழுதிவிட்டு அடுத்தது,

கிரக பாதசாரங்களின் விவரங்கள்

உத்திரட்டாதி	2ல்	சூரியன்
மகம்	1ல்	சந்திரன்
மூலம்	2ல்	செவ்வாய்
பூரட்டாதி	3ல்	புதன் (வக்ரம்)
சதயம்	3ல்	குரு
ரேவதி	3ல்	சுக்கிரன்
அனுஷம்	4ல்	சனி (வக்ரம்)
அஸ்வினி	3ல்	ராகு
சுவாதி	1ல்	கேது
புனர்பூசம்	3ல்	லக்கினம்

சூ சுக்	ரா		ல
குபுத (வ)	ராசி		
			சந்
செவ்	சனி (வ)	கேது	

	சந்	செவ்	ல ரா பு(வ)
குரு சுக்	ராசி		
கேது	சனி (வ)		சூரி

உடுமகா திசை விவரம்

குரோதன வருஷம் பங்குனி மாதம் 10-ம் தேதி ஞாயிற்றுக் கிழமையன்று வந்த மகம் நட்சத்திரத்தின்

ஆதியந்த பரம புண்ணிய நாழிகை - 59.07
மாதுர் கர்ப்பத்தில் செல்லான நாழிகை - 11.17
மாதுர் செல் நீக்கி இருப்பு நாழிகை - 47-50க்கு

'மகம்' நட்சத்திரதிபதியான கேது பகவான் மகா திசையில் மாதுர் கர்ப்ப செல்நீக்கி இருப்பு.

வ-மா-நாள்- நாழிகை ஆகும்.
5 - 7 - 14 - 46

மேற்கண்ட கணிதம் குரோதன வருஷத்திய 'வாசன்' சுத்த திருக்கணிதப் பஞ்சாங்கப்படி கணிக்கப்பட்டது என்று

பஞ்சாங்கத்தின் பெயரையும் குறித்திடுதல் நலம். இப்படி ஒரு குழந்தையின் ஜனன ஜாதகம் கணிக்கும் முறைக்கு சுத்தஸ்புடம் என்று பெயர். நான் அளித்துள்ளது தெளிவான விவரங்கள். மேலும் யாரும் சொல்லாமல் மறைக்கும் விஷயங்களையும் உங்களுக்கு அறிவிக்க உள்ளேன். இந்த விவரங்கள் எவர் எழுதிய புத்தகத்திலும் நிச்சயமாக இருக்காது என்று உறுதியாகக் கூறுகிறேன்.

10. ஷட்வர்க்கங்களின் விவரம் அம்சத்தின் முக்கியத்துவம்

ஷட்வர்க்கம் என்கிற கணக்கீடுமூலம் கிரகமானது எந்த வர்க்கத்தின் மேன்மையைப் பெற்றுள்ளது என்பதை அறிந்து கொண்டால் அந்தக் கிரகத்தின் வலிமையைத் துல்லியமாக அறிந்து பலன்களைச் சொல்லலாம். இன்றைய அவசர உலகில் ஷட்வர்க்கத்தைப் போடுபவர்களும் குறைவு. போட்டுக் கொள்ள விரும்புபவர்களும் குறைவு. அத்துடன் ஷட்வர்க்கத்தைப் போட்டு, அஷ்டவர்க்க கணிதத்தையும் திசாக்களின் பொதுப் பலன்களையும் எழுதி முழுமையாக ஜாதகம் அமைத்துக் கொடுக்க வேண்டுமானால் மிகக் குறைந்தபட்சமாக 500 ரூபாயாவது அளிக்க வேண்டும். அதிபட்சமாக 700 ரூபாய் வரை கூடப் பெறலாம். ஆனால் கொடுப்பார்களா என்ற கேள்வி எழத்தான் செய்யும். கொடுப்பவர்களும் உண்டு. ஆனால் மிகச் சிலர்தான். எனவே இது தற்போதைய நிலையில் ஒதுக்கப்பட்டு விட்டது என்று சொன்னாலும் மிகையில்லை. மிகவும் உயர்ந்த கலையான இதற்குத் தற்போது உரிய மரியாதை இல்லை.

நான் ஆராய்ச்சிக்காக இறங்கியதால் இதன் உன்னதத்தைப் பற்றித் தெளிவாக அறிந்துக் கொண்டேன். இன்றுள்ள ஜோதிடர்களில் நன்கு விஷய ஞானம் உள்ளவர்கள் 100-க்கு 20 பேர்தான் இருப்பார்கள். மற்றவர்கள் அனைவரும் போலிகளே. வயிற்றப் பிழைப்புக்காக எதையாவது இல்லாததையும் பொல்லாததையும் சொல்பவர்கள்தாம். இது என்னுடைய **அனுபவபூர்வமான** உண்மை. எத்தனையோ பெயர் பெற்ற ஜோதிடர்களை என் கேள்விக் கணைகளால் திணறடித்துள்ளேன். என் கேள்விகளுக்குப் பதில் சொல்ல முடியாமல் திணறுவார்கள். இதைப் பெருமைக்காகச் சொல்லவில்லை. என் அறிவு தாகம் அத்தன்மை கொண்டது. விஷயத்தை அறிந்து கொள்ள வேண்டுமென்ற முயற்சிதானே தவிர நான் பெரிய மேதாவி என்பதைக் காட்டிக்கொள்ள அல்ல. இன்றுவரை நானும் கற்றுக்குட்டிதான். இது பெரும் கடல். நான்தான் திறமையான ஜோதிடன், எனக்கு நிகர் எவருமில்லை என்று எவரேனும் கருதினால் நிச்சயம் அவர் அறிவிலிதான்.

இந்தப் பகுதி தற்போது பெருமளவில் பயன்படுத்தப் படுவதில்லை என்றாலும், இதன் அடிப்படையை அறிந்து கொள்ளுங்கள். ஷட்வர்க்கம் என்பது எந்த வர்க்கத்தின் மேன்மையைப் பெற்றுள்ளது என்பதை அறிந்து கொள்ள உதவும். ஒரு கிரகமானது தன்னுடைய வர்க்கத்தில் நின்ற பின் மேன்மையான பலனை அளிக்கும். ஷட்வர்க்கம் என்பது ஆறு பிரிவு கொண்டது. 1. இராசி, 2. ஹோரை, 3. திரேகரணம்; 4. அம்சம்; 5. துவாத சாம்சம்; 6. திரிமுசாம்சம் எனப்படுவது.

1. **இராசி** எனப்படுவது 30 பாகைகளைக் கொண்டது. (அதாவது ராசி 30 நாட்களைக் கொண்டது).

2. **ஹோரை** எனப்படுவது இராசியை இரண்டாகப் பிரிப்பது. ஒவ்வொரு பிரிவும் 15 பாகைகள் கொண்டது. முதல் 15 பாகைகள் ஆண் ராசிகளுக்குச் சூரிய ஹோரை யாகவும், அடுத்த 15 பாகைகள் சந்திர ஹோரையாகவும் வரும். பெண் ராசிகளுக்கு முதல் 15 பாகைகள் சந்திர ஹோரையாகவும், பின் 15 பாகைகள் சூரிய ஹோரை யாகவும் வரும். ஹோரையில் மற்ற கிரகங்களுடன் இடம் பெறும்.

3. ராசியை மூன்று பாகமாக்கி 1 பாகத்திற்கு 10 பாகைகள் வீதம் பிரித்து முதல் 10 பாகைகளை ராசியாதி பதிக்கும், அடுத்த 10 பாகைகளை 5ம் இடத்தின் அதிபதிக்கும், அடுத்த 10 பாகைகளை 9ம் இடத்ததிபதிக்கும் அளிப்பது திரேகரணம் அல்லது திரேக்காணம் எனப்படும்.

4. ராசியை 9 கூறிட்டு 9 பாகமாக்கி, சரத்திலிருந்து எண்ணி அமைப்பது அம்சமாகும் இதைப் பற்றி முன்பே கூறியுள்ளோம். அம்சம் அமைப்பதைப் பற்றி.

5. ராசியை 12 பாகங்களைப் பிரிப்பது துவாதசாம்சம் எனப்படுவது, ராசி முதலாக எண்ணி எத்தனையாவது பாகத்தில் ஜனனம் வருகின்றதோ அதில் லக்கினம் அமைப்பது.

6. திரிமுசாம்சம் என்பது ஒவ்வொரு பாகையும் ஒரு திரிமுசாம்சம் எனக் கூறலாம். ஆண் ராசிகளுக்கு முதல் 5 பாகைள் செவ்வாய் திரிமுசாம்சம், 6 பாகை முதல் 10 பாகை வரை சனி திரிமுசாம்சம், 11 பாகை முதல் 18 பாகை வரை குரு திரிமுசாம்சம், 19 பாகை முதல் 25 பாகை வரை புதன் திரிமுசாம்சம், 26 பாகை முதல் 30 பாகைவரை சுக்கிர திரிமுசாம்சம்.

செவ்வாய்க்கு	5
சனிக்கு	5
குருவுக்கு	8
புதனுக்கு	7
சுக்கிரனுக்கு	5
ஆகமொத்தம்	30 பாகைகள்

பெண்ராசிகளுக்கு தலைகீழாக வரும் முதல் 5 பாகைகள் சுக்கிரனுக்கு. எனவே,

சுக்கிரனுக்கு	0 முதல் 5	பாகைகள்
புதனுக்கு	6 முதல் 12	7 பாகைகள்
குருவுக்கு	12 முதல் 20	8 பாகைகள்
சனிக்கு	20 முதல் 25	5 பாகைகள்
செவ்வாய்க்கு	25 முதல் 30	5 பாகைகள்

வீதம் அமைப்பது இவ்விதம் அமைக்கப்படும் ஷட்வர்க்கங்களைக் கொண்டு கிரக வர்க்க மேன்மையை அறிந்து கொள்ளலாம். இது மட்டுமல்லாமல் மேலும் பாவகம், நவாங்கிஷம் ஆகியவையும் உண்டு. இவையெல்லாம் தற்போது வழக்கில் கொள்வதில்லை. முக்கியமாக ராசி அம்சம் மட்டுமே பயன்படுத்தப்படுகின்றது. சிலர் அம்ச சக்கரம், கிரக பாதசாரம் கூட இல்லாமல் பலன் சொல்வார்கள். அதெல்லாம் குருட்டாம் போக்கில் பலன் சொல்வதுதான். நட்சத்திரப் பாதசாரத்தைக் கொண்டுதான் கிரக வலிமையை அறிந்துகொள்ள இயலும். பாதசாரத்தைக் கொண்டுதான் அம்ச சக்கரம் அமைக்க முடியும். எனவே ஷட்வர்க்கங்கள் இல்லையென்றாலும், ராசி, அம்சம் இரண்டும் முக்கியமானது.

அம்சத்தின் பயன்களைப் பற்றி கீழே குறிப்பிடு கின்றேன்.

லக்கினம் உயிரைப் பற்றியது. இராசி உடலைப் பற்றியது என்று குறிப்பிட்டுள்ளோம். அது இரண்டையும் போலவே அம்சம் கிரகங்களின் கதியைப் பற்றி, வலிவைப் பற்றி குறிப்பிடுவது. ஒரு கிரகம் இராசியில் உச்சம் பெற்று அம்சத்தில் நீசம் பெற்றுவிட்டால் அக்கிரகம் பலனை அளிக்காது. உதாரணமாக கடகத்தில் உச்சம் பெற்ற 'குரு பகவான்' ஆயில்யம் 2ஆம் பாகத்தில் இருந்தால் அம்சத்தில் மகரத்தை அடைவார். மகரம் அவரின் நீசவீடு என்பது அறிந்ததே. குரு அம்சரீதியாக நீசம் பெற்றுவிடுவதால், வலுக்குறைவடைவார். அவர் மேன்மையான பலன் அளிக்க மாட்டார். இதேபோல் உச்ச சூரியன் பரணி 3ல் இருந்தால் அம்சத்தில் துலாத்தில் நீசமடைவார். செவ்வாய் திருவோணம் 4ல் இருந்தால் மகரத்தில் உச்சம், அம்ச ரீதியாக கடகத்தில் நீசம் அடைவார். புதன் கன்னியில் உத்தரம் 4ல் இருந்தால் உச்சம் பெற்றவர். அம்ச ரீதியாக மீனத்தில் நீசமடைவார். சனி துலாத்தில் உச்சம் அவர் விசாகம் 1ல் இருந்தால் மேஷத்தில் நீசமடைவார். சுக்கிரன் மீனத்தில் உச்சமடைபவர். உத்திரட்டாதி 2ல் நின்றால் அம்சத்தில் நீசமடைவார். சந்திரன் ராகு கேதுகளுக்கு இம்மாதிரி இராசியில் உச்சம் பெற்று அம்சத்தில் நீசமடையும் வாய்ப்பு இல்லை.

இராசியில் உச்சம் பெற்ற கிரகம் அம்சத்திலும் உச்சம் பெற்றுவிட்டால் நற்பலனை அளித்தே தீரும். அவ்வகையில்,

மேஷச் சூரியன் அஸ்வினி 1ல் இருந்தால் அம்சத்தில் மேஷாம்சம் பெறுவார்.

ரிஷபச் சந்திரன் ரோகிணி 2ல் இருந்தால் அம்சத்தில் ரிஷபாம்சம் பெறுவார்.

மகரச் செவ்வாய் உத்திராடம் 2ல் இருந்தால் அம்சத்தில் மகராம்சம் பெறுவார்.

கன்னி புதன் சித்திரை 2ல் இருந்தால் அம்சத்தில் கன்னியாம்சம் பெறுவார்.

கடக குரு புனர்பூசம் 4ல் இருந்தால் அம்சத்தில் கடகாம்சம் பெறுவார்.

மீனச் சுக்கிரன் ரேவதி 4ல் இருந்தால் அம்சத்தில் மீனாம்சம் பெறுவார்.

துலாச் சனி சித்திரை 3ல் இருந்தால் அம்சத்தில் துலாம்சம் பெறுவார்.

விருச்சிக ராகு கேது அனுஷம் 4ல் இருந்தால் அம்சத்தில் விருச்சிகாம்சம் பெறுவார்.

இராசியில் வலுவிழந்த கிரகங்கள் அம்சத்தில் வலிவு பெற்றால் நற்பலன்களை அளிப்பார்கள். ஆனால் இராசியில் வலுவுடன் இருந்து அம்சத்தில் வலிவு இழந்துவிட்டால் அக்கிரகம் நற்பலன் செய்யாது என்பதைக் கவனத்தில் கொள்ள வேண்டும். அதேபோல் தன்னுடைய நட்புக் கிரகங்களின் நட்சத்திர பாதத்தில் கிரகங்கள் நின்று அம்ச ரீதியாகவும் நல்ல நிலைமை பெற்றால்தான் கிரகத்தால் நற்பலனைச் செய்ய இயலும். அதுவும் லக்கினத்துக்கு நட்புக் கிரகங்களாக இருக்க வேண்டும்.

அம்சரீதியாக ஒரு கிரகம் இராசியிலும், அம்சத்திலும் ஒரே ராசியில் இருந்தால் அக்கிரகம் வர்கோத்தமம்

அடையும். வர்கோத்தமம் அடைந்த கிரகம், எப்படி இருப்பினும் அதற்குச் சொந்த ராசியில் இருக்கும் வலிவை அடையும். வர்கோத்தமம் அடையக்கூடிய நட்சத்திரப் பாதங்களைக் கீழே குறிப்பிட்டுள்ளேன். இந்த நட்சத்திரத்தின் பாதங்களில் நின்ற கிரகம் அந்த ராசியாம்சம் பெற்று வர்கோத்தமம் பெற்றுவிடும்.

அஸ்வினி	1-ம் பாதம்	மேஷாம்சம்
ரோகிணி	2-ம் பாதம்	ரிஷபாம்சம்
புனர்பூசம்	3-ம் பாதம்	மிதுனாம்சம்
புனர்பூசம்	4-ம் பாதம்	கடகாம்சம்
பூரம்	1-ம் பாதம்	சிம்மாம்சம்
சித்திரை	2-ம் பாதம்	கன்னியாம்சம்
சித்திரை	3-ம் பாதம்	துலாம்சம்
அனுஷம்	4-ம் பாதம்	விருச்சிகாம்சம்
உத்திராடம்	1-ம் பாதம்	தனுசாம்சம்
உத்திராடம்	2-ம் பாதம்	மகராம்சம்
சதயம்	3-ம் பாதம்	கும்பாம்சம்
ரேவதி	4-ம் பாதம்	மீனாம்சம்

மேற்சொன்ன நட்சத்திரங்களின் குறிப்பிட்ட பாதங்களில் சஞ்சாரம் செய்யும் கிரகம் வர்கோத்தமம் அடையும் வாய்ப்புப் பெறுகின்றது. வர்கோத்தமம் பெற்ற கிரகம் பகை, நீசத்தில் இருந்தாலும் வலுவடைந்துவிடும் என்பதைக் கருத்தில் கொண்டு, பலன்களைக் கூற வேண்டும். பொதுவாக ஷட் வர்க்கம் இல்லையென்றால் நவாம்சம் அவசியம் தேவை. ஒருவருடைய தொழில் நிலையைக் கண்டறியவும் கிரகங்களின் வலிவைக் கண்டறியவும்

நவாம்சம்தான் முக்கியம். பொதுவாக வழக்கில் 'அவருக்கென்ன அம்சமானவர்!' என்ற சொல்லின் உண்மையான பொருள் அம்சம் சிறப்பாக அமைந்துவிட்டதால் அவரின் வாழ்க்கை மேன்மையடைந்து விட்டது என்பதுதான். எனவே ஒரு ஜாதகத்தில் அம்சம் என்பது முக்கியமான இடத்தை வகிக்கின்றது.

■

11. 12 ராசிகளிலும் சந்திரன் நின்ற பலன்கள் மற்றும் உடன் இணையும் கிரகங்களின் பலன்கள்

இது மிகவும் முக்கியமான பகுதி. இது முதலே ஜாதக பலன்கள் தொடங்குகின்றன. பல அரிய விஷயங்களை அறிவிக்க உள்ளேன். எல்லாரும் சந்திரனின் கோசார பலன்கள் என்று சொல்லப்படும் ராசிக்கு 12 பாவங்களிலும் மற்ற கிரகங்கள் சஞ்சாரம் செய்வதையே எழுதியிருப்பார்கள். அதைத்தான் வாராவாரம் அனைத்துப் பத்திரிகைகளும் பெரிதாக எழுதிக்கொண்டு வருகின்றன. அது 100க்கு 10 பேருக்கு கூட ஒத்து வராது. திசாபுத்திகளையும், கிரக அமைப்புகளையும் மீறி கோசார பலன்களில் பெரும் மாறுதல்கள் ஏற்பட்டு விடாது என்பதுதான் அனுபவ பூர்வமான உண்மை. பத்திரிகைகளில் வருவது வெறும் ஹேஸ்யம்தான். அது பத்திரிகை விற்பனைக்காகத்தான். எனவே அது உங்களுக்கு அனுபவத்தில் தானாகவே வந்து விடும். எனவே முக்கியமான விஷயங்களையே அறிந்து கொள்ளுங்கள்.

மேஷம்

மேஷத்தில் சந்திரனைக் கொண்டவர்கள் மேஷ ராசி என்னும் சர ராசியைக் கொண்டவர்களாதலால் தைரியம் மிக்கவர்கள். சந்திரன் செவ்வாய்க்கு நட்புக் கிரகம் என்பதால் மேஷ ராசி நல்ல அமைப்பு பெறுவதோடு வளர்பிறைச் சந்திரனுடையவர்களாக இருந்தால், நல்ல சுகவாசிகள், நூதனமான வீடுகளில் வசிக்கும் வாய்ப்புடையவர்கள் தாயார் மேல் பாசம் பற்றுடையவர்கள், மாதுர் ஸ்தானத்திற்கும் மாதுர்காரகனாகிய சந்திரனே அதிபதியாவதால் தாயாரின் பூரண ஆதரவு கிடைக்கும். நிலத்தினால் ஆதாயம் அடையும் வாய்ப்புடையவர்கள். நல்ல திறமைசாலிகளாக இருப்பார்கள். ஆனால் சந்திரனுடன் பாபக் கிரகங்கள் இணைவு இருக்கக் கூடாது. சந்திரனுக்குச் செவ்வாய் நட்புக் கிரகம் என்றாலும் அவரின் இணைவு நல்லதல்ல. தேய்பிறைச் சந்திரனாகவும் இருந்துவிட்டால் அவரின் இணைவு நன்மைக்குப் பதில் தீமையே செய்யும். செவ்வாயுடன் சனியும் சேர்ந்துவிட்டால் அது இன்னும் மோசம். குணாதிசயங்கள் நல்லதாக இருக்காது. ஜாதகரின் குணாதிசயம் மட்டுமல்லாமல் தாயாரின் குணத்தையும் கெடுக்கும். ராகு, கேது இணைவு நல்லதல்ல. தேகவளத்தைக் கெடுக்கும். தொல்லைகளை அளித்துக் கொண்டே இருக்கும். குருவும், சூரியனும் இணைவு நல்லது, சூரியனின் இணைவு சம்பாத்திய வலுவைக் கூட்டும். மிகத் திறமையை உருவாக்கும். குரு இணைவு மிகவும் நல்லது. சமுதாயத்தில், பலர் போற்றும் ஒரு நிலையைச் சூரியன், குரு, சந்திரன் இணைவு பெற்றுத் தரும். உன்னதமான நிலையை உருவாக்கும். ரிஷப, கன்னி, மிதுனம், துலாம் லக்கினங்களில் பிறந்தவர்களைத் தவிர மற்ற அனைவருக்குமே இவர்கள் மூவரின் இணைவு நல்லதே. பாபக் கிரகங்களின் பார்வையோ இணைவோ இருக்கக் கூடாது.

புதன் இணைவு மிகச் சிறப்பல்ல என்றாலும், ஜோதிடம், கணிதம், கவிதை, எழுத்து ஆகியவற்றில் திறமை பெறுவார்கள். கல்வியிலும் சுமாராக முன்னேறிவிடுவார்கள் என்றாலும், அளவுக்கு மீறிச் செலவு செய்பவர்களாக இருப்பார்கள். எனவே கடன்காரர்களாகவே இருப்பார்கள். ஆனால் தைரியத்துக்கு மட்டும் குறைவிருக்காது.

சுக்கிரன் இணைவது நல்லதே என்றாலும், அழகை ரசிப்பவர்கள். பெண்களின் சகவாசம் உண்டு. அதற்காக அதிகச் செலவும் செய்வார்கள். சுகாதிபதியல்லவா சந்திரன்! அவரோடு இன்பங்களுக்கும் அதிபதியான சுக்கிரன் சேர்ந்தால் கேட்கவும் வேண்டுமோ? உலக இன்பங்களை அனுபவிக்கத் துடிப்பார்கள். சிலர் அழகிய மனைவியைப் பெறுவார்கள். மேஷ லக்கினமாகவே இருப்பது சிறப்பல்ல. காரணம் சுக்கிரன், 2, 7க்குரிய மாரகாதிபத்தியம் பெறுபவர். அவர் உடலதிபனோடு இணைந்து லக்கினத்தில் இருப்பது சரியல்ல. தொல்லைகள் பல அளிக்கும். எப்படியும் மற்ற கிரகங்களை விட சூரியன், குருவின் இணைவே நன்மை பயக்கும். இவர்களின் பார்வையும் நன்மைதான். மற்ற கிரகங்களின பார்வையும், இணைவும் மேஷ ராசிக் காரர்களுக்கு நல்லதல்ல. சனி, செவ்வாய், ராகு, கேதுக்களின் இணைவும் பார்வையும் நன்மையல்ல.

ரிஷபம்

மிகவும் மனத்திடம் உடையவர்கள். எவருக்கும் அஞ்சாமை, அலட்சியப் போக்குடையவர்கள். மிதமிஞ்சிய நம்பிக்கை வைப்பவர்கள். எடுத்த காரியத்தை முடிக்கும் வரை ஓய மாட்டார்கள். காரணம் 3க்குடைய சந்திரன் ராசியில் உச்சமடைவதால், சுபச் சந்திரனாக இருந்து

விடுவதோடு, பாபர்கள் இணைவும் பார்வையும் இல்லாமல் இருந்துவிட்டால் நிச்சயம் வாழ்க்கையில் வெற்றி அடைபவர்கள்தான். துலாம், தனுசு, மிதுன லக்கின தாரர்களுக்கு மட்டும் நல்லதல்ல. மற்ற அனைத்து லக்கினங்களுக்கும் சந்திரன் சுபராக ரிஷபத்தில் அமர்வது நல்லதே. அதிலும் ரிஷப லக்கினதாரர்களாக இருந்து விட்டால் மிகவும் விசேஷ பலன்தான். 3க்குடையவரின் உச்சம் வாழ்க்கையை நன்னிலைக்கு உயர்த்தும்.

ராகு கேதுக்களின் இணைவும் பார்வையும் கால சர்ப்பயோகம் என்னும் வகையில் இவர்களுக்கு இடையில் சிக்கிக் கொள்ளக் கூடாது. அது வாழ்க்கை முழுவதும் போராட்டங்களையும், சங்கடங்களையுமே உருவாக்கும். சந்திரனின் உச்ச பலத்தையே நொறுக்கிவிடும்.

சனி, புதன் இணைவு நல்லது. தொழில் மேன்மையையும் சிறப்புகளையும் அளிக்கும் ரிஷப லக்கினமாகவே இருந்துவிட்டால் இவர்கள் மூவரின் இணைவும் நிச்சயம் உயர்நிலைக்கு உயர்த்திவிடும். சனி, புதன், சந்திரனின் திசா புத்திகள் நன்கு வேலை செய்யும். சூரியன் இணைவு நல்லதல்ல என்று சிலர் கூறுவார்கள். ஆனால் ரிஷபத்தில் சூரியன் பகை பெற்றாலும் திக்பலம் என்ற வகையில் அவருக்கு அதிபலம் உள்ளதாக கிரந்தம் தெரிவிக்கின்றது. எனவே அவரின் இணைவு நன்மை பயக்கக் கூடியதுதான். மேலும் 4க்குடையவராயிற்றே. அவரின் இணைவை நன்மையல்ல என்று கூற முடியாது. சிலர் 4ம் இடம் பாதக ஸ்தானம் என்று கூறுவார்கள். ஆனால் ஸ்திரத்திற்கு 9ம் இடம்தான் பாதக ஸ்தானம் என்பதை முன்பே கூறியுள்ளேன். அத்துடன் 3ம் இடம் மாரக ஸ்தானம் ஆயிற்றே. அவர் லக்கினத்தில் அல்லது ராசியில் உச்சம்

பெறலாமா என்ற கேள்வி எழலாம். ஆனால் அஷ்டமத்தோன் அதற்கெட்டோன் ஆகிய மூன்றாமிடத்ததிபர் லக்கின கேந்திரத்தில் அல்லது ராசியில் அமர்வது ஆயுள் பலத்தைக் கூட்டும். அவர் திசை ரிஷப லக்கினத்துக்கு மாரக திசையாக அமையக்கூடும். அதைப் பலவிதத்திலும் ஆராய்ந்தே முடிவு சொல்ல வேண்டும்.

குரு, செவ்வாய் இணைவு எவ்வகையிலும் நல்லதல்ல. குருவின் இணைவு நித்திய நோயாளியாக்கும். ஜென்மகுரு மிகவும் மோசம். அவரே அஷ்டமாதிபதியாக வருவதால் ஆயுளைக் கூட்டிக் கொடுத்து விட்டுக் காலம் முழுவதும் தொல்லைகளை அளித்துக்கொண்டே இருப்பார். செவ்வாய் இணைவு மனைவிக்கு ஆகாது என்பதோடு ஜாதகரின் குணநலன்களைக் கெடுக்கும். சுக்கிரன் இணைவும் அப்படியேதான். அளவுக்கு மீறிய செலவினங்களால் கடன்காரராகவே இருக்க நேரிடும். ஆடம்பரத்திற்காகவும், டாம்பீகத்திற்காகவும், வீம்புக்காகவும் செலவு செய்வார்கள். எனவே, ரிஷபத்தில் இருக்கும் சந்திரனுடன் சனி, புதன் இணைவும் பார்வையுமே நன்மை. சூரியனைத் தவிர மற்ற கிரகங்களின் இணைவும், பார்வையும் நல்லதல்ல.

மிதுனம்

மிதுனத்தில் ஜனித்தவர்கள் சாதுர்ய மிக்கவர்கள். வேடிக்கையாகவும், நகைச்சுவையாகவும் பேசியே காரியத்தை முடித்துக் கொள்ளும் கெட்டிக்காரர்கள். இவர்களுக்குப் பெரும்பாலும் பணப் பிரச்சினையே ஏற்படாது. எவர் பணமேனும் இவர்களிடம் உருண்டு கொண்டிருக்கும். காரணம் தனாதிபத்தியம் பெற்ற சந்திரன் ராசியில் அமர்வதுதான். மிதுன லக்கினமாகவே இருந்து சுபச்சந்திரனாகவும் இருந்துவிட்டால் நிச்சயம் இவர்களுக்குப்

பணத் தட்டுப்பாடே இருக்காது. சுக்கிரன் இணைவு நல்லதுதான் என்றாலும் வீண் விரயம் நிறையச் செய்வார்கள். ஆனாலும் பணம் வந்துகொண்டே இருக்கும். சனி புதன் இணைவும் நன்மையளிப்பதுதான். சூரியன் இணைவு துணிச்சலைக் கொடுக்கும்.

ராகு கேதுக்கள் பொதுவாக எந்த ராசியாக இருந்தாலும் சந்திரனோடு இணைவது சரியல்ல நிச்சயம் தேச வளத்தைக் கெடுத்தே தீரும். எனவே இவர்கள் இருவரும் தங்களுடைய நண்பர்களோடு இணைந்து, அவர்களுக்கு உகந்த ராசிகளான ரிஷபம், மிதுனம், கன்னி, துலாம், தனுசு, மகர, கும்ப, மீனம் ஆகியவற்றிலேயே இருக்க வேண்டும். நிச்சயம் கடக, மேஷ, சிம்ம, விருச்சிக ராசிகளுக்கு நன்மை அல்ல என்பதை மறக்க வேண்டாம். குரு செவ்வாய் இணைவு நிச்சயமாக நன்மை அளிக்காது. போராட்டமும், தொல்லையுமேதான். புதன், செவ்வாய் அல்லது சுக்கிரன், செவ்வாய் இணைவு அளவுக்கு மீறிய சிற்றின்பத்தில் ஈடுபாடு கொள்ள வைக்கும். அத்துடன் பெண் சம்பந்தமான நோய்களையும் ஏற்படுத்திவிடவும் வாய்ப்புண்டு. எவ்வகையிலும் மிதுன ராசிக்காரர்களுக்கு செவ்வாய், குரு இணைவு சரியல்ல என்பதுதான் அனுபவபூர்வமான உண்மை.

கடகம்

கடக ராசியில் ஜனித்தவர்கள் உன்னதமானவர்கள். அதுவும் ராசியில் சுபச் சந்திரனே அமர்ந்துவிட்டால், அதுவே லக்கினமாகவும் அமைந்துவிட்டால், நிச்சயம் உயர்ந்த வாழ்வே. செவ்வாய், குரு, சூரியன் இணைவு மிகவும் உயர்ந்த நிலையை அளிக்கும். அரசியல் தொடர்புகளை

ஏற்படுத்தும் அல்லது உயர்ந்த அரசுப் பணியை அளிக்கும். ஜென்ம ராசியில் குரு அமர்வது பொதுவாகத் தீமை என்றாலும் அதில் சில விதி விலக்குண்டு. அது கடக ராசிக்கும் பொருந்தும். கடகத்தில் உச்சமடைபவரல்லவா 'குரு பகவான்!' எனவே அவர் இணைவு நல்லதே. மற்றவர்கள் அமர்வது சிறப்பல்ல. புதன் இணைவு வீண் செலவாளியாக்கும். சுக்கிரன் அமர்வது பெண்கள் வழியில் சிக்கல்களை அளிக்கும். சனி அமர்ந்தால் சதா நோய்வழித் துன்பம் உண்டு. ஆனால் ஆயுள் மட்டும் உறுதி. நித்திய கண்டம், பூரண ஆயுள் என்று சொல்லப்படுவதுண்டு. பொதுவாகவே கடக ராசியில் பிறந்தவர்கள் மனத் துணிவுள்ளவர்கள். தைரியமிக்கவர்கள். ராகு கேதுக்கள் இணைவு சரியல்ல என்பதை மறுபடியும் சொல்ல வேண்டியதில்லை. இவர்கள் இருவரும் கடகத்திற்கு நன்மை செய்பவர்களல்ல. லக்கினப் பலன்களில் விரிவாகச் சொல்கின்றேன்.

சிம்மம்

சிம்ம ராசி என்றாலே சிறப்பு என்று கூறுவார்கள். ஸ்திர ராசியாகிய சிம்மம் விரயாதிபதியான சந்திரனைக் கொண்டவர்கள். ஆதலால் சுபச் சந்திரனாக ராசியில் அமர்வதுதான் சிறப்பு. தேய்பிறைச் சந்திரனாக இருந்தால், விரயச் செலவுகளையே அளிப்பார். எவ்வளவுதான் திறமையுடன் சம்பாதித்தாலும் சிறப்பிருக்காது. ராசியில் சூரியனின் இணைவு நல்லதுதான். ஆனால் பாபர்களான சனி, ராகு, கேது, சுக்கிரன் பார்வையோ இணைவோ இருக்கக் கூடாது. புதன் இருப்பது நல்லது. சூரியன், சந்திரன், புதன் மூவரும் சிம்ம ராசியில் இணைவது ஒரு நல்ல இணைவு. எதிலாவது ஒரு வகையில் சிறப்பாக

மிளிர்வார்கள். குறிப்பாகச் சொன்னால் ஜோதிடம், கணிதம் சிறப்புடன் வரும். எழுத்தாளர்களாகவும் ஆவார்கள். செவ்வாய் இணைவு நல்லதென்று கூறுவார்கள். ஆனால் அனுபவத்தில் சிறப்பாக இல்லை. காரணம் செவ்வாய் 9க்குரிய பாதகாதிபத்தியம் பெறுவதுதான். அதேபோன்று குருவின் இணைவைவிட பார்வை பெறுவதுதான் சிறப்பு. சனி, சுக்கிரன் இணைவு சரியானதல்ல. சனியின், சுக்கிரனின் பார்வையும் அப்படியேதான். ஆனால் சிம்ம லக்கினமாகவே இருந்து கும்பத்தில் சனி அமர்வது மட்டும் நல்லது. சுக்கிரன் சனியுடன் இணையக் கூடாது. ராகு கேதுக்களைப் பற்றிக் கேட்கவே வேண்டியதில்லை. அவர்களின் இணைவு படாதபாடு படுத்தும். பொதுவாக கடக, சிம்ம ராசிகளுக்கு அவர்கள் கெடுதல் விளைவிப்பவர்களாயிற்றே. சிம்ம ராசியில் பிறந்தவர்கள் எதையும் விரைவில் முடிக்க வேண்டும் என்ற எண்ணம் உடையவர்கள். தாமதம் என்பது அவர்களுக்குப் பிடிக்காத விஷயம்.

கன்னி

உபயராசி எனப்படும் இது உபய ராசிகளிலே சிறப்புடையது. காரணம் இதன் ராசியாதிபதியான புதனே ஆட்சி, உச்சம், மூலத்திரிகோணம் ஆகிய 3 வலுவை அடைவதோடு தொழில் ஸ்தானமான பத்தாம் ஆதிபத்தியமும் பெறுவதுதான். லாபாதிபதியான சந்திரனை ராசியில் கொண்ட இவர்களுக்குச் சந்திரன் சுபச் சந்திரனாக அமைந்தால் நல்லது. சூரியன் இணைவு பெறுவது சரியல்ல. அவர் விரயாதிபத்தியம் பெறுவதால்; சனி, சுக்கிரன் இணைவு மேன்மையை அளிக்கும். இவர்களுடன் புதனும் சேர்ந்து கன்னியே லக்கினமாகவும் அமைந்துவிட்டால்

பெரும் யோகசாலிகள். கலைத் துறையில் கொடிகட்டிப் பறப்பார்கள். செவ்வாய், குரு, இணைவு நன்மையைத் தராது. குரு இணைவு நித்திய நோயாளியாக வைக்கும் என்றால், செவ்வாய் இணைவு பூர்வீக சொத்துக்களை விரயம் செய்துவிடும். கன்னிச் செவ்வாய் கடலையே வற்றச் செய்யும் என்பது பொதுவான உவமை என்றாலும், எந்த ராசிக்கும், லக்கினத்துக்கும் கன்னியில் செவ்வாய் இருந்தால் அவர்களுக்குப் பூர்வீக சொத்துக்கள் இருக்காது. இருந்தாலும் எப்படியும் விரயமாகும். அல்லது மாற்றமேனும் செய்தே ஆக வேண்டும் என்பது ஜோதிட உண்மை.

கன்னியில் செவ்வாய் அமர்ந்து வக்ரகதியை அடைந்து சில சமயங்களில் நீண்டகாலம் தங்கிவிட்டால் மழையே இருக்காது. ராகு கேதுக்கள் இணைவு பெருமளவு பாதிப்பு இல்லையென்றாலும் உடல் நிலையில் கோளாறுகளை ஏற்படுத்தும். பொதுவாக கன்னிராசி நல்ல அமைப்பைக் கொண்டதுதான். எனினும் பெண்கள் விஷயத்தில் சபலம் அதிகம் உடையவர்கள். ராசியில் புதன் (அ) சுக்கிரன் (அ) இருவரோடும் செவ்வாய் இணைந்துவிட்டால் பெண்களாலேயே ஓட்டாண்டி ஆகிவிடுவார்கள். பொதுவாக எந்த லக்கினம் அல்லது ராசியாக இருந்தாலும் அவற்றின் அதிபர்களுடனும், சுக்கிரனுடனும், செவ்வாய் இணைவது நல்லதல்ல. அவர்கள் நிச்சயம் பெண்கள் விஷயத்தில் தவறு செய்பவர்கள்தான். பெண்களாக இருந்தால் பிற ஆண்களிடம் சகஜமாகத் தொடர்பு கொள்வார்கள். தொழில் ஸ்தானாதிபதியும் உடன் இணைந்துவிட்டால் விபசாரத்தையே தொழிலாகக் கொள்ள வேண்டிய சூழ்நிலை ஏற்பட்டே தீரும்.

துலாம்

சர ராசியாகிய துலாத்தை ராசியாகக் கொண்டு உள்ளவர்கள் தொழில் ஸ்தானமாகிய 10ம் இடத்தின் அதிபதியான சந்திரனை ராசியில் கொண்டுள்ளதால் தொழிலில் சிறப்படைபவர்கள்தான். எனினும் சந்திரன் வளர்பிறைச் சந்திரனாக இருக்க வேண்டும். சூரியன் இணைவு சரியல்ல. ஆனால் சனி (அ) சுக்கிரன் உடன் இணைந்தால் நன்மை அளிக்கும். சனி தனித்தும் அமரலாம். அதேபோல்தான் புதனும். ஆனால் சுக்கிரன் மட்டும் தனித்து ராசியில் இருப்பது நல்லதல்ல. அவர் அஷ்டமாதிபத்தியம் பெறுவதால் தொழில் முடக்கங்களை ஏற்படுத்தியே தீருவார். அவரே துலாத்திற்கு பாபர். சூரியனோடு இணையும்போது நீசபங்கம் உருவாக்குவதால் நன்மை. செவ்வாய், குரு இணைவு நிச்சயம் நல்லதல்ல. குருவின் இணைவு காரியத் தடைகளை உருவாக்குவதோடு கடன்காரனாகவே வைக்கும். செவ்வாய் இணைவு மனதைக் கெடுக்கும். தீய வழிகளில் செல்ல வைக்கும். ராகு, கேது இணைவு மற்ற வகைகளில் சிறப்பென்றாலும் உடல் நிலையில் அடிக்கடி தொல்லைகளை அளிக்கும். பொதுவாக துலா ராசிக்கு 7½ சனி, கண்டச்சனி, அர்த்தாஷ்டமச்சனி, அஷ்டமச்சனி ஆகியவை பெருமளவு தீயபலன்களை அளிப்பதில்லை. காரணம் ராசியில் சனி உச்சமடைவதுதான். ஆனால் மேஷம், கடகம், சிம்மம், விருச்சிகம், கும்பம் ஆகிய லக்கினங்களுக்குத் தொல்லைகளை அளிக்கவே செய்வார் என்றாலும் கடைசியில் நன்மையைச் செய்துவிடுவார்.

விருச்சிகம்

விருச்சிக ராசியில் ஜனித்தவர்கள் ஒரு வகையில் நன்மையைப் பெறுகின்றார்கள். ஸ்திரத்திற்கு ஒன்பதாமிடம்

பாதக ஸ்தானம் என்பது அறிந்ததுதானே. அந்த ஒன்பதாமிட அதிபதியான சந்திரன் ராசியின் நீசம் அடைந்து விடுவது நல்லதுதானே. எந்தச் சந்திரனாக இருந்தாலும் நன்மைதான். உடன் சூரியன், குரு இணைவு நன்மை. தொழில் மேன்மையடையும். தனப்புழக்கம் சரளமாக இருக்கும். செவ்வாய் இணைவது நல்லதல்ல என்றாலும் நீசன் என்ற ராசியாதிபதியாகிய செவ்வாய் ராசியிலேயே ஆட்சி பெறுவதால் நீசபங்கம் அடைந்துவிடுவது நன்மையளிக்கும். சனி இணைவு பெறுவது சரியல்ல என்றாலும் சனி வலுவிழந்து விடுவதால் பெரும் தொல்லைகள் ஏற்படுவதில்லை. ஆயினும் சனி இணைவும் மற்றும் சுக்கிரன், புதன் இணைவும் சிறப்பளிக்காது. இராகு கேதுக்களைப் பற்றிக் குறிப்பிட்டே ஆக வேண்டும். காரணம் இவர்கள் இருவரும் ராசியில் உச்சம் அடைபவர்கள். பொதுவாக இலக்கினங்களிலே (அ) இராசியிலே ஓர் கிரகம் உச்சமடைவது நல்லது என்றாலும் அதில் சில விதிவிலக்குண்டு. சில லக்கினங்களுக்கும் சில ராசிகளுக்குமே நன்மை பயக்கும். இதுவரையிலும் மேஷத்தில் சூரியன் உச்சம் அடைவதையும், ரிஷபத்தில் சுபச் சந்திரன் உச்சமடைவதையும், கடகத்தில் குரு உச்சமடைவதையும், கன்னியில் புதனும், துலாத்தில் சனியும் உச்சமடைவதையும் நன்மை என்று கூறினேன். ராசியின் கணக்கிலே பார்த்தாலும் நன்மைதான். ஆனால் விருச்சிகத்துக்கு ராகு கேதுக்கள் உச்சமடைவது நல்ல பலன்களை அளிப்பதில்லை. கேது அமர்ந்தாலும் சுமார். ஆனால் ராகு அமர்வது சரியல்ல என்றே ஆராய்ச்சியின் முடிவு அறிவிக்கின்றது. உடல் ஆரோக்கியம் சிறப்படைவதில்லை என்பதோடு மனைவியும் சரியாக அமைவதில்லை என்பதே அனுபவப்பூர்வமான உண்மை. ராகு, கேதுக்களுக்கு செவ்வாய் எப்படி

பகையாகினார் என்பதற்குச் சரியான விவரங்கள் எந்த நூலிலும் தரப்படவில்லை. எனவே ராகு கேதுக்களை மட்டும் தனிப்பட்ட முறையிலே ஆராய வேண்டியுள்ளது.

தனுசு

தனுசு ராசி பொதுவாக ஒரு உன்னதமான ராசி என்ற அமைப்பைப் பெற்றது. இந்த ராசியில் எந்தக் கிரகமும் உச்சமோ, நீசமோ, பகையோ கூட அடைவதில்லை. குருவுக்குப் பகை கிரகமான சுக்கிரன்கூட இந்த ராசியில் சம வலுவையே அடைகின்றார். அத்துடன் அஷ்டமாதிபதியான சந்திரனை இராசியில் கொள்வதால் அவரால் கூட தீமை எதுவும் ஏற்படுவதில்லை. சுபச் சந்திரனாக இருந்து விட்டால் மிகவும் நல்லது. காரணம் தனுசு ராசியாதிபதியான குரு சந்திரனின் இல்லமான கடகத்தில் உச்சமடைவதால்தான். சந்திரனோடு சூரியன் இணைவு நல்லதே. செவ்வாய் இணைவும் நன்மைதான். காரணம் தனுசு ராசியின் யோகர்கள் சூரியனும் செவ்வாயுமேதான். எனவே யோகர் என்ற அடிப்படையில் செவ்வாய் கெடுதல் செய்வதில்லை. சனி, புதன், சுக்கிரன் இணைவு நல்லதல்ல. குருவின் இணைவு நன்மையளிக்கும். ராகு கேதுக்களைப் பற்றிக் குறிப்பிடும்போது சந்திரனோடு இவர்கள் இணைவு தீங்கென்று முன்பே கூறினோம். ஆனால் முழுச் சுபரான குருவின் இல்லத்தில் இவர்கள் இருவரும் அமர்ந்தால் தீங்கெதுவும் செய்வதில்லை. அவர்களின் செயல்கள் சற்று கட்டுப்படுகின்றன. குரு உடன் இருந்துவிட்டால் அவர்கள் மிகவும் நல்லவர்கள்தான். கேது அமர்ந்தால் எந்த லக்கினமாக இருந்தாலும், வேதங்கள், உபந்யாசம் போன்றவற்றில் ஈடுபாடு இருக்கும். தனுசே லக்கினமாகவும் அமைந்து உடன் குருவும் சேர்ந்துவிட்டால் அவர்கள் வேத விற்பன்னர்களாகவே

மாறிவிடுவார்கள். உடன் புதனும் இணைந்து விட்டால், ஜோதிடம் மாந்திரீகம்கூட வரும். தொழிலும் அதன் அடிப்படையிலே அமைந்து விடும். ராகு அமர்ந்தால் நன்மையே தனுசு ராசியில் ராகு அமர்ந்தால் கோதண்ட ராகு என்று அழைக்கப்படுவார். அவர் திசா புத்தி காலங்களில் சொத்துக்கள் எவ்வளவு விரயமாகி இருந்தாலும் மீட்டு அளித்து விடுவார். எனவே எந்த லக்கினம், ராசியாக இருந்தாலும் தனுசில் ராகு கேது அமர்வது நன்மையே.

மகரம்

புராணத்தில் மகிமை பெற்ற ராசி மகரம். சரராசியும் ஜல ராசியுமான இதில் அமர்ந்தே ராகு பகவான் கற்றுணர்ந்த ஞானியானார் என்பதை முன்பே கண்டோம். இது ஒரு உன்னதமான ராசி. சப்தமமாகிய மனைவி ஸ்தானத்தின் அதிபதியான சந்திரனைக் கொண்டவர்கள். பெரும்பாலும் இவர்களின் இல்லங்களில் மனைவியின் ஆதிக்கம்தான். மகரமே லக்கினமாகவும் அமைந்து, சுபச்சந்திரன் ராசியில் அமர்ந்து சனி பகவான் வலுவிழந்து விட்டால் நிச்சயமாக மனைவியின் சாம்ராஜ்யம்தான். சூரியன் இணைவது சரியல்ல. அவர் அஷ்டமாதிபதி என்பதோடு ராசியாதி பதியாகிய சனி பகவானின் தந்தை. அவரே மைந்தனுக்குப் பகைவர். எனவே இவர்களுக்குப் பொதுவாக தந்தையார் உறவு சீராக அமைவதில்லை. சூரியன் இணைவு சரியில்லை என்பது போலவே செவ்வாய் இணைவும். செவ்வாய் உச்சாதிபதியான போதிலும் பாதகாதி பதியாவதுடன், சனிக்கு செவ்வாய் பகை கிரகமானதால் இவர்கள் இருவரின் இணைவு எந்த ராசியிலுமே சரியல்ல. அதன் விளக்கம் பின்னால் விரிவாக வரும். மகர லக்கின மாகவும், மகர ராசியாகவும் இருந்து செவ்வாய் அமர்ந்தால் கடின சித்தம்

உடையவர்கள் அஞ்சா நெஞ்சினர். எவருக்கும் பயப்பட மாட்டார்கள். தீமை எத்தனை உண்டோ அத்தனையும் செய்வார்கள். உடன் சனியும் இணைந்து விட்டால் கேட்கவே வேண்டாம். கொலை பாதகத்தையும் செய்வார்கள் அஞ்சாமல். பெரும்பாலும் இப்படி இணைந்தவர்கள் சுக்கிரனையும் உடன்கொண்டால் ராணுவத்தில் சேர்ந்து விடுவார்கள். உயர்ந்த பதவியையும் பெற்று விடுவார்கள். புதன் சுக்கிரன் இணைவது மிகவும் நல்லது. இரு யோகர்களாகிய இவர்கள் இணைவு வாழ்க்கையைச் செம்மையாக்கும். குரு அமர்வதும் சிறப்பில்லை. ராகு கேது இணைவு நன்மையளிக்கும் என்றாலும் தனக்கும் மனைவிக்கும் உடல் தொல்லைகள் அடிக்கடி ஏற்படும். ஆனால் மற்ற வகையில் நன்மையளிக்கவே செய்யும்.

கும்பம்

கும்பம் என்பது நிறைகுடம். இவர்கள் எப்போதும் ஒரே நிலையில் உள்ளவர்கள். மிக உயர்ந்த வாழ்வும் தாழ்ந்த வாழ்வும் இல்லாது இடையிலேயே பெரும்பாலானவர்கள் இருப்பார்கள். காரணம் 6க்குடைய சந்திரன் ராசியில் அமர்வதுதான். சுபச் சந்திரனாக இருந்தால் ஓரளவு நல்லது. பாபச் சந்திரனாக இருந்தால் எப்போதும் நோயின் பிடியிலும், கடன் தொல்லைகளிலும் மாட்டிக் கொண்டு விழிப்பார்கள். சூரியனின் இணைவு எவ்வகையிலும் நல்லதல்ல என்றாலும், லக்கினத்தில் சூரியன் பகை பெற்று விடுவதால் அவர் இணைவு தீமை பயப்பதற்குப் பதில் நன்மை அளிக்கும் என்று கருத இடமுண்டு. எவ்விதத்திலும் திறமை மிக்கவர்களாக அமைந்து விடுவார்கள். அதுவும் பூரண அமாவாஸ்யை திதியாக இருந்தால் வலிவு அதிகம். குரு இணைவு சிறப்பாக இருக்காது. தனப் புழக்கத்திலும்

லாப மேன்மையிலும் அடிக்கடி தடங்கல்கள் ஏற்படும். சனி இணைவு, மிகவும் மோசம் என்பதுதான் ஆராய்ச்சியின் முடிவு. செலவாளியக இருப்பதோடு எதிலும் சுறுசுறுப்பு இல்லாமல் மந்தமாகவே செயல்படுவார்கள். செவ்வாய் இணைவும்கூட சரியானதென்று கூற இயலாது. காரணம் 12ம் இடமாகிய விரயத்தில் உச்சம் பெறுபவர் என்பதோடு, 3, 10க்கு ஆதிபத்தியம் உடையவர். அவர் ராசியில் அமர்வது சிறப்பல்ல. 3, 10ல் இருப்பதுதான் மிகவும் சிறப்பு. மற்ற எந்த இடங்களுமே அவருக்கு உகந்த இடங்களாக இல்லை. அப்படி அமைவது அபூர்வமே. சுக்கிரன், புதன் இணைவு நன்மை அளிப்பது என்று கூறலாம். ராகு, கேதுக்கள் இருவரும் தேக வளத்தைக் கெடுக்கும் என்பதைத் தவிர வேறெந்தப் பெரிய தீங்கையும் செய்வதில்லை. ராகு இருப்பதை விடவும் கேது இருப்பது சற்று நன்மை. எதையும் அறிந்து கொள்ள வேண்டும் என்ற ஆர்வத்தை அளிக்கும். பொதுவாகவே கும்ப ராசிக்கு எந்தக் கிரகமும் மிகவும் மேன்மையான பலன்களை அளித்து விடுவதில்லை. அனைத்து கிரகங்களுமே ஒவ்வொரு வகையில் பாதகம் அளிப்பதாகவே அமைந்து விடுகின்றன.

மீனம்

மீனம் சுப கிரகமாகிய குருவின் ஆதிபத்தியத்தைக் கொண்டது. சந்திரன் யோகாதிபதியாகவும் பஞ்சமாதி பதியாகவும் அமைவதோடு, ராசியாதிபதியான குரு சந்திரனின் இராசியாகிய கடகத்தில் உச்சமடைவதால் மீன ராசி ஒரு சிறப்பு இடத்தைப் பெறுகிறது. ஆனால் சந்திரன் சுபச் சந்திரனாகத்தான் இருக்க வேண்டும். அதுதான் நன்மை பயக்கும். தேய்பிறைச் சந்திரன் அமர்வது சிறப்பில்லை.

அப்படி இருந்துவிட்டால் குருவின் பார்வையோ இணைவோ ஏற்படின் மிகவும் நன்று. அது சந்திரனின் தோஷத்தைப் போக்கும். குருவின் இணைவை விடவும் பார்வைதான் நன்று. அதுவும் அவர் கடகத்தில் அமர்ந்து விட்டால் நிச்சயம் நன்மை செய்யும். சூரியன், சனி இணைவு சிறப்பல்ல. அது பலவகைகளிலும் சிக்கல்களையே உருவாக்கும். செவ்வாய் இணைவு சிறப்பானது. சுக்கிரன் இணைவைப் பற்றி பலர் பல வகையில் சொன்னாலும் அது ஆயுள் பலத்தைக் கூட்டுமேயல்லாமல் வேறெந்த வகையிலும் சிறப்பளிப்பதாக இல்லை. அவர் ராசியில் உச்சமடைவது மற்ற யோகங்களை நசித்து எப்போதும் மனச் சலனத்தையே ஏற்படுத்தி பெண்களின் நினைப்பிலேயே இருக்க வைக்கும். சிற்றின்ப நாட்டம் அதிகமாக இருக்கும். குரு பார்வை மட்டுமே சமன் செய்யும், இணைவு கூடாது. புதன் இணைவைப் பற்றிக் கூறும்போது, சுக்கிரன் உடன் இருப்பது, அல்லது குரு உடன் இருப்பது அல்லது கடக தனுசுவில் இருப்பதுதான் நன்மை அளிக்கும். மற்றபடி தனியாகப் புதன் மட்டும் ராசியில் அமர்வது சிறப்பில்லை என்பதுதான் முடிவு என்றாலும் பாதகாதிபதியான புதன் இராசியில் நீசமடைவது ஒரு விதத்தில் நன்மையளிப்பதாக ஒரு சிலரால் கருதப்படுகின்றது என்றாலும் புதன் நீசபங்கம் அடைவதே சிறப்பானது. ராகு, கேது இணைவும் பெருமளவு மீனத்திற்குப் பாதிப்பு ஏற்படுத்துவதில்லை. என்றாலும் எந்த ராசிக்குமே சந்திரனுடன் ராகு கேது இரு கிரகங்களின் இணைவு நிச்சயம் தேக வளத்தைக் கெடுக்கவே செய்யும். லக்கினாதிபதியின் வலு, சுபர்களின் பார்வை (அ) இணைவு மட்டுமே அந்த தோஷத்தை சற்று மட்டுப் படுத்தும்.

12 ராசிகளுக்கும் சந்திரனோடு இணைவு பெறும் கிரகங்களின் தன்மையை அறிந்துகொண்டீர்கள். இது எந்த திசா புத்திகள் நடந்தாலும் அதற்குரிய வகையில் பலன்கள் கூடும் குறையுமே தவிர இணைவுகளின் பலன்களில் பெருமளவு மாறுதல்கள் ஏற்பட்டுவிடாது. அந்தந்த கிரகங்களின் இணைவுக்குத் தக்கவாறுதான் கோசார பலன்கள் நிகழும் என்பதைக் கருத்தில் கொள்ள வேண்டும். இதையெல்லாம் கவனிக்காமல் பத்திரிகைகளில் வரும் வார ராசி பலன்கள் வெறும் வாயை மெல்லுவது போன்றேதான். 100க்கு 10 பேர்களுக்குக்கூட ஒத்து வராது. இந்த வாரம் ஒத்து வந்தாலும் அடுத்த வாரம் மாறித்தான் வரும்.

12. லக்கினத்தில் சூரியன் நின்ற மற்றும் இணையும் கிரகங்களின் பலன்

மேஷம்

மேஷம் ஒரு நல்ல அமைப்பைக் கொண்டது என்பதை முன்பே அறிந்துள்ளீர்கள். சர லக்கின அதிபதி செவ்வாய். ஆனால் அவரே பாபி. லக்கினத்தில் சூரியன் அமர்வது வெகு சிறப்பானது. எப்படியும் உயர்ந்த இடத்தை அடைந்து விடுவார்கள். மற்ற கிரகங்கள் வலிவு குறைந்திருந்தாலும், மேஷத்தில் ஆத்மகாரகனும், சம்பாத்திய காரகனுமான சூரியன் உச்சமடைவது சிறப்பளிப்பதுதான். அவரே யோகரும் கூட. 5ம் இடம் என்று சொல்லப்படும் பஞ்சமாதிபத்தியம் பெறுவதால், புகழ் கீர்த்தியை ஏற்படுத்துபவரும் அவரே. அவர் லக்கினத்தில் அமர்ந்து

இருப்பது சிறப்பு. அவருடன் சந்திரனின் இணைவு நன்மையளிக்கும். 4க்குரியவரான சந்திரனின் இணைவு தைரியத்தையும் துணிச்சலையும் அளிப்பதோடு 4ம் இடம் பாதக ஸ்தானம் என்று சிலர் கூறுவார்கள். ஆனால் சரத்திற்கு 11ம் இடம்தான் பாதக ஸ்தானம் என்பதை முன்பே கூறியுள்ளேன். செவ்வாய் இணைவு எந்த வகையிலும் மேஷ லக்கினத்துக்குச் சிறப்பில்லை. லக்கினத்தில் செவ்வாய் இருப்பது அடிக்கடி கண்டங்களை ஏற்படுத்துவதோடு சம்பாத்தியத்திலும் அடிக்கடி தடங்கல்களை உண்டாக்கும். செவ்வாய் 3, 6, 11ல் இருப்பதுதான் மேஷ லக்கினதாரர்க்கு நல்லது. அதிலும் ஒரு பிரச்சினை. 6 என்பது கன்னியாக அமைவதால் கன்னியில் செவ்வாய் அமர்வது கடலையே வற்றச் செய்யும் என்பதால் 3, 11 மட்டுமே நன்மை. மற்ற இடங்கள் எதுவானாலும், தீமைதான். 4ல் நீசம் பெறுவது ஓரளவு நல்லது எனலாம்.

குருவின் இணைவு நன்மை அளிப்பதுதான் என்றாலும் அவரின் பார்வைதான் விசேஷமான நன்மை பயக்கும். எனவே சிம்மம், தனுசுவில் அவர் அமர்வது நல்லது. 4, 7, 10ல் குரு இருப்பது 6, 8ல் இருப்பதும் சிறப்பல்ல. மற்ற இடங்கள் சுமார் குரு சுபரானதால் கேந்திரங்களில் அவர் கேந்திராதிபத்திய தோஷம் பெறுவது நல்லதல்ல. புதன் சுக்கிரன் இணைவு நன்மையளிக்காது. புதன் 3, 6க்குடையவர். சுக்கிரன் 2, 7ம் இடமான மாரகாதிபதி எனவே இவர்கள் லக்கினத்தில் அமைவது சிறப்பல்ல. சனி இணைவும் சுமார்தான். சனி மேஷத்தில் நீசம் அடைந்து விடுவதால் அவர் வலிவற்றவராகி விடுகின்றார். என்றாலும் 10, 11க்குரிய அவரின் நீசம் சிறப்பல்ல. நீசம் பெற்று விட்டால் என்றால் உடன் சூரியன் சந்திரன் இணைவும் அல்லது சூரியன் இணைவும் 4ம் இடமான கடகத்தில்

சந்திரன் அமைவது தொழில் வகையில் சிறப்பை அளிக்கும். இப்படி ஓர் இணைவுடன் கடகத்தில் செவ்வாயும், குருவும் இருந்து விட்டால் மிகப் பிரபலமான யோகம் கிட்டும். அப்படி அமையும் பட்சத்தில் கால சர்ப்ப யோகத்தில் கிரகங்கள் சிக்கிக் கொள்ளக் கூடாது. அப்படிச் சிக்கிக் கொண்டாலும்கூட யோகத்தை முழுமையாகக் குறைத்துவிட முடியாது. ராகு, கேதுக்களின் இணைவு நன்மை அளிப்பதில்லை. மேஷத்தில் ராகு அமர்வது நல்லது என்று பாடல் கூறினாலும் லக்கினமாக அமைவது நன்மையல்ல. பொதுவாகக் கவனிக்குமிடத்து மேஷத்திற்கு யோகர்கள் குருவும், சூரியனுமே. சுபச்சந்திரன் ஓரளவு நன்மை யளிப்பவர் மற்றவர்கள் சிறப்பளிப்பதில்லை என்றாலும் தொழில் ஸ்தானாதிபதியான சனியின் நிலையை நன்கு கவனிக்க வேண்டும். மகரத்தில் சனி இருந்தால் நன்மைதான். அதே போல 3, 7, 11ல் இருப்பதுவும் நல்லது. கிரகங்களின் நிலைகளை நன்கு கவனித்தே எதையும் நிர்ணயம் செய்ய வேண்டும்.

ரிஷபம்

ரிஷப லக்கினத்தில் பிறந்தவர்களுக்குச் சூரியன் லக்கினத்தில் பகை பெறுவதால் நன்மையல்ல என்பது பொதுவான அபிப்பிராயம். ஆனால் அவர் லக்கினத்தில் அமர்வது நல்லது என்று கிரந்தம் கூறுகின்றது. திக்பலம் என்னும் வகையில் சிறப்பான பலம் ரிஷபத்தில் சூரியன் பெறுவதாகக் குறிப்பிடப்படுவதால் நல்லது என்பதுதான் என் அபிப்பிராயமும். உடன் சந்திரன் இணைவு மிகவும் பலமளிக்கும். முழு அமாவாசை சந்திரன் அல்லது வளர்பிறையாகி பிரதமைச் சந்திரனாக இருத்தல் நலம். தைரியம், அஞ்சாமை, மனஉறுதி, எதையும் வெல்லும்

திறமை அளிக்கும். உடன் புதன், சனி (அ) இருவரும் தனித்தனியாக இணைவதும் விசேஷமான யோகத்தை அளிக்கும். சனி 9-க்குரிய பாதக ஸ்தானத்தைப் பெற்றாலும் பத்தாம் இடத்தின் ஆதிபத்தியமும் உடையவராதலால் கெடுபலன் அளிப்பதில்லை. ஆனால் சனி மகரத்தில் ஆட்சி பெறக்கூடாது. அது பல வகையிலும் சிக்கல்களை ஏற்படுத்தும். திரிகோணம்தானே என்று எண்ணிவிடலாகாது. 10க்கு 12ம் இடத்தில் ஆட்சி பெறுவது தொழிலில் சங்கடங்களை உருவாக்கியே தீரும். 5, 11ல் அமர்வதும் நல்லது. 7, 8ல் இருப்பது 12ல் இருப்பதும் நல்லதல்ல. இது மனைவி வகையில் தொல்லைகளை உருவாக்கும். 6ல் இருப்பது எதிரிகளை வெல்ல உதவுமேயன்றி யோக வகையில் உதவியாக இருக்காது. 3, 4ல் பகை பெற்று விடுவதால் அதுவும் சிறப்பல்ல. 10ல் இருப்பது நல்லது. தொழில் வலிவைக் கூட்டும். புதன் 3, 6, 12ஐத் தவிர எங்கு இருப்பினும் நன்மைதான். என்றாலும் 9ம் இடமாகிய மகரத்தில் இருப்பது சிறப்பளிப்பதில்லை. பாதக ஸ்தானம் என்ற வகையில் புதனின் யோகத்தைக் குறைத்து விடுகின்றது. காரணம் ரிஷபத்துக்கு ஆகாதவர்களான சூரியன், சந்திரன், செவ்வாய் ஆகியவர்களின் நட்சத்திர சாரத்தில் அமர்வதுதான். லக்கினாதிபதியானாலும் சுக்கிரன் சுபரல்ல - பாபர்தான். அதேபோல் உச்சாதிபதியானாலும் சந்திரனும் பாபியே. சுக்கிரனும், செவ்வாயும், குருவும் லக்கினத்தில் அமர்வதும் பார்ப்பதும் பயன் இல்லை. ராகு, கேதுக்கள் தனித்து அமர்வது நல்லது. புதன், சனி இணைந்தாலும் நல்லது என்றாலும்கூட கேதுவோ ராகுவோ 7ம் இடத்தில் அமர்வதால் மனைவிக்கு மட்டும் சில சிக்கல்கள் உண்டாகவே செய்யும். பொதுவாக ரிஷபத்துக்கு யோகர்கள் சனியும், புதனுமே. அதிலும் புதன் முழு யோகர்.

அவர் நன்னிலையில் இருந்துவிட்டால் வாழ்க்கையும் ஓரளவு நன்னிலையிலே அமைந்துவிடும் என்பதை மறுப்பதற்கில்லை. செவ்வாய், சுக்கிரன், குரு ஆகியவர்கள் 6, 8, 12ல் கெட்டால் அவர்கள் திசை புத்திகள் நன்மை செய்யும். அந்த வாய்ப்பு குருவுக்கு மட்டுமே துலாத்தில் அமர்ந்தால் கிடைக்கும். மற்ற இருவருக்கும் கிட்டாது. குரு துலாத்தில் அமர்ந்து உடன் ஏதாவது மற்றொரு பாபக் கிரகம் இருந்தால் குரு திசை நன்மை செய்யும். குரு தனியாக இருக்கக் கூடாது. பொதுவாகவே குரு தனியாக இருப்பது நல்லதல்ல. ஏதாவது ஒரு கிரகம் உடன் இருந்தால்தான் நல்லது. அந்தணனாகிய குரு தனித்திருந்தால் முழுச் சோம்பேறி எதுவுமே செய்ய மாட்டார். யோகராக இருந்தால்கூட.

மிதுனம்

மிதுன லக்கினத்தில் 3க்குடையவரான சூரியன் அமர்வது நல்லதே. தைரியம், காரிய வெற்றி, சம்பாத்திய திறமையைப் பெற்றுத் தரும். இளைய சகோதரர்களின் ஒற்றுமையும் உண்டு. ஆளடிமை பெறும் வாய்ப்பும் ஏற்படும். எந்தக் காரியத்தையும் வேகமாக எளிதில் முடித்து விடும் ஆற்றல் ஏற்படும். உடன் சுபச்சந்திரன் இணைவு மிகவும் நல்லது. எவர் பணம் என்றாலும் இவர்களிடம் சரளமாகப் புழங்கும். எப்போதும் தனப்புழக்கத்துக்குப் பஞ்சம் இருக்காது. சந்திரன் சுபச்சந்திரனாகத் தனித்து அமர்ந்தாலும் நன்மையே. ஆனால் பாபச் சந்திரனாக இருப்பது தனப் புழக்கத்துக்கு திருப்தியளிக்காது. செவ்வாய் இணைவும் பார்வையும் நல்லதல்ல என்பதைப் போலவே தான் குருவின் இணைவும்.

இருவருமே லக்கினத்துக்குப் பாபர்கள். குருவின் இணைவு நித்திய நோயாளியாக்கும். செவ்வாய் இணைவு குணத்தைக் கெடுக்கும். ஆனாலும் குரு, 10க்குடைய ஆதிபத்தியம் பெறுவதால் தொழில் வகைக்கு குருவின் சஞ்சாரத்தைக் கவனிக்க வேண்டும். மனைவிக்கும் அவரே கர்த்தாவாகின்றார். எனவே குருவின் நிலையை நன்கு கவனிக்க வேண்டும். குருவின் அமைப்பை விடவும் பார்வையே முக்கியம் என்பதை மறக்கக் கூடாது. என்னதான் அவர் லக்கின பாபராக இருந்தாலும் அவர் சுபர் என்பதால் அவர் பார்வைகள் எந்த தோஷத்தையும் கட்டுப்படுத்தும். மிதுன லக்கினத்தின் சுபர்கள் சனி சுக்கிரனே. இவர்களின் இணைவு நன்மைதான். எனினும் சூரியனுடன் சனி மட்டும் இணைவது சிறப்பளிக்காது. உடன் சுக்கிரன் இணைவு நன்மையளிக்கும். புதனும் இருப்பது விசேஷ யோகத்தை அளிக்கும். ராகு கேதுக்கள் தனியாகவோ, லக்கினச் சுபர்களான சுக்கிரன், சனி ஆகியவர்களோடு இணைவதோ நல்லது. தனித்த சூரியன் அல்லது சந்திரனோடு அமர்வது சிறப்பல்ல. பொதுவாக மிதுனத்தில் பிறப்பவர்கள் சொந்தத் தொழில் செய்யும் வாய்ப்பையே அதிகம் பெறுவதுடன் புதன், சுக்கிரன் இணைவோ பார்வையோ பெற்றால் கலைஞர்கள், எழுத்தாளர்களாக விளங்கலாம். 2ல் புதனும், சுபச் சந்திரனும் அமர்ந்து விட்டால் எப்படியும் உயர் கல்வி பெற்று விடுவார்கள். புதன் கடகத்தில் கெட்டாலும் சந்திரன் ஈடுசெய்வார். தனியாகப் புதன் கடகத்தில் இருப்பதும், சந்திரன் கெட்டுப் போவதும் கல்விக்குச் சிறப்பளிக்காது. இவர்களுக்கு எக்கிரகம் வலுவிழந்தாலும், சனியும், சுக்கிரனும், புதனும் நன்னிலையில் அல்லது எவரேனும் ஒருவர் மட்டுமாவது வலுவடைந்துவிட்டால் வாழ்க்கை நன்முறையில் அமைந்து விடும். எப்படி இருந்தாலும் மிதுன

லக்கினதாரர்கள் திறமை மிக்கவர்கள். சிரித்துப் பேசியே காரியத்தை முடித்துக் கொள்ளும் வல்லவர்கள்தான்.

கடகம்

12 ராசிகளிலும் கடகம் ஒரு சிறப்பான இடத்தைப் பெறுகின்றது என்பதை முன்பே குறிப்பிட்டுள்ளேன். பாற்கடலைக் கடைந்தது இந்த ராசியில்தான். கடகத்தில் பிறந்தவர்களுக்கு லக்கினத்தில் சூரியன் இருப்பது மிகவும் நல்லது. தனாதிபதியாகிய இவரின் இணைவு தனப் புழக்கத்தில் மேன்மையை அளிக்கும். உடன் தேய்பிறைச் சந்திரன் இல்லாமல், முழு அமாவாசை (அ) பூர்வ பட்சத்துப் பிரதமைச் சந்திரன் இருப்பது நல்லது. மிக்க மன தைரியம் கொண்டு எக்காரியத்தையும் முடிக்கும் ஆற்றல் பெற்று விடுவார்கள். இவர்களுடன் செவ்வாய், குரு இருவரின் இணைவோ, பார்வையோ மேன்மையளிக்கும். உயர் பதவியைத் தரும். பெரும்பாலும் செவ்வாய் இணைந்து விட்டால் அரசியல் தொடர்பு (அ) அரசாங்கத் தொடர்பு, அரசாங்கத்தில் பெரும் பதவியை அடைந்து விடுவார்கள். பொதுவாக கடக லக்கினதாரர்களில்தான் பெரும்பான்மை யானவர்கள் அரசியல் தொடர்பு மற்றும் பதவி பெற்று விடுகின்றார்கள். காரணம், ஆட்சிக் கிரகங்களாகிய சூரியனும், செவ்வாயும் முறையே தனாதிபதியாகவும், பஞ்சம தசமாதிபதியாகவும் அமைவதுதான். கடக லக்கினத்தில் குரு தனியாக அமர்ந்து உச்சம் பெறுவதை விட உடன் சூரியன் செவ்வாய் சுபச் சந்திரன் இணைவு சிறப்பை அளிக்கும். பொதுவாக எந்த இடத்திலும் குரு தனித்து அமர்வது அவ்வளவு சிறப்பில்லை. “அந்தணன் தனித்திருப்பது ஆகாது” என்ற சொல் ஒன்று உண்டு. தனித்திருக்கும் குரு தன் திசா புத்திக் காலங்களில்

நன்முறையில் பலன்களை அளிப்பதில்லை. உடன் ஏதேனும் ஒரு கிரகம் அல்லது நட்புக்கிரகம் இருந்தால்தான் குரு திசையின் பலன்களைப் பெற முடியும். இது கடகத்திற்கு முக்கியமாகப் பொருந்தும். புதன், சனி, சுக்கிரன் இவை நன்மையை அளிப்பதில்லை. புதன் லக்கினத்தில் பகை பெற்றாலும் அவர் திருதிய விரயாதிபதி. அவர் அமர்வது சிறப்பில்லை. சனி சப்தம அஷ்டமாதிபதியாக இருப்பதால் அவர் லக்கினத்தில் பகை பெறுவதை விட, சப்தமத்தில் இருப்பது மட்டுமே கடகத்துக்கு நன்மை. மற்ற எங்கு இருந்தாலும், குரு பார்வை இருந்தால்தான் வரும் மனைவியைப் பற்றிய உறுதியான முடிவைச் சொல்ல வேண்டும். சுக்கிரனின் இணைவு சிறப்பளிப்பதில்லை. சுக லாபாதிபதி லக்கினத்தில் பகை பெறுவதும் நல்லதல்ல என்பதோடு தாம்பத்ய சுகம் அனுபவிப்பதில் திருப்தி ஏற்படாது. பொதுவாகவே எந்த லக்கினமாக இருந்தாலும் சுக்கிரன் பகையோ, நீசமோ பெறுவதோடு 6, 8, 12ம் இடங்களில் இருப்பதும், அந்த இடங்களில் கெட்டு விடுவதும் தாம்பத்திய சுகத்தை நிச்சயம் கெடுக்கவே செய்யும். ராகு, கேது இணைவும் நன்மை அளிக்காது. கடகத்தில் ராகு, கேது இருப்பது நல்லது என்று பாடல் கூறினாலும், அவர்கள் லக்கின கேந்திரத்தில் இருப்பது நன்மையல்ல. பொதுவாக கடக லக்கினத்தில் சுபர்களாகிய குரு, செவ்வாய், சுபச்சந்திரன், சூரியன் அமர்வதே சிறப்பு. மற்றவர்களின் இணைவும் சரி, பார்வையும் சரி நன்மை அளிப்பதில்லை.

சிம்மம்

ஸ்திர லக்கினமாகிய சிம்மத்தில் சூரியன் அமர்வது நல்லது என்று சிலர் கூறினாலும், பொதுவாகத் தனியாகச்

சூரியன் அமர்வது சிறப்பளிப்பதில்லை. குரு இணைவு இருப்பின் நன்மை. செவ்வாய் இணைவும் நன்மை செய்வதற்குப் பதில் முன் கோபமுள்ளவர்களாக ஆக்கி விடும். சூரியன் செவ்வாய் லக்கினத்தில் இருக்கும்போது குருவின் இணைவும், பார்வையும் இருந்தால் நன்மை அளிக்கும். சந்திரன் விரயாதிபதியாகி விடுவதால் அவர் இணைவு சரியானதல்ல என்றுதான் கருத வேண்டும். சந்திரன் அமர்ந்து விட்டால், குரு (அ) செவ்வாய் இணைவு பார்வை அதை ஈடுசெய்யும் என்றாலும் சிம்மத்திற்கும் முழு யோகாதிபதிகள் எவரும் இல்லை என்றுதான் கூற வேண்டும். குரு, செவ்வாய் யோகாதிபதிகள் என்றாலும் அவர்களே முறையே பஞ்சம அஷ்டமாதிபதியாகவும், சதுர்த்த நவாதிபதியாகவும் வருவதால், முழுச்சுபர் என்ற சிறப்பு ஏற்படுவதில்லை. அவர்களே ஒருவகையில் பாதிப்பும் ஏற்படுத்துபவர்களாக உள்ளார்கள். எனவே சிம்மத்திற்கு மட்டும் சூரியனின் நிலையைக் கொண்டே யோகத்தை முடிவு செய்ய வேண்டும். சனி இணைவு நன்மையளிக்காது. நித்திய நோயாளியாக்கும், சுக்கிரன் இணைவும் நன்மையளிக்காது. மூன்று பத்துக்குரிய சுக்கிரன் லக்கினத்தில் பகை பெறுவது நல்லதல்ல. புதன் லக்கினத்தில் இருப்பது ஓரளவு நல்லதுதான். தன லாபாதிபதியாக அவர் இருப்பதால், அவரின் இணைவு ஓரளவு நன்மை பயக்கும். ராகு, கேதுக்கள் அமர்வதைப் பற்றி சொல்ல வேண்டியதில்லை. சிம்மத்திற்கதிபதியான சூரியனின் கடும் பகைவர்கள் இருவரும் சிம்ம லக்கினத்துக்கு நன்மை அளிக்க மாட்டார்கள். கடகத்தில் ராகு இருந்து, அவருக்கு கேந்திரத்தில் ஏதேனும் கிரகங்கள், அதுவும் சுபர்கள் இருப்பின் ராகு திசையில் திடீர் யோகத்தை அளிக்கும். மற்றபடி இவர்கள் இருவரும் எங்கு வலிவு

பெற்றாலும் தீமைதான். மேஷம், ரிஷபம், கன்னி, மகரத்தில் இருப்பது நல்லது என்று பாடல் கூறுகின்றதே என்ற கேள்வி சிம்ம லக்கினதாரர்களுக்குத் தேவையற்றது. இந்த நான்கு இடத்தில் எங்கு அவர்கள் அமர்ந்தாலும் தீமைதான். என்றாலும், ரிஷபத்தில் இருப்பது மட்டும் சற்றும் நன்மையளிக்கக் கூடும். காரணம் பத்தில் ஒரு பாவி அமர்ந்து நீசம் பெறுவதால் அதுவும் ஓரளவுதான். சதுர்த்த கேந்திரமாகிய விருச்சிகத்தில் மற்றவர் கேது உச்சமடைந்து விடுகின்றார். தொழில்வகையில் சிறப்பளித்தால், தாயாரின் நலன்களைக் கெடுப்பதோடு நிலம், வீடு, வாகனம் ஆகியவற்றிலும் சிக்கல்களை உருவாக்கி விடுவார். அரசுப் பணியில் அதிகம் பேர் இருப்பார்கள்.

கன்னி

கன்னி உபய லக்கினம். கன்னியில் சூரியன் அமர்வது சிறப்பில்லை. காரணம் அவர் விரயாதிபத்தியம் பெறுவதால். அவர் லக்கினத்தில் அமர்ந்தால் உடன் புதன், சுக்கிரன், சனி மூவருமே இருப்பது நன்று. ஆனால் சுக்கிரன் இருப்பது நல்லதல்ல. அவர் கன்னியில் நீசம் என்பது அறிந்ததே. கன்னியின் யோகாதிபதிகள் சுக்கிரனும், சனியுமே. எனவே, சுக்கிரன் லக்கினத்தில் நீசம் பெற்று உடன் புதன் இருப்பது ஈடு செய்யும் அல்லது மிதுனத்தில் புதன் இருக்க வேண்டும். சுக்கிரன் நீசபங்கம் பெற வேண்டும். அப்போதுதான் நன்மை அளிப்பார். சுக்கிரன் கெடவே கூடாது. அதுபோலவே சனியும் நன்முறையில் இருக்க வேண்டும். லக்கினாதி பதியான புதனே தொழில் ஸ்தானத்திற்கும் அதிபதியாவதால் அவரின் நிலை நன்னிலையில் இருக்க வேண்டும். குரு லக்கினத்தில் அமர்வது நல்லதல்ல. அவரே பாதகாதிபதி என்பதோடு மாரகாதிபதியும் கூட. எனவே அவர் இணைவு

சரியல்ல என்பதைப் போலவே செவ்வாயின் இணைவும். 3, 8க்குடைய அவர் லக்கினத்தில் அமர்ந்தால், ஆயுள் பலம் இருக்கும். ஆனால் அடிக்கடி கண்டங்கள், விபத்துகள், தொல்லைகள் ஏற்படுவதோடு கன்னி செவ்வாய் கடலையே வற்றச் செய்யும் என்பதைப் போல், கடல் போன்ற சொத்துக்கள் இருந்தாலும் கரைந்து விடும். சந்திரன் சுபச் சந்திரனாக இருந்தால் நல்லது. ராகு, கேதுக்கள் இணைவு கெடுதல் எதுவும் செய்யாது. கன்னிக்கு இருவரும் நன்மையே செய்பவர்கள்தான். லக்கினத்தில் சுக்கிரன், புதன், சனி இருப்பது புகழ்பெற்ற யோகம் அளிக்கும். பெரும் கலைஞர்களாக, நடிகர்களாக, கவிஞர்களாகப் புகழ் பெறுவார்கள். காம உணர்வு அதிகமாக இருக்கும். பல கன்னியர்களைச் சுவைத்தே தீருவார்கள். அவர்களைத் தேடியே கன்னியர் வருவார்கள். இது கன்னியின் விசேஷம் என்பதோடு மேற்சொன்ன மூன்று கிரகங்களின் இணைவு அளிக்கும் யோகம் கன்னியர்களைக் கவர்ந்திழுக்கும். பொதுவாக கன்னி லக்கினத்தில் பிறந்தவர்களுக்குப் புதன் மட்டுமே நல்ல நிலையில் இருந்துவிட்டாலும் போதுமானது. வாழ்க்கையில் எப்படியாவது முன்னேறி விடுவார்கள். செவ்வாயும் புதனும் இணைந்திருந்தால் கன்னியர்களின் சுகத்திற்காகச் சொத்துகளை விரயம் செய்து விடுவார்கள். பெரும்பாலும் இவர்கள் சுய சம்பாத்தியம் செய்பவர்கள்தான். கலை சம்பந்தப்பட்ட தொழிலில் அதிகம் பேர் ஈடுபடுவார்கள். லக்கினாதிபதியான புதன் லக்கினத்தில் அமர்ந்துவிட்டால் மற்ற கிரகங்கள் வலுவிழந்து விட்டாலும் கூட வாழ்க்கையில் முன்னேறிவிடலாம். புதன் நல்ல நிலையில் இருந்தால் பொன் தட்டில் சாப்பிடும் யோகம் என்று கூறுவதுண்டு.

துலாம்

சர ராசியான துலாம் லக்கினம் சிறப்புடையதுதான் என்றாலும் அதன் அதிபதியான சுக்கிரனே துலாத்திற்கு பாபர். எனவே அவர் லக்கினத்தில் அமர்வது நன்மையல்ல. சூரியன் லாப ஸ்தான அதிபதியாக இருப்பதால் அவர் லக்கினத்தில் நீசம் பெறுவதும் நல்லதல்ல. அப்படிச் சூரியன் நீசம் அடைவாரேயானால் உடன் சுக்கிரன் (அ) சனியின் இணைவு நீசத்தைப் பங்கம் செய்துவிடும். எனவே நன்மை பயக்கும். சனி இருப்பது நல்லது. 4, 5க்குரிய சனி லக்கினத்தில் இருந்து ராசியும் திரிகோண ராசியாக அமைந்துவிட்டால் மிகவும் நன்மை. அதேபோன்று புதன் அமர்வதும் நன்மைதான். சனி, புதன் இருவர் இணைவும் நல்லது. உடன் சுபச் சந்திரன் சேர்ந்துவிட்டால் பெரிய தொழில் அதிபராகவே உயர்வு பெறும் வாய்ப்புக் கிடைக்கும். சந்திரன் சுபச்சந்திரனாக அமர்ந்தால் தொழில் வகையில் சிறப்பு. பத்தாம் இடத்ததிபதி சந்திரன் அல்லவா! செவ்வாய், குரு இருவரின் இணைவு நிச்சயம் சிறப்பளிக்காது. செவ்வாய் அமர்ந்தால் குணத்தைக் கெடுப்பதோடு 2, 7ஆம் இடமாகிய மாரகத்துக்கு அதிபதியாகையால் அடிக்கடி தொல்லைகளை அளிப்பார். கண்டங்களையும் ஏற்படுத்துவார். குருவின் இணைவு நித்திய நோயாளியாக்கும். அவர் திருதீய சஷ்டியாதிபதி ஆகையால் அவரின் இணைவு சரியல்ல. ராகு கேதுக்கள் பெருமளவு தொல்லை அளிக்க மாட்டார்கள். என்றாலும் 7ம் இடமாகிய மேஷத்தில் ராகு இருப்பது மனைவிக்குத் தொல்லைகளை அளிக்கும். கேது இருப்பது பெருமளவு பாதிப்பு இல்லை என்றாலும், மேஷத்திற்கு இவ்விருவரும் நன்மை அளிப்பதில்லை என்பதை முன்பே குறிப்பிட்டுள்ளேன். துலாத்துக்கு யோகர்கள் சனியும், புதனுமே. இவர்களின்

இணைவு உயர்வை ஏற்படுத்தும். பொதுவாகத் துலா ராசிக்காரர்கள் கெட்டிக்காரர்கள். பெரும்பாலும் வியாபாரிகளாக இருப்பார்கள். பார்வையிலேயே அடுத்தவரை எடை போடும் திறமைசாலிகள். துலாம் ராசியின் அறிமுகத்திலேயே இவர்களின் திறமையைப் பற்றிக் குறிப்பிட்டுள்ளேன். சிறு விஷயத்தையும் அறிந்து கொள்ள வேண்டியே விவரமாகக் குறிப்பிட்டுள்ளேன். எப்படியும் வாழ்க்கையில் உயர்ந்து விடுவார்கள். சாமர்த்தியம் மிக்கவர்களே. துலாம் எனும் போதே - இதன் சின்னம் தராசு அல்லவா! அதைப் போலவே - நுணுக்கமாக எடை போட்டு திட்டமிட்டே எக்காரியத்தையும் செய்பவர்கள்.

விருச்சிகம்

விருச்சிக லக்கினத்தில் பிறந்தவர்களுக்கு லக்கினத்தில் சூரியன் அமர்வது சிறப்பே என்று சிலர் கூறுவார்கள். ஆனால் அது தவறென்றே அனுபவம் கூறுகின்றதாகவும் சிலர் கூறுகின்றார்கள். என்னுடைய ஆராய்ச்சியின் முடிவு சிறப்பு என்பதுதான். பத்தாம் இடத்திற்குரிய சூரியன் லக்கினத்தில் அமர்வது தொழில் வலுவைக் கூட்டுகின்றது. பெரும்பாலும் அரசுப் பணி கிட்டுகின்றது. உடல் நிலையில் மட்டும் உஷ்ணாதிக்கக் கோளாறை ஏற்படுத்தும். மற்றபடி சூரியனின் இணைவு நன்மைதான். சந்திரன் 9ஆம் இடமாகிய பாதக ஸ்தானாதிபதியாகி லக்கினத்தில் நீசம் பெற்று விடுவதும் நன்மையளிப்பதுதான். விருச்சிக லக்கினத்துக்கு விருச்சிக ராசியாகவே அமைந்து விடுவது அனுபவத்தில் சற்று விசேஷமான பலத்தை அளிக்கின்றது. என்றாலும் சந்திரன் வளர்பிறைச் சந்திரனாகவோ, அமாவாசைச் சந்திரனாகவோதான் இருக்க வேண்டும். பாபச் சந்திரனாக

அமரும்போது மனஉறுதி இருக்காது. தாயார் ஆதாயம் குறைவு. பொதுவாகப் பாதகாதிபதி வலுவிழந்து விடுவது நல்லதுதான் என்றாலும் தந்தையாரின் நிலையை அவரை வைத்தே கணிக்க வேண்டும் அல்லவா! அந்நிலையில் சந்திரன் லக்கினத்தில் நீசமடைவது தந்தையாரின் நிலையைக் கெடுத்துவிடும். ஆனால் சூரியனும், சந்திரனும் இணைந்திருப்பது நன்மையளிக்கின்றது என்பதை மறுக்க இயலாது. செவ்வாய் இணைவு எவ்வகையிலும் சரியல்ல. அவர் லக்கின சஷ்டியாதிபதியாவதால் அவர் லக்கினத்தில் இருப்பது காமவெறி அதிகமாகிக் கண்ட பெண்களுடன் தொடர்பு கொண்டு பெண் வழி வியாதிகளை நிச்சயமாக ஏற்படுத்தும். இப்படி ஒரு நிலை ஏற்பட்டுவிட்டால் குருவின் இணைவோ, பார்வையோதான் அதைக் கட்டுப் படுத்த இயலும். சூரியன் இணைவு ஓரளவு ஆத்மபலத்தை அளித்துச் செவ்வாயின் கடுமையைக் குறைக்கலாம். குரு லக்கினத்தில் இணைவதை விட பார்வை மிக நன்மை அளிக்கும். காரணம் மீனத்தில் ஆட்சியும், கடகத்தில் உச்சமும், அடைவதே! இந்தப் பலம் லக்கினத்தில் இருக்கும் போது கிடைக்காது. எனினும் திக்பலம் கிடைப்பது நல்லதுதான்.

புதன் இணைவு எவ்வகையிலும் சரியல்ல. அவர் அஷ்டம லாபாதிபதி. எனவே லக்கினத்தில் அமர்வது கண்டங்களையே ஏற்படுத்தும். சுக்கிரன் இணைவு பெருமளவு பாதிப்புகளை ஏற்படுத்துவதில்லை என்றாலும் சப்தம விரயாதிபதியாக லக்கினத்தில் அமர்வது அனுபவத்தில் சில சிக்கல்களை ஏற்படுத்தவே செய்கின்றது. விருச்சிகம் பாபர் வீடாகையால் அதில் அமரும் சுக்கிரன் சுபத் தன்மையை இழந்து விடுகின்றார். மனைவியின் நிலை சற்று

பாதிப்படையும். வீண் விரயச் செலவுகளையும் ஏற்படுத்துவார். சனியின் இணைவு சரியல்ல. திருதீய சதுர்த்தியாதிபதி (3, 4) லக்கினத்தில் வலுவிழப்பது அவரால் ஏற்படும் தொல்லைகளைக் குறைக்கும் என்றாலும், மந்தனாகிய அவர் லக்கினத்தில் இருப்பது நல்லதல்ல. ராகு கேதுகள் இருப்பதுவும் நன்மையல்ல. லக்கின உச்சாதிபதியாக இருவரும் இருந்தாலும், தாங்கள் அமரும் இடத்திற்கேற்ப பலன் அளிக்கும். இவர்கள் செவ்வாயைப் போலவேதான் பலனளிப்பார்கள். எனவே லக்கினத்தில் இவ்விருவரையும் கொண்டவர்கள் நம்பிக்கைக்குரியவர்கள் அல்ல. பழி வாங்கும் குணம் கொண்டவர்கள்.

தனுசு

தனுசு லக்கினம் ஓர் உன்னதமான அமைப்பைக் கொண்டது என்பதை முன்னமே கூறியுள்ளேன். தனுசுவில் சூரியன் அமர்வது நல்ல சிறப்பளிக்கும். தந்தையார் ஸ்தானத்தையும், காரகத்துவத்தையும் ஒருங்கே பெறும் சூரியன் லக்கினத்தில் அமர்வது தந்தையாரின் ஆதரவைப் பெருமளவு அளிப்பதுடன் சம்பாத்திய வலுவையும் அளிக்கும். எப்படியும் ஒரு முன்னேற்றமான வாழ்க்கை அமையும். தீய கிரகங்களின் பார்வையும் இணைவும் இல்லாமல் இருந்தால் நிச்சயம் நல்வாழ்க்கை அமைந்தே தீரும். சந்திரன் இணைவு பெருமளவு நன்மை அளிப்பதில்லை. காரணம் அவர் 8ஆம் இடமாகிய அஷ்டமாதிபத்தியம் பெறுவதுதான். அவர் குருவுக்கு நட்புக் கிரகமாக இருந்தாலும் 8ஆம் இடம் ஆதிபத்தியம் பெறும் அவர் லக்கினத்தில் அமர்வது தொல்லைகளையும், சங்கடங்களையும் ஏற்படுத்தும். ஆனால் ஆயுள் பலம் உண்டு.

அப்படி ஒரு நிலை ஏற்பட்டால் குருவின் பார்வை சந்திரனின் தோஷத்தைப் போக்கும். குரு பார்வை இல்லை யெனில் சந்திரனின் இணைவு நன்மை அளிப்பதில்லை.

செவ்வாய் இருப்பது ஓரளவு நன்மை என்றுதான் சொல்ல வேண்டும். அவர் யோகராக இருப்பினும் பஞ்சம விரயாதிபத்தியம் (5-12) பெற்றவராதலால் சற்று விரயங் களையும் ஏற்படுத்தவே செய்வார். என்றாலும் அவர் இணைவு தனுசுவிற்கு நல்லதுதான். புதன் இருப்பதைப் பற்றி சற்று விரிவாகத்தான் கூற வேண்டும். காரணம் சப்தம தசமாதிபதியாகிய (7-10) அவர் ஏழாமிடமாகிய மாரக பாதக ஸ்தானத்தையும் பெறுவதால், அவரின் இணைவு நல்லதல்ல. ஆனால் சில நூல்கள் 10ஆம் இடத்ததிபதி லக்கினத்தில் தங்குவது நல்லது என்று கூறுகின்றன. ஆனால் அது பொதுவான பலன்தான். ஆராய்ச்சியின் அடிப்படையில் அந்தப் பத்தாம் இடத்து அதிபர் லக்கினச் சுபராக இருந்து லக்கினத்தில் அமர்ந்தால் மட்டுமே சிறப்பளிக்காது. மாறாகப் பாதகத்தை அதிகப்படுத்தவே செய்யும்.

குரு அமர்வது பொதுவாக நல்லதே! அவர் லக்கின, சதுர்த்தியாதிபதியாக வருகின்றார். ஆனால் அவர் தனித்து அமர்வதைவிட லக்கினச் சுபர்களின் இணைவு இருந்தால் மிகவும் நன்மை. சுக்கிரன் அமர்வது சிறப்பில்லை. அவர் சுபர் என்றாலும் தனுசுவுக்கு அவர் பாபர் என்று மட்டுமல்லாமல் லக்கினாதிபதியான குருவுக்குப் பாபர்தான். மேலும் 6ஆம் ஆதிபத்தியமும் 11ஆம் ஆதிபத்தியமும் பெறுவதால் நித்திய நோயாளியாகவே வைக்கும். சனியின் இணைவும் நன்மையளிக்காது. செயல்பாட்டின் வேகத்தைக் குறைத்து மந்தமாகவே செயல்பட வைக்கும். ராகு

கேதுக்களின் இணைவு பெருமளவு பாதிப்பு எதுவும் ஏற்படுத்துவதில்லை என்பதோடு தனுசுவில் ராகு இருப்பது, கோதண்ட ராகு என்ற பெயர் பெறுகின்றார். எந்த லக்கினத்துக்கும் தனுசுவில் ராகு இருப்பது நல்லது என்று கிரந்தம் கூறுகின்றது. கோதண்ட ராகு எப்படியும் மேன்மை யான பலன் அளிப்பார் என்பது சான்றோர்கள் வாக்கு. அனுபவத்திலும் தனுசில் இருக்கும் ராகுவோ, கேதுவோ தனுசு லக்கினதாரர்களுக்குப் பெருமளவு பாதிப்பதில்லை.

மகரம்

மகர ராசியாகிய சர லக்கினத்தில் பிறந்தவர்களுக்கு லக்கினத்தில் சூரியன் அமர்வது தீங்கானது. எவ்விதத்திலும் நன்மை அளிக்காது. அஷ்டமாதிபதியான அவரின் இணைவு பல சங்கடங்களையும், தொல்லைகளையும் ஏற்படுத்தவே செய்யும். ஆத்ம, பிதுர்க்காரகன்தானே என்பதெல்லாம் மகரத்திற்கு ஒத்து வராது. சந்திரனும் சுபச் சந்திரனாக இருப்பது மட்டுமே நல்லது. பாபச் சந்திரனாக இருந்தால் நன்மையளிக்காது. 7க்குடைய மாரகாதிபத்தியம் பெற்றவர் அவர் என்பதை மறக்கக் கூடாது. செவ்வாய் லக்கினத்தில் உச்சம் பெறுவதும் நல்லதல்ல. அவர் நான்காம் இட ஆதிபத்தியம் பெறுவதோடு 11ம் இடமாகிய பாதக ஸ்தானத்தையும் அடைவதால், அவரின் இணைவு நன்மை அளிப்பதற்குப் பதில் தொல்லைகளையே அளிக்கும் என்பதோடு, முன்கோபத்தில் முறையற்ற வீண் வம்புகளைக் கொண்டு வருவார். எப்போதும் யாரிடமும் சண்டை சச்சரவு களும் ஏற்படும். விதண்டாவாதிகளாகவும் இருப்பார்கள். புதன் இணைவு நன்மையளிக்கும். அவர் ஆறு, ஒன்பதுக்குடையவர் என்றாலும் அவரே யோகராகவும் உள்ளவர்.

சுக்கிரனின் இணைவும் நன்மையே அளிக்கும். இவர்கள் இருவரும் இணைந்து லக்கினத்தில் இருந்தால் மேன்மையான பலன்களை அளிப்பார்கள். குருவின் இணைவு சிறப்பல்ல என்றாலும், திருதீய விரயாதிபதியாகிய குரு லக்கினத்தில் நீசம் பெறுவது நல்லது என்ற கருத்துள்ளது. ஆனாலும், குரு லக்கினத்தில் அமர்வது நல்லதல்ல என்பதுதான் எம் முடிவும். சனி லக்கினத்தில் அமர்வது லக்கின வலுவை, ஆயுள் பலத்தைக் கூட்டுமே தவிர, யோக வகையில் சிறப்பில்லை லக்கின, தனஸ்தான அதிபர் தன ஸ்தானத்திற்கு 12ம் இடமாகிய லக்கினத்தில் அமர்வது சிறப்பில்லை என்பதோடு அவரே லக்கின பாபரும் ஆகின்றார். ராகு கேதுகள் அமர்வது நல்லதே எனினும் மனைவிக்கு அது நன்மையளிப்பதில்லை. ஆனாலும் ராகு கேதுவுக்கு கேந்திரத்தில் அதுவும் லக்கினத்திலேயே லக்கின சுபர்கள் இணைந்துவிடில் யோகம்தான். பாடலை ஞாபகப்படுத்திக் கொள்ளுங்கள். மேலும் கேதுவுக்கு மூலத்திரிகோண இல்லமல்லவா? அதனாலும் அவர்கள் இணைவு நன்மையே.

கும்பம்

12 ராசிகளிலும் விசித்திரமான அமைப்பு உள்ளது கும்பம் என்று முன்பே குறிப்பிட்டுள்ளேன். சூரியன் லக்கினத்தில் அமர்வது சிறப்பில்லை என்பதுதான் முடிவான அபிப்பிராயம். அவர் லக்கினத்தில் பகை பெற்றாலும் மனைவிக்குரியவர் லக்கினத்தில் பகை பெறுவது நன்மை யல்ல. பொதுவாகவே கும்பத்திற்கு சூரியன் பகைக்கிரகம் என்பதால் நல்ல மனைவி அமைவது பிரச்சினைதான். சூரியனின் நிலையைக் கொண்டேதான் மனைவியின் நிலையப்பற்றி அறிந்து கொள்ள வேண்டும். அத்துடன்

சுக்கிரனின் நிலையையும் கவனிக்க வேண்டும். சந்திரன் லக்கினத்தில் அமர்வது சிறப்பென்று கூறுவதற்கில்லை. 6ம் இடத்து ஆதி பத்தியம் பெறும் அவர் சுபராக இருப்பினும் கூட நோயின் பிடியிலேயேதான் வைத்திருப்பார். அது மட்டுமல்லாமல் எதிரிகளையும் உருவாக்குவதோடு, கடன் தொல்லைகளையும் அளிப்பார். அப்படி ஒரு நிலை ஏற்பட்டு விட்டால் சுக்கிரன், புதன் இணைவு சற்று நன்மையளிக்கும். குருவின் பார்வையும் சற்று மட்டுப்படுத்தும். செவ்வாய் இணைவையும் சிறப்பென்று கூறுவதற்கில்லை. 3,10க்குடையவர் என்றாலும் அவர் இணைவு விவேகமற்றவராகச் செய்துவிடும். முன் கோபத்தினால் தொல்லைகளை ஏற்படுத்திக் கொள்வதோடு பெண்கள் விஷயத்தில் சபல புத்தியையும் உண்டாக்கி விடக்கூடும். புதன் இணைவு நன்மையே. அவர் 5-8க்குரியவர். அவர் யோகரும் கூட. எனவே அவரின் இணைவு ஆயுள் பலத்தையும் கூட்டுவதோடு, ஏதாவது ஒரு துறையில் புகழ் அடையும்படி செய்வார். உடன் சுக்கிரனும் இணைந்து விட்டால் நல்ல யோகத்தை அளிப்பார். அவர் 9க்குரிய பாதகாதியாயிற்றே என்ற கேள்வி எழத்தான் செய்யும்; ஆனால் அவர் 9ம் இடத்திலே ஆட்சி பெறும் போதுதான் பாதகத்தன்மையே அதிகம் பெறுவார். அவர் கும்பத்திற்கு மற்றொரு யோகர் என்பதால் லக்கின கேந்திரத்தில் அவர் அமரும்போது சுபத்தன்மை பெறுவதோடு 'ஆபோக்கிலீய' ஸ்தானாதிபதி என்ற அமைப்பில் நன்மை செய்யக் கூடியவராகின்றார். மற்ற ஸ்தானமாகிய 3,6,12 ஆகிய ஸ்தான அதிபர்கள் சுபர்கள் அல்ல.

குரு லக்கினத்தில் அமர்வதால் சிறப்பென்று சொல்ல இயலாது. 2-11க்குடைய அவர் லக்கினத்தில் அமர்வது நன்மையில்லை. அவரின் இணைவு நித்திய நோயாளி

ஆக்கும். ஆனால் ஆயுள் பலம் உண்டு. அதே போல் சனியின் இணைவும் நன்மையளிக்காது. லக்கினாதிபதி லக்கினத்தில் அமர்வது ஒரு பலம் பொருந்திய அமைப்பு என்று நூல்கள் கூறினாலும், கும்பத்துக்குச் சனி அமர்வது நடைமுறையில் சிறப்பளிப்பதில்லை. மிகவும் மந்தமாகவே செயல் படுவார்கள். சுறுசுறுப்பைத் தேடிப் பார்த்தாலும் அவர்களிடம் இருக்காது. அது மட்டுமல்ல, அவர்களால் பிறருக்குத்தான் ஆதாயம் இருக்குதே தவிர, அவர்களுக்கு ஆதாயம் இருக்காது. எதிலும் பிரகாசம் அடைய முடியாமல் வீண் விரயச் செலவுகள் செய்பவர்களாகவே இருப்பார்கள்.

ராகு கேதுகள் அமர்வது பெரும் தொல்லைகளை அளிப்பதில்லை என்றாலும் குணத்தைப் பொறுத்தவரை சிறப்பாக இருக்காது. நச்சுத் தன்மை உடையவர்களாகவே இருப்பார்கள். மனைவி ஸ்தானத்துக்குச் சரியல்ல. எனவே அவர்களும் லக்கினத்தில் இருப்பது நன்மையல்ல.

மீனம்

மீனம் சிறப்பானது முன்பே கூறியுள்ளேன். பொதுச் சுபர்களாகிய குரு ஆட்சி பெறுகின்றார். சுக்கிரன் உச்ச மடைகின்றார். புதன் நீச்சமடைகின்றார். மூன்று சுபர்களும் முக்கிய தொடர்பு பெறுவது மீனத்தில் மட்டுமே. மீனத்தில் சூரியன் அமர்வது நல்லதல்ல. குருவுக்குச் சூரியன் நட்புக் கிரகம் என்றாலும் அவர் 6க்குரிய சஷ்டியாதிபதியாவதால் அவர் இணைவு நன்மை பயக்காது.

சந்திரன் சுபச் சந்திரனாக அமர்வது நல்லது. 5ம் இடமாகிய கடகத்தின் அதிபதி மீனத்தில் அமர்வது பல வகைகளில் சிறப்பளிக்கும். வாழ்க்கையில் மேன்மையையும் புகழ் கீர்த்தியையும் நிச்சயம் அளித்தே தீரும். ஆனால்

அமாவாசை (அ) தேய்பிறைச் சந்திரனாக இருப்பது சிறப்பளிக்காது. என்றாலும் கூட மனத் தைரியம் மிக்கவர்களாக இருப்பார்கள். யோகம் இருக்காது. செவ்வாய் இணைவும் நன்மையளிப்பதுதான். 2-9க்குரிய செவ்வாய் லக்கினத்தில் அமர்வது மிகவும் நல்ல யோகத்தை அளித்திடுவார். புதன் லக்கினத்தில் நீசமடைந்து விடுகின்றார். அவர் 4-7க்குடையவர். மாரகாதிபதி பாதகாதிபதி என்பதால் அவர் லக்கினத்தில் நீசமடைவது நலம்தான். அவர் எங்காவது வலுப்பெறுவதை விடவும், லக்கினத்தில் நீசம் பெற்று விடுவதே நல்லது என்றுதான் கூற வேண்டும். பாதகங்களும் தொல்லைகளும் குறையும். குருவின் இணைவு எவ்வகையில் பார்த்தாலும் நன்மையே. லக்கினத்திற்கும் 10ம் இடமாகிய தொழில் ஸ்தானத்திற்கும் அதிபதியான அவர் லக்கினத்தில் அமர்வது தொழில் வகையில் பலத்தைக் கூட்டும். லக்கினகேந்திரத்தில் அமர்வதால் அவருக்கு கேந்திராதிபத்திய தோஷமும் இல்லை.

சுக்கிரன் இணைவு நன்மையளிப்பதாகக் கூற முடியாது. 8-3க்குரிய அவர் லக்கினத்தில் உச்சம் பெறுவது ஆயுள் பலத்தைக் கூட்டுமேயன்றி, தொல்லைகளையும், சங்கடங்களையும் உருவாக்கும். பொதுவாக அஷ்டமாதி பதிகள் லக்கினத்தில் இருப்பது நன்மையளிப்பதில்லை என்பதைக் கவனத்தில் கொள்ளவேண்டும். அதேபோல் சனியின் இணைவும்கூட நன்மையளிக்காது. 11, 12க்குரிய அவரின் இணைவும் மந்தநிலையையும், விரயச் செலவு களையும் ஏற்படுத்தியே தீரும். ராகு, கேதுக்களின் இணைவு பெரும் பாதிப்புகளை ஏற்படுத்துவதில்லை. மீன ராகுவும், மீன கேதுவும் நன்மை அளிக்கவே செய்வார்கள். ஆனால் 7ம் இடமாகிய கன்னியில் அவர்கள் பாதகத்தை ஏற்படுத்து பவர்களாக மாறி விடுகின்றார்கள். எனவே லக்கினத்தில் இருப்பது சிறப்பானது என்ற கூறுவதற்கு இயலாது.

13. கிரகங்களுக்குரிய மாற்றுப் பெயர்கள்

இந்தப் பகுதியும் புதுமையானதுதான். அக்காலம் முதல் நவக்கிரகங்களுக்கும் மாற்றுப் பெயர்கள் பல இருந்துள்ளன. அவைகளை முடிந்தவரை திரட்டி அளித்துள்ளேன்.

சூரியன்: ஆதித்தன், அனலி, எல்லி, அண்டயோணி, பருதி, அருக்கன், அரியமா, அருணன், அரி, ஆதவன், அழலவன், ஆயிரம் ஜோதி, அலரி, ரவி, உதயன், இருள்வலி, எல், இனன், எல்லை, என்றூழ், ஒளி, என்று ஏழ்பரியோன், திவாகரன், ஒளியோன், கனலி, கதிரவன், கிரணமாலி, சவிதா, சண்டன், சித்திரபானு, பானு, சான்றோன், செங்கதிரோன், சுடரோன், சோதி, சூரன், ஞாயிறு, தரணி, தபனன், தினமணி, பகலோன், வெய்யோன், தபோமணி, பகல், பதங்கன், பர்க்கன், பங்கயன், பனிப்பகை, மார்த்தாண்டன், விண்மணி, மித்திரன், விருச்சிகன், விகர்த்தனன், விரோசனன், வெயில், வெஞ்சுடர், ஹேளி என்பன சூரியனுடைய வேறு பெயர்கள்.

சந்திரன்: மதி, இந்து, சசி, சீதாசுமி, நிசாபதி, அம்புலி, அரி, அமுத கதிரோன், அலவன், அரிச்சிகன் இமகரன் ஆலோன், இனன், உடுபதி, இராக்கதிர், கலையினன், குபேரன், கலாநிதி, களங்கன், குமுத நண்பன், சீதன், சோமன், குரங்கி, சுதாகரன், தண்சுடர், தாராபதி, தானவன், தண்ணவன், திங்கள், நிசாகரன், நிலவு, தெவ்வு, மானேந்தி, பசுங்கதிர்த்தே மதியம், விது, முயலின் கூடு, வெண்கதிரோன், வீபத்து, வேந்தன் என்பன சந்திரனுடைய வேறு பெயர்கள்.

செவ்வாய் : சேய், நிலமகன், பூமிபுத்திரன், ஆரல், குருரன், வக்கிரன், அங்காரகன், அழலோன், உதிரன், அரத்தன், அழல், அறிவன், குஜன்.செந்தீவண்ணன், பௌமன், குருதி, மங்களன் ஆகியவை.

புதன் : மால், மதி மைந்தன், ஞயன், அருணன், அறூரு, கணக்கன், சாமன், சௌமியன், கவுமன், சிந்தை கூரியன், தூதுவன், நற்கோள், தேர்ப்பாகன், பச்சை, பாகன், நிபுணன். பண்டிதன், புந்தி, புலவன், மாலவன், ஹேமன், போதனன் ஆகியவை.

குரு : வியாழன், பொன்னவன், சீவன், சுரகுர, அங்கிரசன், அந்தணன், அரசன், அமைச்சன், ஆசான், சிகண்டிசன், தாராபதி, ஆண்டளப்பன், நற்கோள், தெய்வ குரு, தெய்வ மந்திரி, பிரகஸ்பதி, மறையோன், ஈட்டியன், வேந்தன், பீதகன், வேதன், இஜ்யன் என்பவை.

சுக்கிரன் : அசுரகுரு, பிருகு மைந்தன், சிதன், பிருகுகங்கன், அநாவிலன், உசனன், அசுரர் மந்திரி, ஆசான், கவி, உசனன். சீதகன், ஔ்ளியோன், காப்பியன், சல்லியன், தயித்திய மந்திரி, நற்கோள், பிரசுரன், பார்க்கவன், பளிங்கு, புயல், வெள்ளி, மழைக்கோள், ஆஸ்பூஜிதன்.

சனி: காரி, மந்தன், கதிர்மகன், முடவன், சகோனன், சவுரி, கரியன், அஸிதன், அந்தன், கீழ்மகன், சாவகன், நீலன், சந்தில், தமனீயன், மங்கு, முதுமகன், நோய்முகன், பச்சுமன், யமன், கிருஷ்ணன், மேற்கோள் ஆகியவை.

இராகு : அரசு, கரும்பாம்பு, சர்ப்பம், அரா, அசுரன், மதிப்பகை, தமம், மதியுனி, அரவோன் என்பவை.

கேது : சிகி, கதிர்ப்பகை, செம்பாம்பு, அரவோன் என்பவை.

14. யோக வகைகள்

இதுவரையிலும் ஜோதிட சாஸ்திரத்தின் அடிப்படையை அறிந்து கொண்டீர்கள். மற்றப் புத்தகங்களில் இருப்பதையும் விட அதிகமான விவரங்களை அளித்துள்ளேன். அது போலவே இனிவரும் பகுதிகளிலும் ஜோதிட சாஸ்திரத்தின் நுணுக்கங்களை எளிமையாக விவரித்துள்ளேன். இப்பகுதியில் யோகங்களின் வகைகளைப் பற்றியும் அதற்கு அமைய வேண்டிய கிரகங்களின் முறைகளைப் பற்றியும் தெளிவாக அளித்துள்ளேன்.

ராஜயோகம் : யோகங்களில் ராஜ யோகமே சிறப்பானது. ராஜயோகம் என்பது பல லட்சங்களில் ஒரு ஜாதகரே அவ்வித வாய்ப்பு பெற முடியும். அம்மாதிரியான யோகம் பெற்றவர்களே நாட்டைப் பரிபாலனம் செய்யும் நிலையைப் பெறுவார்கள். இப்போதும் உயர் பதவி வகிப்பவர்கள் ராஜயோகம் பெற்றவர்களே. ராஜயோகம் பெறுவதற்கு குறைந்த பட்சம் இரு கிரகங்களாவது உச்சம் பெற்றும், இரு கிரகங்களாவது ஆட்சி பெற்றும் இருப்பதோடு சுபர்கள் நன்முறையிலும், பாபர்கள் வலுவிழந்தும் இருக்க வேண்டும். பொதுவாக மேஷம், கடகம், துலாம், மகரம் ஆகிய சர ராசிகள்தான் ராஜயோகம் பெறும் கேந்திரங்கள் என்று பெயர் பெற்றுள்ளன. காரணம் இந்த நான்கு ராசிகளில் மட்டுமே 1, 4, 7, 10 ஆகிய கேந்திரங்களில் முறையே சூரியன், குரு, சனி, செவ்வாய் ஆகிய கிரகங்கள் உச்சம் பெறுகின்றன.

இவ்விதம் நான்கு கேந்திரங்களிலும் கிரகங்கள் உச்சமடையும் வாய்ப்பு மற்ற ஸ்திர, உபய ராசிகளில்

பிறந்தவர்களுக்கு இல்லை. எனவே ஆட்சி பீடத்தை அலங்கரித்தவர்களில் பெரும்பாலோர் சரலக்கினத்தில் பிறந்தவர்களே. மற்றவர்கள் அந்த வாய்ப்பை அடைவது இல்லையா என்ற கேள்விக்கு, அடைகின்றார்கள். ஆனால் அது திடீர் யோக அமைப்பில் தான் ஏற்படும். அது பற்றிய விளக்கம் பின்னால் வரும். இப்போது ராஜயோகத்தைப் பற்றிக் கவனிப்போம். உதாரணமாக கடக லக்கினத்தில் பிறந்த ஒருவரின் ஜாதகத்தைக் கவனிப்போம்.

சுக் கே பு	சூ செவ்		
			ல சந் குரு
	சனி		
			ரா

மேலே கண்ட ஜாதகத்தை உற்றுக் கவனியுங்கள். கேந்திரங்களின் முக்கியத்துவம் பற்றி முன்பே குறிப்பிட்டு உள்ளேன். இச்சாதகத்தில் கேந்திரங்கள் வலுப் பெற்றதோடு, திரிகோணங்களும் வலுவடைந்து விட்டது. இவ்வித அமைப்புடையவர்கள் நிச்சயம் ராஜயோகம் பெறும் வாய்ப்பை அடைவார்கள். இதை உதாரணத்திற்காக குறிப்பிட்டுள்ளேன். லக்னாதிபதியான சந்திரன் சுபராகிய

லக்கின உச்சாதிபதியான குருவோடு இணைந்து விட்டார். தனாதிபதியும் ஆட்சி கிரகமாகிய சூரியன் 10-ம் இடமாகிய மேஷத்தில் உச்சம் பெற்று 4-ம் இடமாகிய சதுர்த்த கேந்திரத்தைப் பார்க்க, சதுர்த்த கேந்திராதிபதி 9-ம் இடமாகிய திரிகோணத்தில் உச்சம் பெற்றுவிட மற்றொரு சுபராகிய செவ்வாய் 10ம் இடமாகிய மேஷத்தில் ஆட்சி பெற்றுவிட, சனி 7ம் இடத்தில் ஆட்சி பெற்று குரு சுபச்சந்திரன் பார்வையும் பெற்றுவிட்டார். ராகு கேதுக்கள் இருவரும் முறையே சுபர் வீடுகளில் அமர்ந்துவிட, புதனும் நீசபங்கம் பெற்றுவிட, கிரகங்கள் வலிவடைந்துவிட்டது. இவ்விதம் கிரகங்கள் அமைப்பு இருக்கும் போது அம்சத்திலும் இக்கிரகங்கள் வலிமையை இழக்காமல் இருந்துவிட்டால் நிச்சயம் ராஜயோகம்தான். அம்சத்தைக் கவனிக்காமல் வெறும் ராசிக் கட்டத்தை மட்டுமே கண்டு முடிவு செய்யக் கூடாது. பாதசாரத்தில் கிரகங்களின் வலிவைக் கொண்டுதான் பலனை நிர்ணயம் செய்ய வேண்டும். நல்ல சாரத்தில் கிரகங்கள் இருக்க வேண்டும். உச்ச பலமும் நன்முறையில் இருக்க வேண்டும். ராஜயோகம் பெற நட்புக் கிரகங்கள் உச்சம் ஆட்சி பெற்று நல்ல நட்சத்திர பாதசாரத்தில் அமைய வேண்டும். இனி மேலும் சில யோகங்களைக் கவனிப்போம்.

குரு சந்திரயோகம் : குருவும், சந்திரனும் எந்த ராசியிலாவது இணைந்தோ, பரஸ்பரம் இருவரும் பார்வையால் நேர் எதிரே இருந்து பார்த்துக் கொண்டாலோ ஏற்படும். இந்த யோகம் உள்ளவர்கள் எப்படியும் சற்று மேன்மையான வாழ்க்கை பெறும் வாய்ப்பை அடைவார்கள். அதுவும் தங்களுக்கு உகந்த நட்பு ராசிகளில் இருந்து. லக்கினமும் நட்பு கிரகத்தினுடையதாக அமைந்துவிட்டால்

நிச்சயம் மற்ற கிரகங்கள் வலுவிழந்தாலும் சிறப்பான வாழ்க்கை அமையும்.

கஜ கேசரி யோகம் : சந்திரனுக்கு ஏதாவது ஒரு கேந்திரத்தில் குரு பகவான் இருந்தால் கஜ கேசரி யோகம் ஏற்படும். இந்த யோகமுள்ளவர்கள் துன்பங்களைத் துச்சமாக மதிப்பார்கள். சிங்கத்தைக் கண்டால் பயப்படும் யானையைப் போல் துன்பங்கள் இவர்களைக் கண்டு பயப்படும் என்று கூறப்படுகிறது.

சந்திர மங்கள யோகம் : சுபச் சந்திரனும், செவ்வாயும் இணைந்தோ அல்லது எதிர் எதிராக இருந்து பார்த்துக் கொண்டாலோ சந்திர மங்கள யோகம் ஏற்படும். இந்த யோகம் உள்ளவர்கள் மிக்க மன உறுதியுடன் எடுத்த காரியத்தை முடிக்கும் ஆற்றல் உடையவர்கள். தோல்வியைக் கண்டு அஞ்சாதவர்கள். எதிரிகளை வெல்லும் திறமை பெற்றவர்கள். அஞ்சா நெஞ்சினர். ஓரளவு செல்வாக்குடன் வாழ்வார்கள்.

பருவத யோகம் : திரிகோணங்களில் லக்கினச் சுபர்கள் ஆட்சி உச்ச (அ) நட்பு பெற்று, பாபக் கிரகங்கள் 6, 8, 12 ஆகிய இடங்களில் மறைந்துவிட்டால் கிடைப்பது பருவத யோகம். இந்த யோகம் பெற்றவர்கள் வாழ்க்கையில் முன்னேற்றமடைந்து நல்ல செல்வாக்குடன் வாழ்வார்கள்.

வலசி யோகம் : லக்கினம் (அ) ராசியிலோ ஏழாம் இடத்திலோ நல்ல கிரகங்கள் ஒன்றுக்கு மேற்பட்டுத் தங்கினால் வலசி யோகம் கிட்டும். அவர்கள் நல்ல புகழுடன், நல்ல மனைவியை அடைந்து மேன்மையான வாழ்க்கை வாழ்வார்கள்.

பத்ம யோகம் : ஒன்பதாம் இடத்தில் சுபச் சந்திரனும், சுக்கிரனும் இணைந்தோ அல்லது ஒன்பதாம் இடம் சுக்கிரனுடைய வீடாக இருந்து அதில் சுக்கிரன் ஆட்சி பெற்றாலோ கிடைப்பது பத்ம யோகம். சமூகத்தில் நல்ல பெயரும் புகழுடன், பலர் போற்ற செல்வச் சிறப்புடன் வாழ்வார்.

கேதார யோகம் : லக்கினம் (அ) நட்பு ராசிகளில் நான்கு கிரகங்கள் சேர்ந்திருந்தால் கேதார யோகம் கிட்டும். இவ்விதம் அமையப் பெற்றவர்கள் பெரும்பண்ணை அதிபர்களாக விவசாயத்தில் மேன்மை பெறுபவர்களாக இருப்பார்கள்.

ஆதியோகம் : சந்திரன் நின்ற இராசிக்கு 6, 7, 8 ஆகிய இடங்களில் சுபக் கிரகங்கள் தங்கியிருந்தால் இந்த யோகம் கிடைக்கும். இந்த யோகம் பெற்றவர்கள் தலைமைப் பீடத்தைப் பெற்று அதிகாரம் செலுத்தக் கூடியவர்கள். அரசியல் செல்வாக்குடன் சமூகத்தில் நல்ல அந்தஸ்துடன் வாழ்வார்கள்.

நீசபங்க ராஜயோகம் : ஒரு கிரகமானது நீசம் பெற்றுவிட்டால் அந்தக் கிரகம் நீசம் அடைந்த வீட்டின் அதிபதி மற்றும் உச்சாதிபதி ஆட்சி, உச்சம் பெற்று சந்திரனுக்குச் கேந்திரத்தில் இருந்தால் நீசபங்க ராஜயோகம் ஆகும். இப்படி யோகம் கிடைக்கும் போது நீசமான கிரகம் வலுப்பெறுவதுடன் நல்ல சிறப்பான பலன்களை அளிக்கும்.

அனப யோகம் : சந்திரனுக்கு 12ம் வீட்டில் சனி, செவ்வாய், குரு, சுக்கிரன், புதன் ஆகிய கிரகங்களில் ஒன்றோ, ஒன்றுக்கு மேற்பட்டோ, இருந்தால் அனபயோகம் எனப்படும். இவர்கள் எப்படியாவது ஒரு கால கட்டத்தில் சிறப்பான வாழ்க்கையைப் பெற்று விடுவார்கள். எவ்வளவு

கடின வாழ்க்கையாக இருந்தாலும் பிற்காலம் சிறப்புடன் அமைந்துவிடும்.

குரு மங்கள யோகம்: குருவும் செவ்வாயும் இணைந்தோ பரஸ்பரம் எதிர் எதிரே சப்தமப் பார்வையில் இருந்தாலோ கிடைக்கும். அறிவையும் ஆற்றல்களையும் அளிக்கும்.

கிரக மாலிகா யோகம்

இது அபூர்வமாகக் கிடைக்கக் கூடிய யோகம். பல லட்சக் கணக்கான ஜாதகங்களில் ஒன்றுதான் இவ்வாறு அமைய முடியும். இந்த யோகம் உள்ளவர்கள் பெரிய கோடீஸ்வரர்களாகவும் (அ) பெரிய மகான்களாகவும் இருப்பார்கள் (அ) பெரிய பதவியில் இருப்பார்கள். இது லக்கினம் முதற்கொண்டு இடைவிடாமல் கிரகம் அமைந்து மாலை போன்று இருக்கும். இவ்விதம் அமைந்தவர்கள் கால சர்ப்ப யோகத்தில் சிக்கிக் கொள்ளாமல் இருக்கவேண்டும். அதன் அமைப்பை எதிரே காட்டியுள்ளேன்.

கு			
சந்	கிரக மாலிகா யோகம்		ல கே
ராகு	இராசி		செவ்
சனி	சுக்	சூரி	புத

இதேமாதிரியாகக் கிரகம் இருக்க வேண்டும் என்பதில்லை. எப்படி வேண்டுமானாலும் மாறி இருக்கலாம். லக்கினம் முதற்கொண்டு வரிசையாக இம்மாதிரி அமைய வேண்டும். அதேபோல் லக்கினத்தில் அதிகபட்சம் கிரகங்கள் இருத்தலும் ஒரு யோக அமைப்புதான். அதைப் பற்றி IIம் பாகத்தில் உதாரண ஜாதகங்களில் விளக்கியுள்ளேன்.

சகட யோகம் : யோகம் என்று பெயர் இருந்தாலும் இதுவும் கால சர்ப்ப யோகம் போன்ற அமைப்புடையது. குருவும், சந்திரனும் தாங்கள் இருக்கும் இடங்களுக்கு 6, 8, 12 ஆகிய இடத்தில் இருந்தால் சகட யோகம் என்று பெயர். சகடம் என்றால் ஜகடை என்று சொல்லப்படும் கிணற்றில் நீர் இறைக்கப் பயன்படும் இராட்டினம் என்று பெயர். அது சுற்றி வருவதைப் போல், இம்மாதிரியாகக் குருவும், சந்திரனும் அமர்ந்து விட்டால் அச்சாதகர்க்கு வாழ்க்கை ஒரே சீராக இல்லாமல் அடிக்கடி ஏற்றத் தாழ்வுகள் ஏற்பட்டுக் கொண்டேயிருக்கும்.

சுனப யோகம் : சந்திரனுக்கு 2ஆம் வீட்டில் முன்பு கூறியதைப் போல குரு, சுக்கிரன், புதன், செவ்வாய், சனி ஆகியோர்கள் இணைந்தோ தனித்தனியாகவோ இருந்தால் சுனப யோகம். இவர்களும் முன்பு கூறியதைப் போலவே பிற்கால யோகம் பெற்று விடுவார்கள்.

வசுமதி யோகம் : லக்கினம் (அ) ராசிக்கு 3-6-10-11 ஆகிய உபசெய ஸ்தானங்களில் குரு, புதன், சுக்கிரன் ஆகியவர்கள் சேர்ந்தோ, தனித்தோ இருந்தால் கிடைப்பது, இவ்விதம் உள்ளவர்கள் செல்வாக்குடன் சிறப்பான வாழ்வு பெறுவார்கள். தனப் புழக்கம் சரளமாக இருக்கும். அதற்குக் குறைவே இருக்காது. இதை 'உபகாய யோகம்' என்றும் கூறுவார்கள்.

அமல யோகம் : லக்கினம் (அ) ராசிக்கு 10-ம் இடத்தில் லக்கினச் சுபர்கள் தங்கியிருப்பின் கிடைப்பது. இந்த யோகமுள்ளவர்கள் தொழில் வகையில் சிறப்படைந்து விளங்குவார். அரசியல் செல்வாக்கும் கிடைக்கும். ஈகைக் குணமும் நிரம்பியுள்ளவர்கள். எல்லோராலும் மதிக்கப் படுவார்கள்.

சக்கர யோகம் : லக்கினத்திலிருந்து தொடர்ச்சியாக 3-5-7-9 ஆகிய இடங்களில் ஏதேனும் கிரகங்கள் இருந்தால் சக்கிர யோகம் என்பது. இந்த யோகம் பெற்றவர் அரசருக்கு இணையான செல்வாக்குடன் ராஜ போகமாக வாழ்வார்.

பாஸ்கர யோகம் : லக்கினத்துக்கு 3-ல் சூரியன் 4-ல் ராகு, 7-ல் குரு, 10-ல் சனி நின்றால் பாஸ்கர யோகமாகும். அந்த யோகம் முன்னேற்றமான சிறப்பான யோகத்தை அளிக்கும். பேரும், புகழும் கிடைக்கும். செல்வத்திற்கும் குறைவில்லை.

நள யோகம் : நல்ல கிரகங்கள் தங்களுடைய வீட்டில் ஆட்சி பெற்று (அ) தங்களின் நட்பு ராசிகளில் தங்கினால் கிடைப்பது. இவர்கள் நல்ல வாழ்க்கை பெறுவதுடன் ஆரோக்கியத்துடன், சாமர்த்தியமாகவும் வாழ்வார்கள்.

சௌபாக்கிய யோகம் : 2, 9, 11 ஆகிய இடத்தின் அதிபர்கள் சந்திரனுக்குக் கேந்திரத்தில் இருந்தால் கிடைப்பது. ஜாதகர் செல்வாக்குடன் சொல்வாக்கும் பெற்று உயர்ந்த அந்தஸ்துடன் பெரும் பதவி பெற்று வாழ்வார்.

லக்ஷ்மி யோகம் : 9-ஆம் வீட்டுக்குடையவர் ஆட்சி, உச்சம் பெற்றோ அல்லது 1, 4, 7, 10 ஆகிய கேந்திரங்களில் இருந்தாலோ கிடைக்கும். தர்ம சிந்தையுடன், தெய்வ காரியங் களில் புகழ் பெற்றுச் சிறப்பான வாழ்க்கை வாழ்வார்கள்.

சந்திர யோகம் : லக்கினத்திலிருந்து 7, 8, 9, 10, 11, 12 ஆகிய இடங்களில் வரிசையாகக் கிரகங்கள் இருந்தால் கிடைப்பது. நீண்ட ஆயுள் பெற்று, 40 வயதுக்கு மேல் சிறப்பான யோகம் பெறுவார்.

சச யோகம் : சனி பகவான் ஆட்சி, உச்சம் பெற்று கேந்திரத்தில் தங்கினால் கிடைப்பது. ஆனால் செல்வம் இருந்தாலும் ஈகைக் குணம் இருக்காது. கடின சித்தம் கொண்டு சுயநலத்தோடு செயல்படுவார்கள். ஆயுள் பலமுள்ளவர்.

பத்ர யோகம் : இது புத பகவானால் விசேஷமாக அளிக்கப்படும் யோகம். இதைப் பற்றிச் சில நூல்கள் பல விதமாகக் கூறியுள்ளன. என்றாலும் அனுபவத்தில் ஒத்து வருவது என்பது லக்கினம் (அ) ராசிக்கும் கேந்திரங்களில் புதன் ஆட்சி (அ) உச்சம் பெற்று இருக்க வேண்டும். அப்படி இருக்க வேண்டுமெனில் அவர்கள் உபய ராசியில் தோன்றியவர்களாகவே இருக்கவேண்டும்.

கன்னியில் புதன் விசேஷமான யோகம் அளிக்கிறார். மிதுனத்தில் அதற்கு அடுத்தபடியாக யோகம் அளிப்பார். பத்ர யோகம் கிடைக்கப் பெற்றவர்கள் கல்வி வித்தை, பராக்கிரமம், ஜெயம் என்று சகல விதத்திலும் புகழ் பெறுவார்கள். கலைத் துறையில் பெயரும் புகழும் செல்வாக்கும் பெறுவார்கள்.

சாமுத்திரி யோகம் : லக்கினத்திற்கு 3, 5, 7, 9, 11 ஆகிய இடங்களில் சுபக் கிரகங்கள் (அ) சந்திரன், சுக்கிரன் சுபக் கிரகமாகத் தங்கியிருந்தால் கிடைப்பது. இந்த யோகம் பெற்றவர்கள் வெளிநாட்டில் வியாபாரம், தொழில் செய்து மேன்மையுடன் விளங்குவார்கள்.

ஹம்சயோகம் : குரு பகவான் வலிவுடன், லக்னத்துக்கு கேந்திரங்களில் ஆட்சி உச்சம் பெற்றிருந்தால் ஹம்சயோகம் அடைவார். இந்த யோகமுள்ளவர்கள் நல்ல அறிவாளிகளாக, அனைத்துச் சிறப்புகளும் பெற்று வாழ்வார்கள்.

மருத யோகம் : ராகு 3, 6, 11 ஆகிய இடங்களிலிருந்து சுபர்கள் பார்வை பெற்று இருப்பின், நல்ல செல்வ சுகத்துடன் சிறப்புடன் வாழ்க்கை அமையும். கெட்ட காரியங்களைச் செய்ய மாட்டார்.

கேஷ்ம யோகம் : லக்கினம், 8-ஆம் இடம், 9-ஆம் இடம், 10-ஆம் இட அதிபர்கள் தங்கள் சொந்த ராசிகளில் இருந்து பாபர்கள் பார்வை பெறாமல் இருந்தால் சகல மேன்மையான சுக போகங்களைப் பெற்று வாழ்வார்கள்.

வாஸியோகம் : சுக்கிரனுக்கு முன்னும், பின்னும் கிரகம் இருந்து சூரியனும் 12-ஆம் இடத்தில் சுக்கிரன் இருந்தாலும் கிடைப்பது. இந்த யோகம். சமுதாயத்தில் பலர் மதிக்கும் ஒரு சிறப்பான இடத்தை ஜாதகர்க்குப் பெற்றுத் தரும்.

அமோக யோகம் : சுபக் கிரகங்கள் உச்சம் பெற்று (அ) ஆட்சி பெற்ற அம்சத்திலும் வலுவிழக்காமல் இருந்தால் அமோகமான வாழ்வு பெற்றுச் சிறப்புடன் இருப்பார்.

ஹம்சத்வர யோகம் : சர லக்கினமாக இருந்து, சனி உச்சமடைந்து, குரு, சுக்கிரன் கேந்திர வலுப் பெற்று, சூரியனும், செவ்வாயும் லக்கினத்திற்கு 4, 7, 10 ஆகிய இடங்களில் இருந்தால் (அ) 4 கிரகங்களாவது ஆட்சி பெற்று

இருந்தால் கிடைப்பது. இந்த யோகம் பெற்றவர்கள் பெரிய ஞானிகளாக, மகான்களாக இருப்பார்கள். கோடிக்கணக்கானவர்களுக்கு அருள் நெறி காட்டுபவராக விளங்குவர்!

யோகங்களைப் பற்றி அறிந்து கொண்டாலும் இதே போன்ற அமைப்புள்ள ஜாதகங்கள் வருமென்று கூற முடியாது. மேலும் உள்ள யோகங்கள் பற்றி தனி நூலாக "யோகதீபிகா" என்ற நூலில் 422 முக்கிய யோக விதிகளின் தொகுப்புகளை உதாரண ஜாதகங்களுடன் அளித்துள்ளேன். வாங்கிப் படித்துப் பயனடையுங்கள்.

15. பன்னிரண்டு பாவங்களின் தன்மையை அறிந்து பலன் சொல்லும் முறை

12 பாவங்களில் லக்கினம்தான் முதல் பாவம் என்பதை முன்பே குறிப்பிட்டுள்ளோம். எனவே லக்கினத்தைத்தான் முதலில் கவனிக்க வேண்டும். லக்கினம் வலுவுடன் இருந்தால்தான் ஒரு ஜாதகன் நல்வாழ்க்கை வாழ முடியும். எனவே முதலில் லக்னாதிபதியின் நிலையைக் கொண்டு, லக்கினத்தில் இணைந்த, பார்த்த கிரகங்களைக்கொண்டு, லக்னத்தின் வலிவைக் கண்டறிய வேண்டும். லக்னாதிபதி வலிவுடன் இருந்தால்தான் லக்னம் வலுவாக இருக்க முடியும் என்றாலும் மற்ற கிரகங்களின் வலிவையும் கணித்துத்தான் பலன்கள் கூற வேண்டும். லக்னாதிபதியில் வலிவைக் கணக்கிட மட்டும் 12 வகை உள்ளது. அதைக்

கவனிப்போம். 1. லக்னாதிபதி ஸ்தான பலத்தினால் பெறும் வலிவு 2. நட்சத்திரசார பலத்தினால் பெறும் வலிவு 3. கிரக பரிவர்த்தனையால் பெறும் லக்னாதிபதியின் வலிமை 4. யோக பாவங்களில் நின்று வலிமை பெறும் லக்னாதிபதி 5. நீச நிலையில் வலிமை பெறும் லக்னாதிபதி 6. நீச பங்கத்தினால் பெறும் வலிமை 7. கிரகங்களின் பார்வையால் பெறும் வலிமை 8. கிரகச் சேர்க்கையினால் பெறும் வலிமை 9. லக்னத்தில் இருக்கும் கிரகங்களால் பெறும் வலிமை 10. லக்ன வர்க்க மேன்மையால் வலிவு பெறல் 11. லக்ன அதிபனால் லக்னம் பெறும் வலிமை 12. தீய ஸ்தானங்களில் நின்று யோகம் பெறும் லக்னாதிபதி என்று தரம் பிரிக்கலாம்.

அடேயப்பா என்று தோன்றுகின்றதா? இவ்விதம் லக்னத்தின் வலிமை அறிந்தால்தான் துல்லியமாகப் பலன் கூற இயலும். ஆனால் இம்முறையில் பலன்கள் கூறுபவர் களின் எண்ணிக்கை குறைவுதான். நான்தான் முன்பே குறிப்பிட்டேனே, இது ஒரு பெரும் கடல் என்று! இதில் எவ்வளவு ஒருவரால் அறிய முடியும்? என்றாலும் முடிந்தவரை நான் அறிந்த நுணுக்கங்களை விளக்கியுள்ளேன்.

1. லக்னாதிபதி ஆட்சி - உச்சத்தில் உள்ளதுடன், லக்னாதிபதி தனக்கு நட்பான இராசிகளில் இருந்தால் ஸ்தான பலம் ஏற்படுகின்றது.
2. தன்னுடைய சுய நட்சத்திர சாரத்தில் (அ) நட்புக் கிரகங்களின் சாரத்தில் இருந்தால் சார வலிமை ஏற்படும்.
3. தன்னுடைய நட்புக் கிரகங்களின் பரிவர்த்தனையால் ஏற்படும் வலிமை, உதாரணமாக மேஷத்தின் அதிபதியான செவ்வாய் தன்னுடைய நட்புக் கிரகமான குருவின் வீடாகிய தனுசு (அ) மீனத்தில் இருக்க குரு பகவான்

செவ்வாயின் வீடுகளாகிய மேஷம் (அ) விருச்சிகத்தில் இருந்தால் இது பரிவர்த்தனை யோகம் எனப்படும். பரிவர்த்தனை பெற்ற எந்தக் கிரகமானாலும் வலுப் பெற்றுவிடும். ஸ்தானத்திற்கேற்றவாறும், சத்துரு, மித்துரு பாவத்திற்கேற்றவாறும் பலன் அளிக்கும்.

4. யோக பாவங்களில் நின்று வலிமையடைவது என்பது, லக்கினத்திற்கு யோகர்களின் வீட்டில் நின்று பெறும் வலிமை.

5. நீச நிலையில் வலிமை என்பது லக்கினாதிபதியே பாவக்கிரகமாக இருந்து அக்கிரகம் அசுபஸ்தானம் என்று சொல்லப்படும் 3 - 6 - 8 - 12 ஆகிய ஸ்தானங்களில் நீசம் அடைந்துவிட்டால் 'கெட்டவன் கெட்டிடில் கிட்டிடும் ராஜயோகம்' என்ற அமைப்பில் வலுப்பெறும்.

6. மேற்சொன்னவாறு லக்கினேசன் நீசம் பெறின், நீசம் பெற்ற ஸ்தானத்தின் அதிபதி ஆட்சி, உச்சம் பெற்று விட்டால் நீச பங்கம் அடைந்துவிடும். அதுவும் வலிமைதான்.

7. கிரகங்களின் பார்வையால் பெறும் வலிமை என்பது, சுபக் கிரகங்களின் பார்வையை லக்னாதிபதி பெறுவதால் ஏற்படும் வலிமை.

8. சுபக் கிரகங்களின் சேர்க்கையால் லக்னாதிபதி பெறும் வலிமை.

9. லக்னத்தில் லக்னச் சுபர்கள் அமர்ந்துவிட்டால் அதன் காரணத்தால் வெறும் வலிமை.

10. ஷட் வர்க்கங்களில் லக்னாதிபதி வர்க்க மேன்மை பெற்றிருந்தால் ஏற்படும் வலிமை. வர்கோத்தமம் பெற்றாலும் வலிமைதான்.

11. லக்னாதிபதி லக்னத்திலேயே நின்று ஆட்சி பெறும் வலிமை.

12. லக்னாதிபதி தீய கிரகமாக இருந்து தீய ஸ்தானமான 6 - 8 - 12 ஆகிய இடங்களில் பகையோ, நீசமோ பெற்று வலுக்குறைவதால் ஏற்படும் வலிமை என்று பிரிக்கப் பட்டுள்ளது.

மற்றைய கிரகங்கள் வலுவிழந்துவிட்டாலும் கூட, லக்னாதிபதி பாபரோ, சுபரோ எப்படியிருப்பினும் அவர் லக்னத்தில் அமர்வது ஒரு சிறப்புத்தான் என்பதை மறுப்பதற்கில்லை. சூரியன், சந்திரனை தவிர மற்ற ஐந்து கிரகங்களுக்கும் இரு வீடு ஆதிபத்தியம் உள்ளது என்பது அறிந்ததே. அந்த அமைப்பில் மற்றொன்று எந்த பாவமாக வருகின்றதோ அதற்கேற்ப லக்னாதிபதி கெடுபலனைச் செய்யக்கூடும். என்றாலும் எப்படியும் லக்கினத்தின் வலிவைக் காப்பாற்றியே தீருவார். சூரியன் சிம்மத்தில் அமர்வது சிம்ம லக்கினத்துக்குச் சிறப்புத்தான். அதேபோல் கடக லக்கினத்துக்கும் சந்திரன் சுபச் சந்திரன் என்ற அமைப்பில் லக்னத்தில் அமர்வது நன்மையே.

லக்னத்தில் சுபக்கிரகம் உச்சமோ, நட்போ பெற்று இருந்தால் அதுவும் சுய நட்சத்திர சாரத்தில் இருந்தால், அந்தக் கிரகத்தின் திசா, புத்திகள் சிறந்த பலனை அளிக்கும். பொதுவாக லக்ன கேந்திரத்தில் மட்டும் எந்தக் கிரகம் எப்படி இருப்பினும் வலிமையடைந்துவிடும். எனவே அசுப ஸ்தானமான 6 - 8 - 12 ஆகிய அதிபர்கள் அமர்வது சிறப்பல்ல. அதுவும் அவர்கள் உச்சம் பெறுவது சிறப்பல்ல. அவ்வமைப்பு மீன, கடகத்துக்கு மட்டும் ஏற்படும். மீனத்தில் சுக்கிரன் 3-8க்குடையவராக உச்சம் பெறுவார். அது ஆயுள் பலத்தைக் கூட்டுமேன்றி யோக பலத்தைக் கொடுக்காது.

ஆனால் கடகத்தில் குரு 6, 9க்குடையவராக உச்சம் பெறுவது நல்லதேதான். பொதுவாக லக்னத்தில் இணைந்த, பார்த்த கிரகங்களின் தன்மையையும் நன்கு கவனிக்க வேண்டும். லக்னாதிபதியின் நிலையையும் நன்கு கவனித்துப் பலன் கூற வேண்டும்.

2–ஆம் பாவம் : அடுத்து இரண்டாம் இடத்தின் வலிமையைக் கணக்கெடுக்க வேண்டும். இரண்டாம் இடத்தின் அதிபதி, அதில் நின்ற கிரகங்கள், பார்த்த கிரகங்கள், அவை பெற்ற சாரம் என்ற அடிப்படையில் அந்த பாவத்தினைக் கணக்கிட வேண்டும். லக்கினத்திற்கு வேண்டிய கிரகங்கள் அந்த பாவத்தில் இருந்தால் பாவம் வலிமை பெறும். ஆனால் எந்தக் கிரகமும் 2-ஆம் இடத்தில் உச்சம் பெறக்கூடாது. அது மனைவிக்கு (அ) கணவனுக்கு ஆகாது. காரணம் 2 -ஆமிடம் என்பது 7-ஆம் இடமாகிய களத்திர ஸ்தானத்திற்கு 8-ஆமிடம். ஆகையால் வரும் மனைவி (அ) கணவனின் ஆயுளுக்குப் பங்கம் ஏற்படும். 2-ஆம் இடத்திலே அதே ஸ்தானாதிபதி ஆட்சி பெறுவதும் நன்மைதான் என்றாலும் அக்கிரகம் பாவக் கிரகமாக இருக்கக் கூடாது. அத்துடன் 2 -ல் ராகு, கேதுக்கள் இருப்பதும் தீங்கானதுதான். 2-க்குடையவர் வலுவிழந்து விட்டாலும் அப்பாவம் வலுவிழந்துவிடும். 2-ஆம் இடத்தின் முக்கியத்துவம் பற்றி பாவங்களில் குறிப்பிடப் பட்டுள்ளது. முக்கியமாகத் தனம், குடும்பம், கல்வி ஆகியவை பற்றி அறிய வேண்டுமல்லவா! ஆகவே மேற்சொன்னவை சிறப்படைய அந்த பாவம் முக்கிய மல்லவா? எனவே 6, 8, 12-க்குரியவர்கள் 2-ல் அமர்வது அனைத்துச் சிறப்புகளையும் கெடுத்துவிடும். அப்படி ஒரு நிலை ஏற்படின் லக்கினச் சுபர்களின் இணைவோ, பார்வையோ சற்றுப் பாதிப்பைக் குறைக்கும் முற்றிலுமாகக்

குறைக்க இயலாது. எனவே 2-ஆமிடம் சுத்தமாகவோ, சுபர்கள் இணைவோ, பார்வையோ இருக்க வேண்டும். 2-ஆம் இடத்து அதிபரும் கெட்டுவிடக் கூடாது. 2-ஆம் இடம் பணபரம் என்ற அமைப்பில் வருவது. இந்த இடம் சிறப்புடன் இருந்தால் தான் பணப் புழக்கம் சீராக இருக்கும். இந்த அதிபதி 6, 8, 12-ல் இருந்தாலும், மறைந்தாலும் (மறைவது என்பது பகை, நீசம் அடைவது) பணப் புழக்கம் சரளமாக இருக்காது. குடும்பத் தொல்லைகள் சூழ்ந்து சிக்கலைக் கொடுக்கும். உயர் கல்வியும் பெற முடியாது 2-ஆம் இடத்தில் கல்விக்கதிபதியான புதன் எப்படியிருப்பினும் கல்வியைப் பெற்றிட முடியும். நீசம், பகை இல்லாமல் நன்முறையில் இருந்திட்டால் உயர் கல்வியையும் பெற்றிடலாம். தனகாரராகிய குரு இருப்பதும் சிறப்புதான். ஆனாலும் அவர் 2-ல் இருக்கும்போது தனித்தோ, பகை நீசமோ பெற்று இருப்பின் சிறப்பு இல்லை. ஏதாவது ஒர கிரகத்தின் இணைவு (அ) பார்வை வேண்டும். எனவே அவர் பார்வையைப் பெறுவதே சிறப்பானது. பொதுவாகக் குருவின் பார்வை எந்த பாவத்துக்குக் கிடைத்தாலும் அந்த பாவம் சிறப்படையும். ஆனால் எல்லா பாவங்களையும் குரு பார்வையிட முடியுமா! பொதுவாக 2-ஆம் இடத்தில் சனி, ராகு, கேது, செவ்வாய் ஆகிய நான்கு கிரகங்கள் இருப்பது எந்த லக்கினத்துக்கும் சிறப்பளிப்ப தில்லை. இவர்கள் லக்கினத்திற்கு நன்மை புரிபவர்களாக இருந்தாலும்கூட பெருமளவு நன்மை என்று கூறுவதற் கில்லை. குருவின் இணைவு அல்லது பார்வை அவர்களின் கடுமையைச் சற்றுக் குறைக்கும். 2-ம் இடத்தைப் பற்றி அறிய அதன் அதிபதி, குரு, புதன் ஆகிய மூவரையும் நன்கு கவனித்துப் பலன் அறிய வேண்டும். மேலும் விளக்கங்கள் இடையிடையே வரும்.

மூன்றாம் பாவம் : இப்பாவம் எதைக் குறிப்பிடுகின்றது என்று பாவங்களின் விளக்கத்தில் கூறியுள்ளேன். முக்கியமாக இளைய சகோதரம், தைரியம், காரிய வெற்றி, வேலையாட்கள், ஜாதகரின் சாமர்த்தியம் ஆகியவற்றைக் கவனிக்க இந்த பாவத்தைப் பயன்படுத்த வேண்டும். இப்பாவம் இதன் அதிபதி மற்றும் செவ்வாயைக் கொண்டு உறுதி செய்ய வேண்டும். செவ்வாய் இதன் காரகத்துவம் பெறுபவர். எனவே அவரின் நிலையையும் நன்கு கவனிக்க வேண்டும். இந்தப் பாவமும் அசுபஸ்தான அமைப்பில் வருவதுதான். ஆனால் அரை அசுபஸ்தானமாகத்தான் நூல்கள் கூறுகின்றன. 6, 8, 12 ஆகிய ஸ்தானங்களைப் போன்று முழுதும் கெட்ட ஸ்தானமாக இதைக் கொள்வதில்லை. இந்த ஸ்தானம் உப செய ஸ்தானமாகவும், ஆபோக்கிலீய ஸ்தானமாகவும் அமைகின்றது. இந்த ஸ்தான அதிபர் நன்னிலை பெற்று, செவ்வாயும் நன்னிலையில் இருந்தால்தான் இளைய சகோதரர்களையும், அவர்களின் ஒத்துழைப்பையும் ஜாதகர் பெற இயலும். இந்த ஸ்தானம் உயர்ந்து நின்றால் பல பணியாட்கள் வைத்துக் கொள்ளும் யோகம் ஏற்படுவதுடன் எந்தக் காரியத்திலும் தைரியத்துடன் செயல்பட்டு வெற்றி கண்டுவிடுவார்.

லக்கினாதிபதியைக் காட்டிலும் மூன்றாம் இட அதிபதி வலுவுடன் இருந்தால், லக்கினதாரரைவிட இளைய சகோதரர்கள் நல்வாழ்வு வாழ்வார்கள். மூன்றாம் இடத்ததிபர் லக்கினாதிபதிக்கு நட்புக் கிரகமாகவும் இருந்து நட்பு ஸ்தானத்திலும் இருந்தால் இளையவர்களின் உதவியும், ஒற்றுமையும் கிட்டும். மாறாக இருந்துவிட்டால் அவர்களைப் பற்றி நினைக்க வேண்டிய அவசியமே இல்லை. செவ்வாய் தன்னுடைய லக்கினமாகிய மேஷ, விருச்சிகத்தில் இருந்தால், பாவர்களின் இணைவோ,

பார்வையோ இல்லாமல் இருந்து அந்த ஸ்தானம் 6, 18, 12 ஆகிய ஸ்தானங்களாக இல்லாமல் இருந்தால் மூன்றாம் அதிபதி வலுவிழந்து இருந்தாலும் சகோதரர் ஏற்பட்டு விடுவார்கள்.

மூன்றாமிட அதிபர் 6, 8, 12ல் இருந்தால், செவ்வாய் மேற்சொன்ன இடங்களில் இருந்து, இருவரும் கெட்டு விட்டால் சகோதரர் அற்ற நிலைதான் ஏற்படும். எடுக்கும் காரியம் அனைத்தும் தோல்விதான். அதே போல் மூன்றாம் இடம் பாவர்கள் சூழுகையுடன் இருக்கக் கூடாது. சகோதரர்களின் உதவி கிடைக்க வேண்டுமெனில் 3 மிட அதிபதியும் செவ்வாயும் நன்னிலையில் இருக்க வேண்டும் என்று கூறினோமல்லவா? அதன் அடிப்படையில் ஒரு சிறிய நுணுக்கம், 12 ராசிகளில் சுபராசிகள், பாவ ராசிகள் என்று இரு பிரிவு உள்ளது. பாவக் கிரகங்களாகிய செவ்வாய், சூரியன், சனி ஆகியவர்களின் இராசிகளாகிய மேஷம், சிம்மம், விருச்சிகம், மகரம், கும்பம் ஆகியவை பாவ ராசிகள். குரு, சுக்கிரன், புதன் ஆகியவர்களின் இராசி களாகிய ரிஷபம், மிதுனம், கன்னி, துலாம், தனுசு, மீனம் ஆகியவை சுப ராசிகள். கடகம் தனிப்பட்ட ஒரு நிலைமையை அடைகின்றது. சந்திரன் வளர்பிறைச் சந்திரனாக இருந்தால் கடகம் சுப ராசியாகவும், தேய்பிறைச் சந்திரனாக இருப்பின் கடகம் பாபராசியாகவும் மாறிவிடும். பாப ராசிகளில் மூன்றாம் இடத்து அதிபரும், பாபராகவே இருந்து அமர்ந்துவிட்டால் 3-ம் இடத்தின் மேன்மைகள் ஏற்படும். அதுபோன்றே சுப ராசிகளில் தோன்றியவர் களுக்கு மூன்றாம் இடத்து அதிபதியும் சுபராக சுப ராசிகளில் அமர்ந்திட மேன்மையுண்டு. மாறி அமர்ந்து, செவ்வாயும் மாறி இருந்தால் சகோதரரால் மேன்மையடைய முடியாது.

மூன்றாம் இடத்தைப் பற்றிக் கணிக்கும் போதே 3-க்கு எட்டாம் இடத்து அதிபரையும் கணக்கெடுக்க வேண்டும். 3-க்கு 8-ஆமிடம் 10-ம் இடத்து அதிபதியாக வருவதால் அவரின் நிலையையும் கண்டுதான் சகோதரர்களின் ஆயுள் பலத்தை அறிய வேண்டும். மூன்றாம் இடத்தின் மற்ற மேன்மைகளும் கூட அவரால் பாதிக்கப்படும். ஒரு உதாரணம், கும்ப லக்கினத்தில் பிறந்தவருக்கு மூன்றாம் இடத்து அதிபதியும், 3க்கு 8 ஆமிடமான 10ம் இடத்துக்கும் சகோதர காரகனாகிய செவ்வாயே அதிபதி ஆவதால் அவரின் நிலையைக் கொண்டே இளைய சகோதர உறவு அமையும். செவ்வாய்-மிதுனம், கடகம், கன்னி ஆகிய மூன்று ராசிகளில் அமர்ந்துவிட்டால் - இளைய சகோதரர் இருந்தாலும் அவர்களால் ஜாதகர்க்குப் பயன் எதுவும் இருக்காது. உடன் பாபர்கள் இணைவும் ஏற்பட்டால் சகோதரம் இல்லாமலும் போகும். எனவே பலன் சொல்லும் முன் இவை அனைத்தையும் கவனிக்க வேண்டும்.

4-ஆம் பாவம் : இந்த பாவம் முக்கியமாகத் தாயார், சுகம், வீடு, நிலம், வாகனம், வித்தை ஆகியவற்றைக் குறிப்பிடுவதோடு, சதுர்த்த கேந்திரமாவதால் இந்த ஸ்தானத்தின் அதிபதி எப்படியிருப்பினும், அவர் 4-ஆம் இடத்தில் இருந்தால் அந்தப் பாவம் வலுவடையும். லக்னாதிபதி 4 ஆம் இடத்தில் இருப்பதும் வரவேற்கத் தகுந்ததே. ஆனால் அவர் பகை பெற்று வலுக்குறையக் கூடாது. அதே போன்று 4-ஆம் இட அதிபதி லக்னத்தில் அமர்வதும் சிறப்புதான். ஆனால் மீனத்திற்கு மட்டும் 4-க்குரியவரான புதன் லக்னத்தில் நீசம் பெறும் வாய்ப்பு ஏற்பட்டுவிடுகின்றது. அது வலுவைக் குறைக்கச் செய்யும். இதற்குமாறாகத் துலாத்திற்கு 4-ம் இட அதிபதியான சனி

லக்னத்தில் உச்சம் பெறும் வாய்ப்பு. எப்படியும் அந்த ஜாதகரை உயர்நிலைக்கு உயர்த்திவிடும். 4-ஆம் இடத்தை அதன் அதிபதியானவரையும், மாதுர்காரகனாகிய சந்திரனையும் வாகனகாரகரும், வீடு காரகருமாகிய சுக்கிரனையும், பூமி காரகர் என்று சொல்லப்படும் செவ்வாயையும். வித்தை களுக்கு அதிபதியான புதனைக் கொண்டும்கூட நிர்ணயம் செய்ய வேண்டும். பொதுவாக 4-ம் இட போகங்களை அனுபவிக்க முடியும் என்றே கூற வேண்டும். கட்டிடத்தில் 4 தூண்களின் இரண்டாம் தூண் சதுர்த்த கேந்திரமல்லவா? முக்கியமான இடம் வகிக்கும் 4-ம் இடம் பாவர் சூழுகை இன்றியும், அதன் அதிபதி அசுபஸ்தானங்களில் அமராமலும், சுபர்களுடன் மேன்மையுடனும் இருந்துவிட்டால் 4-ம் இடமும் அதன் மேன்மைகளைத் தராமல் போகாது. நம்மை ஈன்ற தாயார் ஸ்தானம் பழுது படலாமா? பழுது பட்டால், தாயாரின் நலமே பாதிக்கப்படுமே! எனவே பாவர்கள் அந்த இடத்தில் அமர்வது எவ்விதத்திலும் நலமல்ல என்பதை யூகித்திருப்பீர்கள். முக்கியமாக பாவர்களான சனி, செவ்வாய், ராகு, கேது இருக்கக் கூடாது. சனியும், செவ்வாயும் லக்கினத்துக்கு சுபர்களாக இருந்து அவ்வீட்டில் இருந்தாலும் அந்த இடம் அவர்களுக்கு ஆட்சி வீடாக அமைந்துவிட்டால் மிகவும் நல்லது. இல்லையெனில் சில தீமைகள் ஏற்படவே செய்யும். சந்திரன் சுபராக 4-ஆம் இடத்தில் அமர்வது சிறப்பே. பாவராக அமர்ந்தாலும், உடன் பாவர் சூழுகை. பார்வை ஏற்பட்டாலும் 4-ம் இடத்தின் மேன்மைகள் கெடும். 4-க்கு 8ம் இடமான 11-ம் இடத்து அதிபரையும் 4-ம் இட மேன்மையைக் கவனிக்கப் பயன்படுத்தியே ஆக வேண்டும். அவர்தான் 4-ஆமிட மேன்மையை வெகுவாகப் பாதிப்பவர். 4 ஆமிட அதிபருக்கு அவர் வேண்டியவராக இருந்தாலும்கூட அவரின் பாதிப்பு

இருக்கவேதான் செய்யும். வேண்டாதவராக இருந்து விட்டாலோ 4-ம் இடத்தின் மேன்மையை பழுதாக்குவார். ஏதோ சுபக்கிரகங்களின் பார்வையோ அன்றி இணைவோ இருந்திடில் சற்றுப் பரவாயில்லை. அவ்வளவே! (இங்கு சுபக்கிரகங்கள் என்று சொல்லப்படுபவை பொதுச் சுபர்கள் அல்ல, லக்கினச் சுபர்களையே. ஒவ்வொரு லக்கினச் சுபர்களையும், யோகர்களையும் பற்றி ராசியின் அறிமுகத்தில் குறிப்பிடப்பட்டுள்ளது.)

சுக்கிரன் நன்முறையில் அமைந்திட்டால் வீடுகளை அளித்திடுவார். மேலும் சுக மேன்மைகளை அளிப்பவர் அவரே. செவ்வாய் நன்முறையில் அமைந்திட்டால் விவசாய நிலங்கள் ஏற்பட்டு மேன்மை பெறும், புதன் நன்னிலையில் அமைந்திட்டால் வித்தைகள் தேடி வரும். வாகனங்கள் அமைந்திட 4-ம் அதிபதியுடன் சுக்கிரனின் கடாட்சமும் தேவை. வாகனகாரகத்துவம் அவருக்கே என்றாலும், ஒரு முக்கியமான விஷயத்தை இங்கு குறிப்பிட்டே ஆக வேண்டும். வாகனம் எனும்போது சிலர் காரகத்துவத்தைச் சனிக்கும், சிலர் சுக்கிரனுக்குமாகக் கூறுவார்கள். அவரவர்கள் கூறுவதையே வலியுறுத்தியும் கூறுவார்கள். இரும்பு சகிதப் பட்டுள்ளதால் வாகனம் சனிக்கு என்று கூறுபவர்களும் உண்டு. இவர்களிடமிருந்து நான் முற்றிலும் மாறுபடுகின்றேன். பொதுவாக இன்றைய வாகனங்களில் மூன்றுவிதமான வாகனங்கள் உண்டு. 1. பொருட்களை ஏற்றிச் செல்லும் வாகனம், 2. ஆட்களை மட்டும் முக்கியமாக ஏற்றிச் செல்லும் வாகனம், 3. விவசாயம் மற்றும் பூமியைத் தோண்டப் பயன்படும் வாகனம் என்று மூன்று வகை உள்ளது. அத்துடன் வானத்தில் செல்லும் விமானம், நீரில் செல்லும் படகு, கப்பல் போன்றவையும் உண்டு.

இதில் பொருட்களை மட்டும் ஏற்றிச் செல்லும் வாகனமே சனிக் காரகத்துவம் பெறுகின்றது. மனிதர்களை ஏற்றிச் செல்லும் மற்றும் மனிதர் ஏறிச் செல்லும் வாகனங்கள் சுக்கிரனின் ஆதிபத்தியத்தைப் பெறுகின்றன. பூமியைத் தோண்டும் வாகனங்கள் செவ்வாயின் ஆதிபத்தியத்தில் வருகின்றன. இதை நடைமுறையில் நன்கு கவனித்து வந்துள்ளேன். சனியின் ஆதிபத்தியம் நன்முறையில் இருந்தால் அவர்கள் லாரி என்று சொல்லப்படும் பொருள் போக்குவரத்தில் சிறப்படைகின்றார்கள். சுக்கிரன் ஆதிபத்தியம் நன்முறையில் அமைந்தால் அவர்கள் பஸ், டாக்ஸி, வேன் போன்றவற்றில் சிறப்படைகின்றார்கள். செவ்வாயின் ஆதிபத்தியம் நன்முறையில் அமைந்தவர்கள் டிராக்டர், ரிக் என்று சொல்லப்படும் பூமியைத் துளைக்கும் வாகனங்களில் சிறப்படைகின்றார்கள். இதைப் பற்றி ஆராய்ச்சிப் பகுதியான இரண்டாம் பாகத்தில் ஆதாரங்களுடன் விளக்குகின்றேன்.

4-ம் இடத்தின் மேன்மையை நன்கு ஆராய்ந்து பலன் கூறுங்கள். என்னதான் மற்ற இடங்கள் சிறப்புற்றாலும், அறிவின் ஆற்றலை, அது பயன்படும் விதத்தை 4-ஆம் இடத்தைக் கொண்டே கணிக்க வேண்டியுள்ளது. 2-ஆம் இடமாகிய கல்வி ஸ்தானம் சிறப்பாக இருந்தாலும் கூரிய அறிவுத் திறன் 4-ஆம் இடமே. கல்வியே கற்காமல் மேதையாகியவர்கள் 4-ம் இடத்தின் சிறப்பைக் கொண்டவர்கள்தான். எனவே நான்காமிடம் சிறப்புடன் அமைந்தால் வாழ்க்கையும் சிறக்கும் என்பதில் ஐயமில்லை.

5-ம் பாவம் : புத்திரர்கள், புகழ், கீர்த்தி, பூர்வ ஜென்மத்தில் செய்த விளைவுகள், பூர்வீகச் சொத்துக்கள், தகப்பனாரின் தகப்பனார், மாமன், அத்தை ஆகியவர்களைப் பற்றி அறியும் பாவம், வாழ்க்கையில் புகழ் கீர்த்தியும்

தேவை. புத்திரர்களும் தேவையல்லவா? அதைப் பற்றிக் கூறும் இந்த பாவம் சிறப்புடன் அமைய இந்த ஸ்தானாதி பதியும், புத்திர காரகருமாகிய குரு பகவான் நன்னிலையில் இருக்க வேண்டும். புத்திர ஸ்தானத்தில் ராகு, கேது அமர்வது புத்திரத் தோஷத்தை ஏற்படுத்தும் என்பதை முன்பே கூறியுள்ளேன். அத்துடன், 5-ம் இட அதிபதியும், அதற்கு ஐந்தாம் அதிபதியான 9-ம் இடத்து அதிபரும் கெட்டு, குருவும் கெட்டு 10-ம் இடமாகிய கர்மாதிபதியும் கெட்டுவிட்டால் நிச்சயம் அவர்களுக்குப் புத்திர பாக்கியம் ஏற்படாது. புத்திர ஸ்தானாதிபதி வலுத்து குருவின் பார்வை புத்திர ஸ்தானத்துக்குக் கிடைத்தால் நல்ல புத்திரர்கள் தோன்றுவார்கள். பாவக் கிரகங்களின் இணைவோ பார்வையோ இருப்பினும் (பாவக்கிரகங்கள் எனக் குறிப்பிடுவது லக்கன பாபர்களையே) புத்திரர்கள் இருந்தாலும் நல்ல புத்திரர்களாக இருக்க மாட்டார்கள். அதேபோல் 5-க்கு 8-ஆம் இடமாகிய 12-ம் இடத்ததிபதி புத்திர ஸ்தானத்தில் இருப்பதும் தீமைதான். ஆனால் கும்பலக்னத்துக்கு மட்டும் லக்னாதிபதியான சனியே 12-ம் இடமாகிய விராயதிபத்தியமும் பெறுவதால் அவர் 5-ம் இடமாகிய மிதுனத்தில் இருப்பது புத்திரர்களை ஏற்படச் செய்யும். ஆனால் நல்ல புத்திரர்களா என்பதைப் புதனையும் குருவையும் கொண்டே நிர்ணயிக்க இயலும். லக்கினாதிபதி புத்திர ஸ்தானத்தில் (அ) 9, 10ம் இடங்களின் அதிபதி லக்கினத்தில் இருந்தாலும் புத்திரர்கள் உண்டு. 9, 10 ஆகியவர்களை ஏன் இங்கு குறிப்பிடுகின்றேன் என்பது சற்றுக் குழப்பமாக இருக்கலாம். 9-ம் இடம் 5-க்கு 5-ம் இடம் என்பதோடு தர்ம ஸ்தானம் அது. 10-ம் இடம்கர்மஸ்தானம். எனவே இவ்விரு ஸ்தானங்களும் முறையே தர்ம, கர்மஸ்தானகும். எனவே இவ்விருஸ்தான

அதிபர்களும் முறையே தர்ம, கர்மாதிபதிகள் எனப்பெயர் பெறுகின்றார்கள். இவர்கள் புத்திர ஸ்தானத்தோடோ, அதன் அதிபரோடோ, லக்னத்தோடோ, அன்றி லக்னாதி பதியோடோ சகிதப்பட்டாலும், பார்த்தாலும் புத்திரர்கள் ஏற்படும் வாய்ப்புண்டு. இதைத் தர்ம கர்மாதிபதி யோகம் என்று சொல்வதுண்டு. பூர்வ ஜென்ம வினையாலே இச்சென்மத்தில் புத்திர பாக்கியம் ஏற்படாமல் போய்விடும் என்றாலும் 5-ம் இடம், 5க்கு 5-ம் இடம், 5-க்கு 8 ஆமிடம், 10 ஆமிடம், இவற்றின் அதிபதிகள், லக்கினாதிபதி ஆகிய அனைவரின் நிலையைக் கொண்டே புத்திர பாவத்தை ஆராய வேண்டும். தோஷங்கள் இருப்பின் அதற்குத் பரிகாரங்கள் செய்தால் புத்திரர்கள் ஏற்பட வழியுண்டு. ஜோதிட சாஸ்திரத்தை உருவாக்கிய மாமேதைகள் நமக்குப் பல இன்னல்களை நீக்கும் வழிகளையும் கூறியுள்ளார்கள்.

எனவே எந்த தோஷத்துக்கும் பரிகாரம் இருக்கின்றது. அதைப் பற்றி இரண்டாம் பாவத்தில் குறிப்பிட்டுள்ளேன். புத்திரர்கள் மட்டுமல்லாமல் மேலும் பலவற்றையும் பற்றி 5-ம் பாவம் குறிப்பிடுகின்றது என்பதை அறிந்துள்ளீர்கள். அவற்றின் தன்மைகளைப் பற்றியும், ஐந்தாம் இடத்ததிபன், இணைவு, பார்க்கும் கிரகங்களின் தன்மைகளைக் கொண்டு பரிசீலனை செய்து நன்கு கணித்துக் பலன் கூற வேண்டும்.

6–ஆம் பாவம் : இந்த பாவத்தைப் பற்றிப் பலவிதமான அபிப்பிராயங்கள் உள்ளது. சிலர் இந்த பாவாதிபதி வலுப்பெறுதல் நன்மை என்று கூறுகின்றார்கள். பலர் இதை மறுக்கின்றார்கள். வலிமை பெறுவது நல்லது என்று கூறுபவர்கள் ஒரு விஷயத்தை மட்டுமே வலியுறுத்து கின்றார்கள். அதாவது இந்த ஸ்தானாதிபதி வலுப்பெற்றால் எதிரிகள் வலுவடைய முடியாது என்று கூறுகின்றார்கள்.

ஆனால் நடைமுறை அனுபவத்தில் இந்த ஸ்தானாதிபதி வலுப்பெறுவது நன்மையை அளிப்பதில்லை. மாறாக சிக்கல்களையும், இடைஞ்சல்களையும், தொல்லைகளையும் தான் அளிக்கின்றார். இந்த பாவாதிபதி வலுப்பது மற்றும் இந்த பாவத்தில் லக்னாதிபதியோ, அன்றி லக்கினச் சுபர்களோ அமர்வது எவ்வகையிலும் சிறப்பில்லை. அசுப ஸ்தானம் என்று சொல்லப்படும் இந்த ஸ்தானத்தில் சூரியன், சனி, ராகு, கேது ஆகியவர்கள் எந்த லக்கினமாக இருந்தாலும் நல்ல பலனை அளிப்பதாகச் சொல்லப்பட்டு நடைமுறையிலும் ஒத்து வருகின்றது. இவர்களைத் தவிர மற்ற கிரகங்கள் இந்த ஸ்தானங்களில் அமர்வது என்பதை எவரும் நன்மை என்று ஒப்புக் கொள்வதில்லை லக்கின பாபர்கள் இந்த ஸ்தானத்தில் நின்று கெட்டுவிட்டால் அவர்கள் திசை நன்மையளிக்கின்றது. 6-ம் இடம் 3, 6, 10, 11 என்ற பணபர ஸ்தானமாகவும் 3, 6, 9,12 என்ற ஆபோக்கிலீய அமைப்பிலும் வருவதால் பாவர்கள் 6-ம் இடத்தில் நிற்பது நல்லது. அதுவும் குறிப்பாகப் பணபரத்தில் சூரியன், சனி, ராகு, கேது நிற்பது நன்மை என்று சொன்னாலும் 3-ம் இடத்தில் ராகு, கேது, சனி நிற்பது சகோதரர்களின் நிலையைப் பாதிக்கிறது.

பொதுவாகவே ஜோதிட சாஸ்திரத்தில் ஒரு பாவம் வலுத்தால் அதற்கு நேர் எதிரிலுள்ள பாவம் வலுவிழந்து விடுகின்றது. எல்லாப் பாவங்களும் நிறைவுடன் பெற்றுள்ளவர்கள் உலகில் எவரும் இல்லை. நாணயத்திற்கு இரு பக்கம் உள்ளது போலவே கிரகங்களுக்கும், பாவங்களுக்கும் கூட இரு பக்கம் உள்ளது. எனவேதான் ஒரு கிரகம் நன்மை செய்யும்போதே அந்த ஜாதகனுக்கு வேறு ஏதாவது ஒரு வகையில் தொந்தரவும், இடைஞ்சலும்

ஏற்படுத்தியே தீரும். உதாரணமாக 6-ம் பாவம் வலுப் பெற்றுள்ளது என்று வைத்துக் கொண்டால், அதற்கு நேர் எதிரில் உள்ள பன்னிரண்டாம் பாவம் பாதிக்கப் படுகின்றது. 6-ம் இடத்திற்கு அதிபதி வலுப்பெற்று எதிரிகளை அடக்குவார் என்றால் பலவிதமான விரயச் செலவுகளால் கடன் தொல்லைகளையும் ஏற்படுத்தியே தீருவார். இது பாபஸ்தானத்திற்குப் பலன் என்று எடுத்துக் கொண்டாலும் அடுத்த பாவமான சுப பாவமான 7-ம் இடத்தில் ஒரு கிரகம் வலுப்பெறுவதைப் பற்றிக் குறிப்பிடுகின்றேன். எப்படிப் பார்த்தாலும் 6-ம் இடம் வலுப்பெறக் கூடாது. அதேபோல் பொதுவாக நோக்கினாலும் குரு, சுக்கிரன் ஆகிய இருகிரகங்களும் இதில் நின்று கெட்டுப் போகக் கூடாது. குருவாகிலும் தன் பார்வை விசேஷத்தால் தான் பார்க்கும் இடங்களைச் சற்று மேன்மைப்படுத்துவார். ஆனால் சுக்கிரன் 6-ம் இடத்தில் கெடுவது தாம்பத்ய (இல்லற) சுகத்தைக் கெடுத்துவிடுவார். பொதுவாக எந்த லக்கினதாரருக்கும் சுக்கிரன் கெடுவது இல்லற சுகத்தைக் கெடுத்துவிடும் என்பதை முன்பே கூறியுள்ளேன்.

7 ஆம் பாவம் : இந்தப் பாவம் லக்கினத்திற்கு நேர் எதிரே அமைந்துள்ளதில் உள்ள விசேஷத்தைச் சற்று கவனியுங்கள். அது மனைவி ஸ்தானம் (அ) கணவன் ஸ்தானம். நம்மை ஈன்ற பெற்றவர்கள் மறைந்த பின் நம்முடன் நம் காலம் மட்டும் துணையாக இருப்பது மனனவி (அ) கணவன்தானே. மேலும் நம் சந்ததிகள் உண்டாவதும் 7-ம் பாவத்திற்குரிய மனைவி(அ) கணவனால் தானே! எனவே 12 லக்கினத்துக்கும் எதிரான மத்ய பாகமாகிய 7-ம் இடத்தை நம்முடைய துணைக்கு அளித்திருக்கும் பாங்கை என்ன சொல்லுவது! அது

மட்டுமல்லாமல் நான்கு கேந்திரங்களில் மூன்றாவது கேந்திரம் மூன்றாவது தூண் என்றும், மூன்றாவது சுவர் என்றும் கூடச் சொல்லலாம். இந்த 7-ம் பாவத்தையும், களத்திரகாரகன் என்று சொல்லப்படும் சுக்கிரனையும் கொண்டே இந்தப் பாவத்தின் வலிவை அறிந்து பலன் சொல்ல வேண்டும். பொதுவாக இந்தப் பாவத்தின் அதிபதி வலுப்பெற்று லக்கினாதிபதி சற்று வலிமை குறைந்தாலும் கூட மனைவியின் ஆதிபத்தியமே வீட்டில் வலிமை பெறும். முற்றிலும் லக்கினாதிபதி வலுவில்லாமல் இருந்தால் மனைவியின் ஆதிபத்தியமே வலுத்து நிற்கும். பெண்டாட்டி தாசர்களாக இருப்பார்கள். முன் பாவத்தில் குறிப்பிட்டேன் அல்லவா, சுபபாவமாகிய ஒரு பாவம் வலுப்பெற்றாலும் அதன் எதிரே உள்ள பாவம் வலுவிழப்பது என்பது இயற்கையிலேயே ஏற்பட்டு விடுகின்றது. எதிரில் உள்ள பாவாதிபதியும் வலுப்பெற்றுவிட்டால் என்ன நடக்கும் என்ற கேள்வி ஏற்படுகின்றதல்லவா? அப்போது கிரக யுத்தம் ஏற்படுகின்றது. கிரகத்துக்குள் யுத்தமா என்ற ஆச்சரியம் ஏற்படுகின்றதா? ஆம்! யார் பெரியவர், வலுவுள்ளவர் என்ற போட்டி ஏற்படுகின்றது. பொதுவாக லக்கினத்துக்கு எதிர் உள்ள 7-ம் இடத்து அதிபர் லக்கினாதிபதிகளுக்கு ஒத்துப்போகக் கூடியவர்களாக இருக்க மாட்டார்கள். மேஷ, விருச்சிகத்துக்கு 7-ம் இட அதிபதி சுக்கிரன், ரிஷப, துலாத்துக்கு 7-ம் அதிபதி செவ்வாய். இவர்கள் இருவரும் பெருமளவு ஒத்துப் போவதில்லை. மிதுன கன்னிக்கும், தனுசு மீனத்துக்கும் புதன், குரு சப்தமாதிபதிகள். இவர்களும் இணைந்து செயல்படுவதில்லை. கடகத்திற்கு மகராதிபதி சனி என்பதோடு மாராகாதிபதியும் கூட. அதே நிலை மகரத்துக்கும், சிம்மத்திற்கோ கேட்க வேண்டாம். சூரியனின் மகனாகிய சனியே தந்தைக்கு ஆகாதவர். எனவே கும்பமும்,

சிம்மமும் கடும் பகை. இப்படி ஏற்படும் கிரக யுத்தத்தில் லக்கினாதிபதி (அ) சம்பதமாதிபதி ஆகிய இருவரில் எவர் அதிக வலுப் பெறுகின்றாரோ அவரின் ஆதிபத்தியமே வலிமையடையும். நட்சத்திர சாரம், உடன் இணையும், பார்க்கும் கிரகங்களின் கூட்டு வலிமை, வர்கோத்தம வலிமை ஆகியவைகளைக் கணக்கிட்டு வலிமை அறிந்து பலன் சொல்ல வேண்டும். 7-ம் பாவத்தில் லக்கின பாபர்கள், சனி, செவ்வாய், ராகு, கேது ஆகியவை அமர்வது நல்ல மனைவியைப் பெறும் வாய்ப்பை இழக்கச் செய்யும். அப்படி அமரும்போது 7-க்குடையவர், சுக்கிரன் நன்முறையில் இருந்தால் நல்ல மனைவியை (அ) கணவனைப் பெறுவதோடு பருவத்தில் மணம் செய்யும் யோகமும் கிட்டும்.

7-க்கு எட்டாம் இடமாகிய 2-ம் இடத்து அதிபர் 7-ல் அமர்வதும், லக்கினத்துக்கு எட்டாம் இட அதிபர் லக்கினத்தில் அமர்வதும், 2-ம் இடத்தில் பாவர் சூழுகையும் கூட காலம் கடந்த திருமணத்திற்குக் காரணமாகிவிடும். குரு பார்வை ஏற்பட்டால் அந்தத் தோஷத்தை நிவர்த்திக்கும் வாய்ப்புண்டு சனி 7-ல் அமர்வது சிறப்பல்ல என்றாலும் மகர, கும்பத்தில் அவர் சப்தமாதிபதியாக இருந்தால் பெருமளவு பாதிப்பு ஏற்படுவதில்லை என்று கிரந்தம் கூறுகின்றது. பொதுவாக 2-ம் இடம், 7-ம் இடம் நற்கிரகங்கள் இருந்தோ (அ) சுத்தமாக கிரகங்களின் இணைவோ பார்வையோ இல்லாமல் இருப்பதோ நல்ல மனைவி(அ) கணவன் அமைவதற்கு ஏற்றது.

8–ஆம் பாவம் : அஷ்டமம் என்று சொல்லப்படும் இந்த பாவம், ஜாதகனின் ஆயுளையும், கண்டங்களையும்

திடீர் என்று ஏற்படும் விபத்துக்களையும் அறிவிப்பதோடு மாங்கலியஸ்தானம் என்று சொல்லப்படும் 7-ம் இடத்திற்கு 2ம் இடமாக இந்த ஸ்தானம் அமைவதால் வரும் மனைவி(அ) கணவனால் ஏற்படும் குடும்ப அமைப்பையும் கணிக்க இந்த ஸ்தானம் பயன்படுகின்றது. இந்த ஸ்தானத்தில் பாபக் கிரகங்கள் வலிமை பெறுவது நல்லதல்ல என்பதே அனைவரின் கருத்தாக உள்ளது. இந்த ஸ்தானாதிபதி இந்த ஸ்தானத்தில் இருப்பதைவிடவும், கேந்திர, திரிகோணங்களில் இருப்பது ஆயுள் வலிவைக் கூட்டும். 'அஷ்டமத்தோன், அதற்கெட்டோன் திரிகோண கேந்திரமேறில் ஆயுள் தீர்க்கம்' என்பது ஒரு பாடல். அஷ்டமாதிபதியும், அதற்கு எட்டோன் ஆகிய மூன்றாம் இடத்து அதிபதியும் கேந்திர திரிகோணங் களில் அமர்வது ஆயுள் பலத்தை அளிக்கும் என்பது உண்மையே. ஆனால் அஷ்டாமதிபதி அமர்ந்த ஸ்தானத்தின் வலுவைக் குறைத்திடுவார் என்பது திண்ணம்.

அப்படி நேரும் பட்சத்தில் லக்கினச் சுபர்களில் இணைவும், பார்வையும் அவரின் கடுமையைச் சற்றுக் குறைக்கும். சூரியன் அஷ்டமத்தில் இருப்பதும், சூரியனோடு அஷ்டமாதிபதி இணைவும் பார்வையும் சம்பாத்தியத்தில் அடிக்கடி சிக்கல்களை ஏற்படுத்துவதோடு, தந்தையாரின் உறவுகளையும் சீர்குலைக்கும். சந்திரன் அஷ்டமத்தில் இருப்பதும், அவருடன் அஷ்டமாதிபதி இணைவதும், பார்ப்பதும் அடிக்கடி தேகத்தின் நிலைமையைக் கெடுத்து நோய்த்துன்பம் ஏற்படுத்தும். செவ்வாய், அஷ்டமத்தில் இருந்தால் அடிக்கடி கண்டங்கள், காயங்கள், ரத்தம் சிந்தும் வெட்டுக்காயம் நெருப்பினால் சுட்டுக் கொள்ளுதல் ஏற்படும். செவ்வாய் அஷ்டமத்தில் ஆட்சி உச்சம் பெற்றால் உடன் வாகனாதிபதியும் இருந்தால்

வாகனங்களால் விபத்து ஏற்படும். எனவே செவ்வாய் மட்டுமல்லாமல் ராகு, கேதுகளும் அஷ்டமத்தில் இருப்பது நன்மையல்ல. ஆயுள் காராகராகிய சனி அஷ்டமமாகிய ஆயுள் ஸ்தானத்தில் அமர்வது சிறப்பானதா என்பது ஒரு ஆராய்ச்சிக்குரிய விஷயம். ஆயுள்காரகன் என்ற வகையில் அவர் அஷ்டமத்தில் எம்முறையில் அமர்ந்தாலும் ஆயுள் பலத்தைக் கூட்டுவார். ஆனால் தொல்லைகளையும் சிரமங்களையும் அளித்துக்கொண்டே இருப்பார். ‘நித்திய கண்டம் பூரண ஆயுள்’ என்று சொல்வார்களே அப்படித்தான். லக்கினாதிபதி, ஆத்மகாரனாகிய சூரியன் ஆகிய இருவரும் வலுவிழந்து சனி அஷ்டமத்தில் வலுப்பெற்றால் அவரின் கடைசிக் காலம் சிறப்பாக இருக்காது. நீண்ட காலம் நோய் வயப்பட்டுப் படுக்கையில் இருந்து எப்போது இந்தக் கிழம் போகுமோ என்று எல்லோராலும் சலிப்படையப்பட்டு உயிர்போகும் போது ஆத்மபலம் இல்லாமல் நினைவற்ற நிலையில் இருப்பார்கள். பொதுவாக சனி அஷ்டமத்தில் இருந்தால் திருமணம் கூடத் தள்ளிப் போகும். எப்படியும் நோயின் வசப்பட்டோ, கண்டங்களைச் சந்தித்தோதான் ஆக வேண்டும்.

ராகு, கேதுகள் அஷ்டமத்தில் இருந்தால் அதுவும் வலுப்பெற்று, லக்னாதிபதியும், 3, 8க்கு குரியவர்கள் வலுவிழந்தும் இருந்தால் அவர்கள் விஷஜந்துக்களால், விஷப் பொருட்களால் பாதிக்கப்பட்டு சில சமயம் மரணம்கூட எற்பட்டுவிடும். ஒரு ஜாதகரின் ஆயுள் வலிவைக் கண்டறியும் இடமாதலால் இவ்விடத்தை நன்கு கணிக்க வேண்டும். லக்கினத்துக்கு குரு பார்வை இருப்பின் (அ) குரு லக்கினத்தில் வலுவுடன் இருந்தாலும் சனி பார்த்தாலும் சனி லக்கினத்தில் இருந்தாலும் ஆயுள் பலமுண்டு. ஆயுளைப் பற்றிய அளவை செய்யுமுன் லக்கினாதிபதியின்

நிலை, சனியின் நிலை, லக்கினத்தில் இணைந்து பார்த்த கிரகங்களின் நிலை 3, 8 ஆம் அதிபதிகள் இணைந்த பார்த்த கிரகங்களின் நிலை 3, 8 ஆம் அதிபதிகளின் நிலை ஆகியவற்றைக் கவனித்தே பலன் கூற வேண்டும்.

ஆயுளைப் பற்றி அறிய பல்வேறு விதமான கணிதங்களும் உள்ளன. 'பிண்டாயுதர்தாய வருடம்' என்று ஒவ்வொரு கிரகங்களும் ஒவ்வொரு ராசியில் உள்ள போது தரும் வருடங்களைக் கணக்கிட்டு அதற்குப்பின் பல அரணங்கள் செய்து துல்லிமாக ஆயுளைக் கணக்கிடும் வகை பழைய நூல்களில் உள்ளது. பூர்வ பாராசார்யம் பிருகத் ஜாதகம் எனும் நூலில் விளக்கம் உள்ளது. இது மிகக் கடினமான கணிதம் என்றாலும் துல்லியமாக ஆயுள் எவ்வளவு என்று கிடைக்கும். இவ்விதம் கணிதம் செய்ய உரிய சன்மானம் கிடைக்காது.

ஆயுளைப் பற்றி பொதுவாக அறிய மற்றொரு எளிய வழியை இங்கு குறிப்பிடுகின்றேன். சர லக்கினத்தில் பிறந்தவர்களுக்கு 8க்குடையோன் சரராசியில் அமர்ந்தால் உத்தமமான ஆயுள், ஸ்திரராசியில் அமர்ந்தால் மத்திமமான ஆயுள், உபய ராசியில் அமர்ந்தால் அற்ப ஆயுள்.

ஸ்திர லக்கினத்தில் பிறந்தவர்களுக்கு அஷ்டமத்தோன் உபயராசியில் இருந்தால் உத்தமமான ஆயுள், சரத்தில் நின்றால் மத்திமமான ஆயுள், ஸ்திரத்தில் இருந்தால் அற்ப ஆயுள்.

உபய லக்கினத்தில் ஜனித்தவர்களுக்கு 8ம் இட அதிபதி ஸ்திரராசியில் அமர்ந்தால் உத்தமமான ஆயுள், உத்தமமான ஆயுள் என்பது 50 வயது முதல் 75 வயது வரை, மத்திமம் என்பது 25 முதல் 50 வரையில். அற்பம் அந்த 25

வயதிற்குள். இது தோராயமான கணக்கு. எட்டாம் இடத்தைப் பற்றி ஆராயும் போது நன்கு கவனிக்க வேண்டும் என்பதை மறுபடியும் கூறியே ஆக வேண்டும். 8ம் இடத்தில் பாவர்கள் வலுவிழந்துவிட்டால் அவர்கள் திசா புத்திகள் நன்மையளிக்கின்றது. ஆனால் எட்டாம் இடத்து அதிபதி வலுவிழக்காமல் இருக்க வேண்டும். அவர் வலுவடையும் போது வலுவடையும் ஸ்தானத்தை வலுவிழக்கத்தான் செய்வார். அவருடன் இணையும் கிரகங்களையும்கூட எவ்வளவு வலிமையுடன் அவர்கள் இருப்பினும் சற்றேனும் வலிமை இழக்கத்தான் செய்வார் அஷ்டமத்தோனின் இணைவு சரியன்று என்பதுதான் முடிவு.

9ஆம் பாவம்: இது முக்கியமாகத் தந்தையாரைப் பற்றியும் பாக்கியம், தர்மத்தைப் பற்றியும் குறிப்பிடுவது அது 3ஆம் திரிகோணம் என்பது நீங்கள் அறிந்ததே. இந்த ஸ்தானாதிபதியையும் பிதுர்க்காரகராகிய சூரியனைக் கொண்டு தந்தையாரைப் பற்றி அறிந்து கொள்ள வேண்டும். பொதுவாகவே திரிகோணாதிபதிகள் நட்பு கிரகங் களாகவேதான் இருப்பார்கள். மேஷம் ஜனன லக்கினம் என்றால் அதன் திரிகோணாதிபதிகள் மேஷத்தின் அதிபதி செவ்வாய், சிம்ம அதிபதி சூரியன், தனுசின் அதிபதி குரு இவர்கள் மூவரும் நட்புக் கிரகங்களே. இதேபோல்தான் மற்ற லக்கின திரிகோணாதிபதிகளும் நட்பு கிரகங்கள்தான். எனவே திரிகோணங்களில் லக்கினச் சுபர்கள் அமர்வதும் மிகவும் நன்று. அதுவும் பொதுச் சுபர்கள் என்று கூறப்படும் குரு சுக்கிரன், புதன், சுபச் சந்திரன் ஆகிய நால்வரில் சந்திரனைத் தவிர மற்ற மூவரும் திரிகோணங்களில் அமர்வதுதான் சிறப்பு. சந்திரன் திரிகோணத்திலும், கேந்திரத்திலும் இருப்பது சிறப்பே.

பொதுவான அபிப்பிராயம் சுபர்கள் திரிகோணத்திலும், பாபர்கள் கேந்திரத்திலும் இருக்க வேண்டும் என்பதுதான், பாவர்கள் கேந்திரத்தில் இருப்பது என்பதைப் பற்றிக் கருத்து வேறுபாடு உண்டு. என்றாலும் பெரும்பாலோர் அதை ஏற்றுக் கொள்ளவே செய்கின்றார்கள். ராகு, கேதுக்கள் தவிர மற்றவர்கள் கேந்திரங்களில் இருக்கலாம் என்பது சிலரின் அபிப்பிராயம். சிலர் சதுர்த்த கேந்திரத்திலும், தசம கேந்திரத்திலும் ராகு, கேதுகள் இருப்பது நல்லது என்று கூறுகின்றார்கள். இதை அப்படியே எடுத்துக் கொள்ளக் கூடாது. அதைப்பற்றி ஆராய்ச்சிப் பகுதியான இரண்டாம் பாகத்தில் கூறியுள்ளேன்.

9ஆம் இடம் எனும் போது இது முக்கிய இடம் வகிப்பதைப் பற்றி புரிந்து கொண்டிருப்பீர்கள். இந்த ஸ்தானாதிபதியும், சூரியனும் நன்முறையில் அமைந்திருந்தால் தந்தையாரின் உறவுமுறை சீராக இருப்பதுடன் அவரின் ஆதரவும், அனுசரணையும் நன்கு கிட்டும். மாறாக ஸ்தானம் பாவர் சூழுகையுடனும், சூரியன் கெட்டு விட்டாலும் தந்தையாரைப் பற்றிக் குறிப்பிட்டுச் சொல்லும்படியாக இருக்காது. 9க்கு 8ஆம் இடமான 4ஆம் இடத்து அதிபதியும் தந்தையாரின் நிலை பற்றி கவனிக்கப் பயன்படுவார். அவரின் நிலையையும் கவனிக்க வேண்டும். 9ஆம் இடத்து அதிபர் தன் வீட்டில் ஆட்சி (அ) உச்சம் பெற்று இருப்பது தந்தையாரின் மேன்மைக்கு நன்மை. மகர லக்கினத்தில் பிறந்தவர்களுக்கு 9 ஆம் இடமாகிய கன்னியின் அதிபதியான புதன் ஆட்சி, உச்சம், மூலத் திரிகோணம் ஆகிய மூன்று வலிமையையும் ஒரு சேர அடைகிறார். மற்ற லக்கினங்களுக்கு இவ்வாய்ப்பு இல்லை 9க்குடையவர்கள் பகை நீசம் பெறுவது நல்லதல்ல.

பாக்கியம், தர்மம் மற்றும் புண்ணிய ஸ்தல தரிசனமும் இந்த ஸ்தானத்தைக் கொண்டே கணிக்க வேண்டியதால் 9ஆம் இடம் நன்முறையில் இருந்தால்தான் நல்வாழ்க்கை அமையும். யோகத்திற்குத் துணை புரியும். இந்த ஸ்தானத்தில் சூரியன் இருப்பது எல்லா லக்கினங்களுக்கும் சிறப்பளிப் பதில்லை. முக்கியமாக மகரத்துக்கு சரியல்ல. பொதுவாக எந்த லக்கினமாக இருப்பினும் 9ஆம் இடத்தில் குரு, சுபச்சந்திரன் இணைவு நன்மையளிக்கவே செய்யும். ராகு, கேதுக்கள் இணைவு 9ஆம் இடத்துக்கு சிறப்பளிப்பதில்லை. மற்ற கிரகங்கள் லக்கினத்திற் கேற்றவாறு நன்மை தீமைகளை அளிக்கும். அது லக்கின சுபர்கள் என்ற வகையில் கணிக்க வேண்டும். 9ஆம் இடம் சிறப்புற அமைந்துவிட்டால் எப்படியும் ஒரு சிறப்பு ஏற்பட்டே தீரும் என்பதைக் கருத்தில் கொள்ளுங்கள்.

10ஆம் பாவம் : பத்தாம் பாவமும் முக்கியமாக தொழில் ஸ்தானம் என்றே கூறப்படுகின்றது. இதை நான்காவது கேந்திரம், நான்காவது சுவர் (அ) தூண் என்றும் கூறலாம். மிகவும் செல்வந்தராக இருந்தாலும் தொழில் என்றும் ஒன்று வேண்டுமல்லவா? குன்றுபோல் செல்வம் இருந்தாலும் குந்தியிருந்து சாப்பிட்டால் கரையத்தானே செய்யும். எனவே ஒவ்வொருவருக்கும் சம்பாத் தியத்துக்காகத் தொழில் தேவைப்படவே செய்கின்றது. எனவேதான் இதைக் கேந்திர அமைப்பில் அமைந் துள்ளார்கள். 10ஆம் இட அதிபர் எவர் ஆனாலும் அவர் 10ம் இடத்தில் ஆட்சி பெறுவது ஒரு வலுவான அமைப்புதான். 10ஆம் இட அதிபதியோடு, சம்பாத்தியத்துக்குக்காரகம் வகிக்கும் சூரியனின் நிலையைக் கொண்டும்தான் 10 ஆம் இட வலிவைக் கவனிக்க வேண்டும். சூரியன் நன்னிலையில்

இருப்பது சம்பாத்திய வலிமைக்கு அவசியமாகின்றது. எனவே அவர் 10 ஆம் இடத்தில் இருப்பது மகரம் தவிர எந்த லக்கினம் ஆனாலும் சிறப்புத்தான். 10 ஆம் இடத்து அதிபனும் நன்முறையில் இருந்து சூரியனும் 10 ஆம் இடத்து அதிபனும் நன்முறையில் இருந்து சூரியனும் 10 ஆம் இடத்தில் வலிமையுடன் இருந்தால் மிகப் பெரிய அரசுப் பதவிகளைப் பெறலாம். அரசுப் பணியை அளிப்பவர் சூரியனே. எனவே அவரின் நிலை நன்னிலையில் இருப்பின் அரசுப் பணி அமையும். செவ்வாயும் அரசுத் தொடர்புடைய கிரகம்தான் என்றாலும் அவரின் இணைவு அரசுப் பணிக்குப் பதில் அரசியல் தொடர்பை ஏற்படுத்திவிடும். உதாரணமாக கடக லக்கினத்தில் பிறந்த ஒருவருக்கு மேஷத்தில் செவ்வாயும் சூரியனும் இணைந்து பாவர்கள் பார்வையோ இணைவோ இல்லாமல் இருந்தால் நிச்சயம் அவர் பெரிய அரசியல் பதவியைப் பெற்றே தீருவார். 10ஆம் இடத்து அதிபர் பகை, நீசம் பெற்றுவிட்டால், சூரியன் நன்னிலையில் இருந்தால் ஓரளவு சம்பாத்திய திறமை ஏற்படும். சூரியனோடும், 10-ஆம் இடத்திலும் அஷ்டமாதிபதியின் இணைவோ பார்வையோ இருப்பின் சம்பாத்தியத்தில் தடங்கல் ஏற்படும். இந்நிலையில் 10க்குரியவரும் கெட்டுவிட்டால் நிரந்தர தொழில் ஏற்படுவது துர்லபம்தான். 10ஆம் இடத்தில் ராகு இருப்பது நல்லது என்று சிலர் கூறுவார்கள். அது பாவர்கள் எவரேனும் 10ஆம் இடத்தில் இருப்பது நல்லது என்ற அடிப்படையில் கூறப்படுவது. ஆனால் அதை அப்படியே எடுத்துக் கொள்ளக்கூடாது. நடைமுறையில் ராகு 10 ஆம் இடத்தில் அமர்வது சிறப்பல்ல என்பதுதான் தெளிவான முடிவு. ராகு அரசுக்கெதிரான காரியங்களையும், முறையற்ற தொழில்களையுமே செய்ய வைப்பார். சிறப்பளித்தாலும் நீடித்த சிறப்பாக இருக்காது. இடையில் தொல்லைகளை

ஏற்படுத்தியே தீருவார். சூரியனோடும் இவர்கள் இருவரின் இணைவு சரியல்ல என்பதை முன்பே கூறியுள்ளேன். ராகு கேதுகள் 10-ஆம் இடத்தில் இருப்பதைப் பலவகையில் கணித்து முடிவெடுக்க வேண்டும். எவ்வகையிலும் தனித்த ராகு கேது 10ல் இருப்பது நல்லதல்ல. உடன் சுபர்கள் இணைவு இருந்தால் சற்று நலம் பயக்கும். குரு கூட எந்த லக்கினத்துக்கும் 10ல் இருப்பது சிறப்பளிப்பதில்லை. அதுவும் தனித்த குரு தொழில் வகையில் சிறப்பளிப் பதில்லை. சுபராகிய அவர் கேந்திரங்களில் கேந்திராதிபத்திய தோஷம் பெறுபவர். அவர் 10ல் பகை, நீசம் பெற்று இருந்தாலும் கூட தொழில் மேன்மை அளிப்பத்தில்லை. அப்படி இருக்கும் ஜாதகரால் மற்றவர்கள் ஆதாயம் பெற முடியுமே தவிர ஜாதகருக்கு மேன்மை ஏற்படாது. உடன் சுபச்சந்திரன், சூரியன் (அ) லக்கினச் சுபர்கள் இணைந்தோ, பார்த்தோ இருந்தாலும், சற்றுப் பலனளிக்குமே தவிர முழுமையான தொழில் பலம் என்று கூறுவதற்கில்லை. காரணம் கேந்திரத்தில் இருக்கும் குரு தோஷத்தை அந்தப் பாவரோ, அன்றிப் சுபரோ இணைந்தாலும் பார்த்தாலும் நீக்குவதில்லை. குருவின் தோஷத்தை சுபச் சந்திரன் மட்டுமே இணைவால் மாற்றக் கூடும் என்ற கருத்தை மட்டும் ஏற்றுக் கொள்ள வேண்டியதாக உள்ளது. 10ஆம் இடத்தில் சுபச் சந்திரன் அமர்வது நன்மை அளிக்கின்றது.

அதே போல்தான் சுக்கிரன், புதன் அமர்வது என்றாலும் அவர்கள் முழுச் சுபர்கள் அல்ல. எனவே மற்றக் கிரகங்கள் அதன் தோஷத்தைப் போக்கிவிடும். இவர்கள் பத்தாம் இடத்தில் அமரலாம். சனி பத்தில் அமர்வதும் நன்மைதான். ஆனால் எவராக இருப்பினும் அவர் அஷ்டமாதிபத்தியம் பெற்றவராக இருக்கக்கூடாது. அதேபோல் சூரியனுக்கு 1,

4, 7, 10 ஆகிய கேந்திரத்தில் ராகு இருந்தாலும் சம்பாத்தியத்தில் தடங்கல்கள் ஏற்பட்டே தீரும். லக்கினத்துக்கு 3, 6 ,9, 10, 11 ஆகிய இடங்களில் செவ்வாய் இருந்து சூரியன் இணைவு, பார்வை ஏற்பட்டால் அரசுப் பணி அமையும். குரு பார்வை இருந்தால் விசேஷமான உயர் பதவி கூட அமையும்.

முக்கியமாக 10ம் இடத்து அதிபதி 10ம் இடத்திற்கு 6, 8, 12 ஆகிய இடங்களில் இருப்பதும் தொழில் மேன்மையை அளிக்காது. அடிக்கடி தொழில் வகையில் தொல்லை களையும், இடைஞ்சல்களையும் ஏற்படுத்தியே தீரும். 12 பாவங்களிலும் இதுவும் ஒரு முக்கிய பாவமாக உள்ளதால் இதையும் நன்கு கவனிக்க வேண்டும். பத்தாம் இடத்து அதிபதி ஒருவகையில் புத்திரர்களைப் பற்றிக் கணக்குப் பயன்படுத்துவதைப் பற்றி 5ம் பாவத்தில் கூறியுள்ளேன். இது கர்ம ஸ்தானம் என்றும் அழைக்கப்படும். கர்மம் என்ற சொல்லுக்குத் தொழில் என்ற பொருளும் உண்டு. ஆனால் இந்த பாவம் 'சிரார்த்தம்' என்றும் 'திவசம்' என்றும் சொல்லப்படும். பிதுர் காரியங்களுக்குரிய இடம். பிதுர் காரியங்கள் செய்பவன் புத்திரனே. எனவே தனக்கு 'சிரார்த்தம்' செய்ய புத்திரன் உண்டா என்பதைக் கணிக்க 10ம் இடத்தின் கணிப்பும் தேவை. மேலும் ஒவ்வொரு வருக்கும் எப்படிப்பட்ட தொழில் அமையும் என்பது இரண்டாம் பாகத்தில் விளக்கமாக உரைக்கப்பட்டுள்ளது. அது முழுதும் ஆராய்ச்சியின் அடிப்படையில் வருவதால் முதல் பாகத்தை நன்கு படித்து முடித்துவிட்டால், இரண்டாம் பாக நுணுக்கம் எளிதில் புரியும்.

11ஆம் பாவம் : இப்பாவம் முக்கியமாக மூத்த சகோதரம், செய்தொழிலின் லாப மேன்மை, இளைய

மனைவி பற்றி அறியப்பயன்படுகின்றது. பாவ விளக்கத்தில் மேலும் விவரங்கள் அளித்துள்ளதை அறிந்திருப்பீர்கள். சிலர் இந்த பாவத்தை வெளிதேசப்பிரயாணங்களுக்கும் பயன்படுத்துகின்றார்கள். என் ஆராய்ச்சியில் இது ஓரளவு ஒத்து வருகின்றது. 9ம் பாவம் 10ம் பாவம், முக்கியமாக 12-ம் பாவமே வெளி தேசப் பிராயணங்களுக்கு ஒத்து வருகின்றது.

மூத்த சகோதரர்களைப் பற்றி அறியப் பயன்படும் இந்த ஸ்தானாதிபதி நன்முறையில் இருந்தால் மூத்த சகோதரர்கள் ஏற்பட்டு அவர்களால் ஆதரவும் கிட்டும் (அ) 11ம் இடத்து அதிபதியோடு செவ்வாய் சம்பந்தப்பட்டாலும், மேஷத்துடன் செவ்வாய் தொடர்பு இருந்தாலும், மூத்த சகோதரர்கள் இருப்பது துர்லபம். 11ம் இடத்ததிபதி வலுவுடன் இருந்தால்கூட பெண் சகோதரிகள் இருக்கலாமே தவிர ஆண் சகோதரங்கள் ஏற்படாது. இவ்விதமாக செவ்வாய் தொடர்பு இருப்பவர்கள் ஆண்களில் தலைச்சன் குழந்தையாக இருப்பார்கள். அதேபோல் லக்கினாதிபதி 11ம் இடத்தில் 11ஆமிட அதிபதிலக்கினத்தில் (அ) லக்கினாதி பதியுடன் தொடர்பு, செவ்வாயுடன் தொடர்பு இருந்தாலும் பெரும்பாலும் தலைச்சன் குழந்தையாகவே இருக்கும். லக்கினம் சரியாக உள்ளதா என்று சரி பார்க்க இதுவும் ஒருவழி. இதன்படி பார்த்துப் பிறந்த குழந்தை தலைச்சன் என்று உறுதியேற்பட்டால் லக்கினம் சரியாகவே இருக்கும். 11ம் இடத்து அதிபதி பெண் ராசிகளில் அமர்ந்து பெண் கிரகங்களின் தொடர்பையே கொண்டிருந்தால் மூத்த சகோதரம் பெண்ணாகத்தான் இருக்கும். ஆண் ராசிகளில் நன்முறையில் அமர்ந்து ஆண் கிரகங்களின் தொடர்பு பெற்றால் மூத்த சகோதரர்கள் இருக்க வாய்ப்பண்டு. 11

ஆமிட அதிபதியோடு அஷ்டமாதிபதி சகிதப்படுவதும் 11க்கு எட்டாம் இடமான 6ம் இடத்து அதிபதியின் தொடர்பு ஏற்படுவதும், மூத்தோர்களின் ஆதரவைப் பாதிப்பதுடன், செய் தொழிலின் லாப மேன்மையயும் பாதிக்கும். 11ம் இடத்தில் 6, 8, 12க்குரியவர்கள் அமர்வதும் மேற்சொன்ன வற்றையே பிரதிபலிக்கும். 11ம் இடம் உபஜெயம் பணபரம் ஆகிய இரண்டு அமைப்பிலும் வருகின்றது. இவ்விடத்தில் சனி, ராகு, கேது, சூரியன் அமர்வது லாப மேன்மைக்குச் சிறப்பளிக்கும். பொதுவாக 11ம் இடத்தில் சுபர்களுடன் மற்ற பாவர்கள் இருப்பது நன்மையே. சுபர்களிலும் குரு, சந்திரன் இருப்பது நல்லதுதான். மற்றவர்கள் பெருமளவு நன்மை செய்வதில்லை. 11-ல் ராகு இருந்து, அந்த ஸ்தானம் மேஷ, ரிஷபம், கடகம், கன்னி, மகரமாக இருந்து, ராகுவுக்கு கேந்திரத்தில் ஏதேனும் கிரகங்கள் இருந்துவிடில் ராகு திசை ஜாதகரைத் திடீர் யோகத்தில் உயர் நிலைக்குத் தூக்கிவிடும்.

சூரியன் அமர்வது சம்பாத்திய வலுவை அதிகரிக்கச் செய்யும். சனி இருப்பது லாப மேன்மைக்கு நன்மை என்றாலும் சகோதர ஒற்றுமையைக் கெடுத்துவிடும். அவர் லக்கினச் சுபராக இருந்தால் மட்டும் நன்மையளிப்பார். 11 ஆமிட அதிபதி 6ம் இடத்தில் (அ) 8ம் இடத்தில் இருப்பதும் நிச்சயம் சிறப்பளிக்காது. மூத்தசகோதரம் அற்ற நிலையையே உருவாக்கும்.

அடுத்து இளைய மனைவி என்பதைப் பற்றிப் பார்ப்போம் லக்கினத்துக்கும் 7ம் இடம் அதிபதி வலுக் குறைந்து, 2ம் இடம் பாவர்கள் சூழுகையுடன் அதன் அதிபரும் கெட்டு 11ம் இட அதிபர் 7ம் இடத்தில் இருந்தாலும், இளைய தாரம் என்று ஏற்படாவிடினும் சின்ன வீடு நிரந்தரமாக அமையும். இளைய மனைவி பற்றிய

நிர்ணயம் செய்ய 2ம் இடம், 7ம் இடம், சுக்கிரன் 11ம் இடம் அதிபதி ஆகியவற்றை நன்கு கவனிக்க வேண்டும். 11ம் இடத்தில் அதன் அதிபதியோடு சுக்கிரன் இணைந்து லக்னாதிபதியோடு (அ) சப்தமாதிபதியோடு செவ்வாய் தொடர்பு ஏற்பட்டாலும் மனைவியைவிட, மற்றவர் களிடத்திலேதான் அதிக ஈடுபாடு கொள்வார். லக்னாதிபதி 11ம் இடத்தில் இருந்து உடன் செவ்வாய், சுக்கிரன் இருந்தாலும் இளையவள் ஏற்படும் வாய்ப்புண்டு. 2ம் இடத்தில் ஒரு கிரகம், அதுவும் பாவக் கிரகம் உச்சமாகி நிற்கில் நிச்சயம் அது மற்றவர்களுக்கு இடம் அளிப்பதாகவே இருக்கும். காரணம் 2ம் இடம் என்பது 7க்கு 8ம் இடம் அந்த அதிபதி 7ம் இடத்தில் இருந்தாலும், மற்றொரு பெண்ணுக்கு இடம் அளிக்கும் வாய்ப்புண்டு.

12 ஆம் பாவம் : இது விரயம், மோட்சம், சயனம், போகம், வெளிதேசப் பிராயணங்களை நிர்ணயம் செய்யப் பயன்படும். அசுப ஸ்தானம் என்று சொல்லப்படும் இதில் சுபர்கள் இருப்பதும், பாவர்கள் வலுப் பெறுவதும் நல்லதல்ல. பாவர்கள் இந்த ஸ்தானத்தில் வலுக்குறைவது அதாவது பகை நீசம் பெறுவது அவர் திசை புத்திகளில் நன்மையளிக்கும். இது எல்லாக் கிரகங்களுக்கும் மறைவிட ஸ்தானம்தான் என்றாலும் சுக்கிரனுக்கும், ராகு, கேது களுக்கும் இது மறைவிடம் அல்ல என்பது பொதுவான அபிப்பிராயம். இந்த ஸ்தான அதிபர் வலுவடைவது நல்லதல்ல. எந்த லக்கினத்துக்கும், 12ம் இட அதிபதி எவராக இருப்பினும் ஆட்சி உச்சம் பெறுவது நன்மை அளிப்ப தில்லை. மேஷத்துக்கும், துலாத்துக்கும் மட்டும் சற்று விதிவிலக்குண்டு. அதேபோல் மிதுன, தனுசுக்கும் ஒரு விதிவிலக்குண்டு. இதில் முன்சொன்ன மேஷ, துலாத்துக்கு

முறையே குருவும், புதுனும் 9, 12க்குரியவராகவும் யோகாதி பதியாகவும் வருகின்றார்கள். எனினும் அவர்கள் 9ம் இடத்தில் ஆட்சி பெறுவது மட்டுமே நன்மையளிக்கும். 12ல் வலுவடைவது நல்லதல்ல. மிதுன, தனுசுக்கு முறையே சுக்கிரன், செவ்வாய் இருவரும் பஞ்சம, விரயாதி பதியாகவும், யோகராகவும் வருவதால் அவ்விருவரும் பஞ்சமத்தில் ஆட்சி பெறுவதே நன்மையளிக்கும். விரயத்தில் அட்சி பெறுவது விரும்பத்தக்கதல்ல.

12ம் இடத்தில் ஜலக் கிரகங்களாகிய சுக்கிரன், சந்திரன் ஆகிய இருவரும் அமர்ந்து 12ம் இடம் ஜலராசியாகவே இருந்தால் கடல் கடந்து செல்லும் வாய்ப்பை அடைவார்கள். உடன் தொழில் ஸ்தான அதிபதியின் சம்பந்தம் இருந்தால் வெளிநாட்டில் தொழில் அமையும் வாய்ப்பும் உண்டு. அதே சமயம் தொழில் ஸ்தானாதிபதி வலுக்குறையக் கூடாது. சந்திரன் தனித்து 12ல் இருப்பது சிறப்பல்ல. சூரியன் இருப்பதும் நன்மையளிக்காது. பொதுவாக 12ம் இடம் கிரகம் எதுவும் இல்லாமல் இருப்பது நல்லது. அதிலும் ஒரு விலக்கு ராகு, கேதுகள் 12ம் ஸ்தானத்தில் இருப்பது. கேது அமர்ந்தால் அது மோட்சப் பிறவியென்று கூறப்படுகின்றது. இனிப் பிறவி இல்லை. மோட்ச ஸ்தானத்தில் மோட்ச காரகாதிபதி கேது அமர்வது மோட்சத்தை அளிப்பதாகச் சில நூல்கள் கூறுகின்றன. ராகு அமர்ந்த அவ்விடம் மேஷ , ரிஷப, கடக, கன்னி, மகரமாக இருந்தால் தீடீர் யோகத்தை அளிப்பதாகவும் கூறப் பட்டுள்ளது. ராகு அமர்ந்து அளித்த திடீர் யோகம்தான் முன்னாள் பிரதமர் மாண்புமிகு ராஜீவ் காந்தி அவர்களின் ஜாதக அமைப்பு. அவரை உயர்த்தியது 12ம் இடம் 'கடக'

ராகு, அதைப் பற்றிய உதாரண ஜாதகத்தில் விவரமாக விளக்கியுள்ளேன்.

12 பாவங்களையும் தரம் பிரிப்பதைப் பற்றி அறிந்து கொண்டீர்கள். இது பொதுவான விளக்கம்தான். மேலும் சிறப்பு விளக்கங்கள் உள்ளன. அது ஆராய்ச்சியின் அடிப்படையில் வருவது. எனவே அதற்கு இரண்டாம் பாகத்தில் இடம் ஒதுக்கியுள்ளேன். இப்போது நீங்கள் அறிந்து கொண்ட விவரங்களே அதிகப்படியானதுதான். இந்த விவரங்களுக்கே பல புத்தங்களைப் படிக்க வேண்டும். நான் அனைத்து விவரங்களையும் திரட்டி அளித்துள்ளதால் பல நூல்களின் நுணுக்கங்கள் இந்தப் புத்தகத்தில் உள்ளன.

ஒவ்வொரு பாவத்தின் தரங்களை உணர்ந்து விட்டால் லக்கினம் முதலாக ஒவ்வொரு பாவத்தின் பலன்களையும் உரைக்க முற்படலாம். எனினும் பல ஜாதகங்களைக் கூர்ந்து கவனித்து அனுபவத்தை வளர்த்துக் கொள்ளுங்கள். எவ்வளவுதான் நூலறிவு இருந்தாலும் அனுபவ அறிவுதான் இக்கலைக்கு மிகவும் தேவை. அது பல ஜாதகங்களையும் ஆராய்ந்து அடைய வேண்டியது. முதலில் உங்கள் குடும்ப ஜாதகங்களை ஒத்து நோக்கிப் பலன்களை அறிந்து கொள்ளுங்கள். அதன்பின், நண்பர்கள், உறவினர்களின் ஜாதகங்களை ஆராய்ந்து பலன் கூறுங்கள். ஆரம்பத்தில் சில தவறுகள் ஏற்படலாம். அதையெல்லாம் பொருட்படுத்த வேண்டாம். தன்னம்பிக்கை அவசியம் தேவை. விடாப் பிடியாக ஞாபக சக்தியுடன் மேலும் மேலும் முயற்சி செய்தால் நிச்சயம் அறிவை விருத்தி செய்து கொள்ளலாம். தன்னம்பிக்கையை இழந்து சலிப்படையக் கூடாது.

■

16. பாலாரிஷ்டம்

பிறந்த குழந்தைகளுக்கு ஜாதகம் கணித்ததும், குழந்தையின் ஆயுள் பலம், பெற்றோர்களின் நலன் ஆகியவற்றை மட்டும் கவனிக்க வேண்டும். மற்றப் பலன்களையெல்லாம் குறைந்தபட்சம் 3 ஆண்டுகளாவது கழித்துத் தான் பார்க்க வேண்டும். குழந்தைக்கு 5 வயது வரை அது தெய்வத்தின் கையில் இருப்பதாகவே ஜோதிட சாஸ்திரம் கூறுகின்றது. ஆனால் குழந்தையின் ஜாதகத்தை கணிக்கச் செல்பவர்கள் ஆர்வத்துடனும், அவசரத்துடனும் அனைத்து பலன்களையும் கூறும்படி கேட்பார்கள். நன்கு விஷய ஞானம் இல்லாத ஜோதிடர்களும் சாஸ்திர சம்பிரதாயங்களை மீறிப் பலன் கூறுவார்கள். அது சரியல்ல என்பதுதான் என்னுடைய தீர்க்கமான முடிவு.

காரணம் எந்தக் குழந்தைக்கும் 12 வயது வரை ஏதாவது தோஷம் ஏற்பட்டுக்கொண்டே இருக்கும். அதைப் "பாலாரிஷ்ட தோஷம்" என்று கூறுவார்கள். இவ்விதம் பாலாரிஷ்டம் உள்ள குழந்தைகளுக்குச் சொல்லும் பலன் சரியாக அமையாது. தமிழில் உள்ள ஜோதிட நூல்களில் "குமார சுவாமீயம்" என்னும் நூல் பாலாரிஷ்டத்தைப் பற்றி நன்கு விளக்கமாகக் கூறியுள்ளது. குழந்தைக்கு 12 வயதுவரை ஆயுளுக்குப் பங்கம் ஏற்படும். எனவே ஆயுளைப் பற்றி மட்டுமே முதலில் அறிந்து கொள்ள வேண்டும். நல்ல ஆயுள் பலமுடைய குழந்தை என்று உறுதியாகத் தெரிந்த பின்னரே முழு அளவு ஜாதகம் எழுதலாம். பாலாரிஷ்டத்தைப் பற்றி சில விளக்கங்கள் கூறுகின்றேன்.

பாலாரிஷ்டம் என்பது பாலன் அரிஷ்டம் என்பதன் கூட்டுச் சொல். பாலன் என்றால் குழந்தை என்பது அறிந்ததே. அரிஷ்டம் என்ற சொல் கண்டங்களையும், நோய்களையும் குறிப்பிடும். கிரகங்களின் சில அமைப்புகள் குழந்தைக்குத் தோஷங்களை அளிக்கும். அவ்வித அமைப்புகளைக் கீழே காணலாம்.

பொதுவாக உயிராதிபனான சூரியனும், உடலாதிபனான சந்திரனும் நன்முறையில் இருக்க வேண்டும் என்று முன்பே கூறியுள்ளேன். இவர்கள் இருவரும் வலுக்குறைந்துவிடும் போது பாபக் கிரகங்களின் வலிமையினால் தோஷம் ஏற்படுகின்றது. லக்கினாதிபதியும், சந்திரன் நின்ற ராசி யாதிபதியும் வலுப்பெற்ற போதும்கூட பாலாரிஷ்ட தோஷம் சில பாதிப்புகளை ஏற்படுத்தும். இதில் முக்கிய இடம் வகிப்பவர்கள் ராகு, கேதுகள். அடுத்துச் செவ்வாய், சனி; சனி ஆயுள்காரகத்துவம் பெற்றவராதலால், அவரால் ஆயுளுக்குப் பங்கம் நேர்வதில்லை என்றாலும் அவரும் தோஷத்தை செய்வதில் சளைப்பதில்லை.

பாலாரிஷ்டத்தைக் கவனிக்கும் போது அத்தனை கிரகங்களையும், பாவங்களையும், நட்சத்திர பாத சாரங் களையும் கூட கவனிக்க வேண்டும். சில நட்சத்திரங்களின் சில பாதங்கள் கூட தோஷத்தை ஏற்படுத்தும். குழந்தைக்கு மட்டுமின்றி பெற்றோர்களுக்கும். உறவினர்களுக்கும்கூட தோஷத்தை ஏற்படுத்தும். அந்த நட்சத்திரங்களின் பாதங் களைப் பற்றி பஞ்சாங்கத்திலேயே குறிப்பிடப்பட்டிருக்கும்.

கிரகங்களின் அமைப்பைப் பற்றிக் கவனிப்போம். முக்கியமாகச் சந்திரன் 6, 8, 12ல் இருப்பதே தோஷத்தை அளிப்பதுதான். அப்படி இருக்கும் சந்திரனோடு ராகு, கேது,

செவ்வாய் இணைவு நிச்சயம் தோஷம் அளிக்கும். லக்கினாதிபதி 6, 8, 12ல் இருப்பதும், ராசியாதிபதியும் மேற்படி அசுப ஸ்தானத்தில் அமர்ந்து விடுவதும், தோஷத்தை அளிக்கவே செய்யும். சந்திரனுடன் ராகு கேது இணைவது பெருமளவு தோஷத்தை ஏற்படுத்துவதுடன் உடல் ஆரோக்கியத்தையும் கெடுக்கவே செய்யும். 8ம் இடத்திலும், 6ம் இடத்திலும் அதிகமான பாவக் கிரகங்கள் சேர்வதும் தோஷம்தான். லக்கினத்திலும் ராசியிலும் பாவர் சூழுகை தோஷத்தை ஏற்படுத்தியே தீரும். லக்கினத்துடன் செவ்வாய் தொடர்பு இருந்தால் அந்தப் பிரசவம் சற்றுக் கடினமாகவே இருக்கும். லக்கினத்தில் செவ்வாய் வலுவுடன் தனித்தோ அன்றி சனி, ராகு கேது இவர்களுடன் இருந்து, (அ) 4ம் இடமாகிய தாயார் ஸ்தானத்தில் இவர்கள் இருந்தாலும் அறுவைச் சிகிச்சை செய்து குழந்தையை வெளிக் கொணர வேண்டிய சூழ்நிலை ஏற்பட்டு விடும். குரு பார்வை இருப்பின் சற்று நலம் பயக்கும். என்றாலும் கஷ்டமான பிரசவம்தான். குழந்தையின் லக்கினாதிபதி, ராசியாதிபதி, ஆயுள் ஸ்தானாதிபதி ஆகியவர்கள் அதே போல் தாயாரின் மேற்படி ஸ்தானாதிபதிகள் வலுவுடன் இருந்தால் இருவர் ஆயுளுக்கும் பங்கம் ஏற்படாது.

செவ்வாய் 7லும் சூரியன் 8லும், இருந்து சுபக் கிரகங்களின் பார்வை லக்கினத்துக்கு இல்லாவிட்டாலும் லக்கினாதிபதி வலுவிழந்து விட்டாலும் அக்குழந்தையின் ஆயுளுக்கு உறுதியில்லை.

சந்திரன் லக்கினத்திற்கு 6, 8, 12ல் இருந்து வலிமை யற்றுப் போனாலும் லக்கினம் வலுவில்லாமலும் சுபர்கள் பார்வை இல்லாவிடினும் ஆயுள் குறைவுதான்.

சூரியன், சந்திரன், சனி, செவ்வாய் ஆகியவர்கள் 6, 8ல் சேர்ந்திருந்தாலும் ஆயுளைப் பற்றி உறுதியாய்க் கூற முடியாது. இவர்கள் நால்வரில் எவரேனும் லக்னாதிபதியாக இருந்து, அவர்களைக் குரு பார்த்தோ, அல்லது லக்னத்தைக் குரு பார்த்தோ, ஆயுள் ஸ்தானாதிபதி வலுப்பெற்று இருந்தால் ஆயுள் பலம் ஏற்படும்.

லக்ன சந்தி, நட்சத்திர சந்நிதியில் குழந்தை பிறந்தாலும் ஆயுளைப் பற்றி உறுதி கூற முடியாது. 6ல் சூரியன், 12ல் செவ்வாய். சனி இருந்தால் குழந்தைக்கும், தந்தைக்கும் கூட தோஷம் தான்.

லக்னத்தில் சந்திரன் வலுவற்று 12ல் செவ்வாய், சனி இருந்தால் தோஷமே. தாயாருக்கும் தோஷமே. சந்திரனுக்கு எட்டில் பாவரும், சூரியனுக்கு எட்டில் பாவரும் கூடின் தாய் தந்தையர் இருவருக்கும் தோஷம். குழந்தைக்கும் தோஷமே.

லக்னம் - சந்திரனுக்கு முன்னும் பின்னும் பாபர்கள் வலுப்பெற்று, சந்திரன் வலுக்குறைந்தால் தோஷம் ஏற்படும். 4ம் இடத்தில் ராகு, கேது தனித்து இருந்து சுபர்கள் பார்வை இல்லையெனில் தாயார்க்கு அரிஷ்டம்.

பொதுவாக லக்னாதிபதி வலிமை பெற்று, சூரிய சந்திரர்களும், அஷ்டமாதிபதி, 3க்குடையோன் ஆகியோரும் வலுவுடன் இருந்து லக்கினத்தையோ அன்றி சூரியன், சந்திரன் ஆகியவர்களை குரு பார்த்தால் எத்தனை தோஷ மானாலும் விலகி விடும். குரு எப்படியிருந்தாலும் அவர் பார்வையை மட்டுமே அடைந்து விட்டாலும் தோஷத்தை மட்டுப்படுத்தும்.

தோஷங்களை நன்கு கவனித்து, தோஷம் இருப்பின் வெளிப்படையாகச் சொல்லிவிட வேண்டும். பாலாரிஷ்டத்திற்குத் தோஷப் பரிகாரம் என்ற பெயரில் சில போலிகள் எதையாவது செய்வார்கள். ஆனால் அதெல்லாம் தோஷத்தைக் கட்டுப்படுத்தாது. நன்கு விஷய ஞானம் உள்ள சிலர் முறைப்படி நன்முறையில் தோஷத்திற்குப் பரிகாரம் செய்வார்கள். அவர்களை அறிந்து அவர்கள் மூலமாகப் பரிகாரம் செய்து கொள்வதே நலம் பயக்கும். அப்படி எவரும் இல்லையெனில் எந்தக் கிரகத்தினால் தோஷம் என்பதைக் கண்டறிந்து, அந்தக் கிரகங்களுக்கு முறைப்படி சாந்தி செய்தால் தோஷம் கட்டுப்படும். அது இரண்டாம் பாகத்தில் கொடுக்கப்பட்டுள்ளது. எனவே ஜாதகத்தை நன்கு கவனித்து ஆராய்ந்து வந்தால் அனுபவம் சட்டென்று தோஷத்தை அறிந்து கொள்ள வைத்துவிடும்.

17. ஜோதிட சம்பந்தமான முக்கியமாகிய சிறுவிஷயங்களின் தொகுப்பு

இது சிறு விஷயங்கள் என்றாலும் பல தேவையான விஷயங்களின் தொகுப்பு பயனுள்ளது. சில விஷயங்களில் சந்தேகம் ஏற்படும்போது சரிபார்த்து அறிந்து கொள்ள உதவியாக இருக்கும். இதில் சில விஷயங்கள் முற்பகுதியில் வந்தும் இருக்கும், வராமலும் இருக்கும்.

சரராசிகள்	ஸ்திரராசிகள்	உபயராசிகள்
மேஷம்	- ரிஷபம்	- மிதுனம்
கடகம்	- சிம்மம்	- கன்னி
துலாம்	- விருச்சிகம்	- தனுசு
மகரம்	- கும்பம்	- மீனம்

சரராசிகள் முதல் தர வலுவுடையது. ஸ்திரம் இரண்டாம் தர வலுவுடையது. உபயம் மூன்றாம் தர வலுவுடையது.

சரத்திற்கு 2-7 மாரகஸ்தானம், 11ம் இடம் பாதக ஸ்தானம்.

ஸ்திரத்திற்கு 3-8 மாரகஸ்தானம், 9ம் இடம் பாதக ஸ்தானம்.

உபயத்திற்கு 7-11 மாரகஸ்தானம், 7ம் இடம் பாதக ஸ்தானம்.

ராஜயோக கேந்திரங்கள் மேஷம், கடகம், துலாம், மகரம் ஆகியன.

மேஷ முதலாக மீனம் வரையிலும் சூரியனின் பெயர்களைப் பின் வருமாறு குறப்பிடுவார்கள்.

மேஷம் - அம்சுமான்; ரிஷபம் - தாதா; மிதுனம் - சவிதா; கடகம் - அரியமான்; சிம்மம் - விஸ்வான்; கன்னி - பகன்; துலாம் - பர்ஜன்யன்; விருச்சிகம் - துவஷ்டா; தனுசு - மித்திரன்; மகரம் - விஷ்ணு; கும்பம் - வருணன்; மீனம் - பூஷா.

சூரியனுடன் இணையும் கிரகங்களில் சந்திரன், ராகு, கேதுவைத் தவிர மற்ற ஐந்து கிரகங்களும் அஸ்தங்கத தோஷம் அடையும். அஸ்தங்கத தோஷம் சுக்கிரனுக்கே அதிகம் ஏற்படும்.

கீழே குறிப்பிட்ட பாகையில் அஸ்தங்கத தோஷம் அதிகம் இருக்கும். பிறகு படிப்படியாகத் தோஷம் குறையும்.

புதன் - 11 பாகைவரை, சுக்கிரன் - 9 பாகைவரை. குரு - 15 பாகை வரை, செவ்வாய் 12 பாகை வரை, சனி 17 பாகை வரையிலும், அஸ்தங்கத தோஷம் அடையும்.

அஸ்தங்கதம் (அ) அஸ்தமனம் பெற்றுவிட்ட கிரகங்கள் நல்ல பலனை அளிக்காது. பாகைவிலகிய பின் மெள்ள மெள்ள பலம் அதிகரிக்கும். ராகு, கேதுகளுக்கு அஸ்தங்கத தோஷம் கிடையாது. அவை நிழல் கிரகங்களாகும்.

ஒவ்வொரு கிரகமும் ஒரு ராசியிலிருந்து மற்றோர் ராசிக்குச் சென்றவுடன், உடனே பலன் அளிக்கத் துவங்குவதில்லை. அதற்குக் கால வரையறை உள்ளது. அது கீழே முறைப் படுத்தப்பட்டுள்ளது.

சூரியன் - 5 நாட்கள், சந்திரன் - 3 நாழிகை, செவ்வாய் - 8 நாள், புதன், சுக்கிரன் - 7 நாட்கள், குரு - இராகு - கேது - 2 மாதங்கள் சனி - 4 மாதம். மேற்கண்ட கால வரையறை கழித்தே பலன்களைச் செய்யத் துவங்கும்.

இராசிகள்	திசை	உறுப்பு	நிறம்	பஞ்சபூதம்	அதிபதி
மேஷம்	கிழக்கு	தலை	சிவப்பு	நெருப்பு	செவ்வாய்
ரிஷபம்	தெற்கு	முகம்	வெண்மை	நிலம்	சுக்கிரன்
மிதுனம்	மேற்கு	மார்பு-நுரையீரல்	பச்சை	காற்று	புதன்
கடகம்	வடக்கு	இருதயம்	வெண்மை (அ) பழுப்பு	நீர்	சந்திரன்
சிம்மம்	கிழக்கு	மேல்வயிறு	சிவப்பு	நெருப்பு	சூரியன்
கன்னி	தெற்கு	தொப்புள்-விலா	பலவண்ணம், பச்சை	நிலம்	புதன்
துலாம்	மேற்கு	அடிவயிறு	வெண்மை	காற்று	சுக்கிரன்
விருச்சிகம்	வடக்கு	மர்ம ஸ்தானம்	இளமஞ்சள் சாம்பல்	நீர்	செவ்வாய்
தனுசு	கிழக்கு	குதம்	மஞ்சள்	நெருப்பு	குரு
மகரம்	தெற்கு	தொடைகள்	கருப்பு	நீர்	சனி
கும்பம்	மேற்கு	முழங்கால்கள்	பழுப்பு நீலம்	காற்று	சனி
மீனம்	வடக்கு	பாதம்	வெண்மை	நீர்	குரு

கிரகம்	பஞ்சபூதம்	உறுப்பு	பாகம்	திசை	ப்ரதி அதிதேவதை
சூரியன்	நெருப்பு	எலும்பு	நெஞ்சு	கிழக்கு	ருத்திரன்
சந்திரன்	நீர்	ரத்தம்	அடிவயிறு	வடமேற்கு	கௌரி
செவ்வாய்	நெருப்பு	எலும்பின் மஜ்ஜை	நெஞ்சு	தெற்கு	முருகன்
புதன்	காற்று	கழுத்து - தோள்	தோல்	வடக்கு	மகாவிஷ்ணு
குரு	ஆகாயம்	மூளை	தசை	வடகிழக்கு	தக்ஷிணாமூர்த்தி
சுக்கிரன்	நீர்	விந்து - பிறப்புறுப்பு	வயிறு	தென்கிழக்கு	இந்திரன்
சனி	பூமி	நரம்பு	பாதம்	மேற்கு	பிரஜாபதி

சூரியன் செவ்வாய் இருவரும் திசையின் ஆரம்பத்திலும், சந்திரன் - புதன் திசை முழுதும், குரு - சுக்கிரன் திசையின் மத்தியிலும், சனி - ராகு - கேது திசையின் பிற்பாதியிலும் பயன் தருவார்கள்.

சந்திரன் நின்ற ராசிக்கு கோசார சஞ்சாரத்தில் சூரியன் 5லும், சந்திரன் 8லும், செவ்வாய் 7லும், குரு 3லும், சுக்கிரன் 6லும் ராகு - கேது 9லும் சனி ஜென்ம ரசசியிலும் வரும் போது துன்பங்கள் அதிகம் ஏற்படும்.

ராசிக்கு 12ல் சனி வரும் போது $7\frac{1}{2}$ நாட்டுச் சனி ஆரம்பமாகி 12ம் இடம், ராசி, 2 ம் இடம் ஆகிய மூன்று ஸ்தானங்களிலும் $7\frac{1}{2}$ வருடங்கள் சஞ்சரிக்கும். அந்தக் காலம் நல்ல திசாபுத்திகள் நடந்தால் ஒழிய நல்ல பலன்களை பார்ப்பது அரிது. பல துன்பங்களையும், துயரங்களையும் அளித்தே தீரும். அச்சமயம் சனி பகவான் ப்ரீதி செய்து, அவர் ஸ்தலமாகிய திருநள்ளாறுக்குச் சென்று வர வேண்டும். ராசிக்கு 4ம் இடத்தில் சனி வரும்போது அர்த்தாஷ்டமச் சனி என்று பெயர். 7ம் இடத்தில் சனி வரும்போது கண்டச் சனி என்று பெயர். 8ம் இடத்தில் வரும்போது அஷ்டமச் சனி என்று பெயர். இது காலங்களிலும் சனியின் கொடுமை அதிகமாகவே இருக்கும். சனியின் பாதிப்பு மற்ற ராசிக்காரர்களை விட ரிஷபம் மிதுனம் கன்னி துலாம் ஆகிய ராசிக்காரர்களுக்கு மட்டும் சற்றுக் குறைவாக இருக்கும். ஆனால் பாதிப்பு இல்லாமல் போகாது. செவ்வாயும் இராசிக்கு 4, 8ல் வரும் போது தீமையைச் செய்வார். அதற்கு ஒரு பாடல் உண்டு. அந்த ஒரு பாடலிலேயே சனி, செவ்வாய் இருவரின் கொடுமையைப் பற்றி நன்கு கூறப்பட்டுள்ளது.

“கண்டங்கள் நான்கில் எட்டில் கருதியே சனி, சேய் நிற்க தெண்டங்கள் மிக உண்டாகும். திரவியம் நாசமாகும்,

தொண்டதோர் குடும்பம் வேறாம் குறித்திடும் செட்டு நஷ்டம் பண்டுளநாடு விட்டுப் பரதேசம் போவானே!"இதே போல் குருவின் சஞ்சாரத்திற்கும் ஒரு பாடல் உண்டு. ராசிக்கு எந்த இடத்தில் அவர் சஞ்சாரம் மோசம் என்பது பற்றி குறிப்பிடப் பட்டுள்ளது. எளிமையான பாடல்தான்.

"ஜென்மகுரு வனத்திலே சீதையைச் சிறை வைத்ததும்; தீதில் ஒரு மூன்றிலே துரியோதனன் படை மாண்டதும்; இன்மையெட்டினில் வாலிபட்டமிழந்து போம்படியானதும்; தர்மபுத்திரர் நாலிலே வனவாசப்படி போனதும்; சத்திய மாமுனி யாறிலே இருகாலிலே தலை பூண்டதும்; ஈசனொரு பத்திலே, தலை யோட்டினில் இரந்துண்டதும்; வன்மை யுற்றிடய ராவணன் முடி பன்னிரண்டில் வீழ்ந்ததும், மன்னுமா குரு சாரி மாமனை வாழ்விலாதுறும் என்பவே!"

சனியைப் பற்றி மற்றுமொரு எளிய பாடல் நன்கு விளங்கும். எனவே விளக்கம் அளிக்கவில்லை.

"பன்னிரண்டு ஏழு எட்டு ஒன்பான் பத்து ஐந்து நான்கு இரண்டு ஒன்றின் சனியிருந்திட்டால் நட்டம் தனம் உயிர் தேசமாகும். தனிச்சிறை மான பங்கம் தன்னையறியாமலே மோசம், மனைவிட்டு மாடிவிட்டு மறுநகர மேகுவானே!"

மற்றுமுள்ள கிரகங்கள் ராசிக்கு கோசாரத்தில் சஞ்சரிக்கும் போது ஏற்படும் பலன்களைப் பற்றி பஞ்சாங்களில் கொடுக்கப்பட்டுள்ளதால், அது தேவையில்லை என்று நான் எழுதவில்லை.

லக்கின கேந்திரத்தில் குரு, புதன் ஆகியவர்களுக்கு வலிவு அதிகம். சந்திரன் சுக்கிரனுக்கு சதுர்த்த கேந்திரமாகிய

நாலில் வலு அதிகம். சூரியன் செவ்வாய்க்கு தசம கேந்திரமாகிய 10ல் வலு அதிகம். சனி, ராகு இருவருக்கும் சப்தம கேந்திரமாகிய 7ல் வலு அதிகம். இது திக்பலம் எனப்படும். இவைகளுக்கு நேர் எதிர் பாவத்தில் இவர்கள் நிஷ்பலம் (அ) பலமற்றவர்களாக இருப்பார்கள். இவர்களில் சனி 7ல் இருக்கும்போது அந்த பாவத்தைக் கொடுப்பான். ஆனால் 7 ஆமிடம் மகரம், கும்பமாக இருப்பின் சுயசேத்திர பலத்தால் அந்த இரு இடங்களையும் கெடுக்க மாட்டான்.

சனியைவிட செவ்வாய்க்கு பலம் அதிகம்; செவ்வாயை விட புதனுக்கு வலிவு அதிகம்; புதனைக் காட்டிலும் குருவுக்கு வலிமை அதிகம்; குருவை விட சுக்கிரனுக்கு வலிவு அதிகம்; சுக்கிரனைக் காட்டிலும் சந்திரன் வலிமை; சந்திரனைவிட சூரியன் வலிமை; சூரியனுக்கும் மிஞ்சிய வலுராகுவுக்கு. ராகுவையும் மிஞ்சிய வலுகேதுவுக்கு உண்டு.

ராகு தோஷத்தை - புதன் நிவர்த்தி செய்வார்.
ராகு, புதன் தோஷத்தை - சனி நிவர்த்தி செய்வார்.
ராகு, புதன், சனி தோஷத்தை - செவ்வாய் நிவர்த்திப்பார்.
ராகு, புதன், சனி, செவ்வாய் - சுக்கிரன் தோஷத்தை குருநிவர்த்திப்பார்.
ராகு, புதன், சனி, செவ், சுக்கிரன் - குரு தோஷத்தை சுப சந்திரன் நிவர்த்திப்பார்.

ராகு, புதன், சனி, செவ்வாய், சுக்கிரன், குரு, சந்திரன் இவர்கள் எல்லோரின் தோஷத்தையும் உத்தராயண புண்யகாலச் சூரியன் நிவர்த்தி செய்வார்.

அஸ்தமனமாகும் ராசிகள்

சூரியன் - கும்பம்; செவ்வாய் - ரிஷபம், துலாம்; சந்திரன் - மகரம்; புதன் - தனுசு, மீனம்; குரு கன்னி, மிதுனம்;

ஜோதிட ஆராய்ச்சித் திரட்டு [முதல் பாகம்] ❏ 202

சுக்கிரன் - மேஷம், விருச்சிகம்; சனி - கடகம், சிம்மம்; ராகு கேதுகள் அஸ்தமனம் ஆவதில்லை. வக்ரகதியும் அடைவதில்லை. சூரிய, சந்திரர்க்கும் வக்ரகதி இல்லை.

சிரசுதயராசிகள்: சிம்மம், கன்னி, துலாம், விருச்சிகம், மிதுனம், கும்பம்.
பிருஷ்டோதயம்: மேஷம், ரிஷபம், கடகம், தனுசு, மகரம்.
உபயோதயம் : மீனம்.
வெகு பிரஜைகளைச் சிருஷ்டிக்கும் ராசி : கடகம், மீனம் விருச்சிகம்.
மலட்டு ராசி : மிதுனம், கன்னி, சிம்மம்.
விஷுவ ராசி : மேஷம், துலாம்.
அயன ராசி : கடகம், மகரம்.
மிதுனம், மீனம், தனுசு ஆகியவை முற்பாதி இரட்டை ராசி.
தர்ம ராசி : தனுசு, மகரம் கும்பம், மீனம்.
சாஸ்திர ராசி : மிதுனம், துலாம், கும்பம்.
புழு ராசிகள் : கடகம், விருச்சிகம்.
நீர் ராசி : மகரம் பிற்பாதி, மீனம், கடகம்.
நீரைஅடுத்துள்ள
ராசி : ரிஷபம், மிதுனம், கன்னி, கும்பம்.
ஆன்மஞான ராசி: சிம்மம், கன்னி, துலாம், விருச்சிகம்.
நீரற்ற ராசி : மேஷம், சிம்மம், துலாம், தனுசு.

சாயா கிரகங்களான ராகு கேதுவைப் பற்றி முன்பே விளக்கம் கொடுத்துள்ளேன். அவைகளுக்கு ஆட்சி வீடுகள் என்பவை இல்லை என்று குறிப்பிட்டுள்ளேன். அது எல்லாராலும் ஒப்புக் கொள்ளப்பட்ட விஷயம். எனினும் சில நூல்கள் அவை இரண்டிற்கும் ஆட்சி ராசிகள் உண்டென்று குறிப்பிட்டுள்ளன. அதை ஏற்றுக் கொள்வதற்கில்லை என்றாலும் அவற்றின் தொகுப்பையும் கீழே அளித்துள்ளேன்.

கிரகம்	ஆட்சி	உச்சம்	நீசம்	நூல்கள்
ராகு	கும்பம்	-	-	ஜோதிஷாமிர்தம்
ராகு	கும்பம்	-	-	விருத்தசம்மிதை
”	-	விருச்சிகம்	ரிஷபம்	ஜாதகலங்காரம்
”	கும்பம்	விருச்சிகம்	ரிஷபம்	வீமேசுவரம்
”	கும்பம்	விருச்சிகம்	ரிஷபம்	சாதக சிந்தாமணி
”	கும்பம்	மிதுனம்	தனுசு	சாதக பாரிஜாதம்
”	கடகம்	ரிஷபம்	விருச்சிகம்	சர்வார்த்த சிந்தாமணி
”	கன்னி	மிதுனம்	தனுசு	சியாம சங்கிரகம்
கேது	விருச்சிகம்	-	-	ஜோதிஷாமிர்தம்
”	விருச்சிகம்	-	-	விருத்த சம்மிதை
”	-	விருச்சிகம்	ரிஷபம்	ஜாதகாலங்காரம்
”	-	”	”	வீமேசுவரம்
”	மீனம்	மிதுனம்	தனுசு	சாதக சிந்தாமணி
”	”	”	”	ஜாதகப் பாரிஜாதம்
”	மகரம்	விருச்சிகம்	ரிஷபம்	சர்வார்த்த சிந்தாமணி
”	மீனம்	தனுசு	மிதுனம்	சியாம சங்கிரகம்

மேற்சொன்னவைகளைப் பற்றி அறிந்து கொள்ளுங்கள். வழக்கத்திற்குக் கொண்டு வர வேண்டாம். இது நடைமுறையில் ஒத்து வரவில்லை. எனவே குழப்பம் கொள்ள வேண்டாம். இது உங்கள் அறிவுக்காக மட்டுமே; கணிப்புக்கு இல்லை.

1ஆம்	இடமாகிய	லக்கின	காரகத்துவம்	சூரியன்	பெறுகின்றனர்
2ஆம்	”	தன-கல்வி	காரகத்துவம்	குரு-புதன்	”
3ஆம்	”	சகோதிர	”	செவ்வாய்	”
4ஆம்	”	மாதுார்	”	சந்திரன்	”
5ஆம்	”	புத்திர	”	குரு	”
6ஆம்	”	எதிரி	”	செவ்வாய்	”
7ஆம்	”	மனைவி	”	சுக்கிரன்	”
8ஆம்	”	ஆயுள்	”	சனி	”
9ஆம்	”	பாக்கிய-பிதுர்	”	குரு-சூரியன்	”
10ஆம்	”	தொழில்-கர்மம்	”	சூரியன்-புதன்-சனி	”
11ஆம்	”	லாபம்	”	குரு	”
12ஆம்	”	விரயம்	”	சனி	”

சூரியன் நின்ற ஸ்தானம் முதல் 12 பாவங்களிலும் நிற்கும் கிரகங்கள் பெறும் நிலை.

சூரியனுடம்	1ல்	அஸ்தங்க கதி (அதி)உதய கதி
சூரியனுடன்	2ல்	சீக்கிரகதி
,,	3ல்	சமகதி
,,	4ல்	மந்தகதி
,,	5-6	வக்கரகதி
,,	7-8	அதிவக்கரகதி
,,	9-10	ருஜிகதி (அ) குடிலகதி
,,	11ல்	சீக்கிர கதி
,,	12ல்	அதி சீக்கிர கதி

சீக்கிர கதியுடைய கிரகம் 11ஆம் இல்லத்தில் இருந்து அந்த வீடு ஸ்திர ராசியாக இருப்பின் விரைவில் செல்வம் பெற்று அச்செல்வமும் ஸ்திரமாக நிற்கும் என்பதாம். மற்றக் கிரகங்கள் அவை பெற்ற கதிக்குத் தக்கவாறு பலன் அளிக்கும்.

நித்திய வேதை [அ] துன்பம்

பிறந்த காலத்தில் சூரியன் நின்ற நட்சத்திரத்திற்கு 9ஆவது நட்சத்திரத்தில் ராகு - கேது இருந்தால் அது எப்போதும் துன்பம் அளிப்பதாகவே இருக்கும்.

ஜனை காலத்தில் சனி நின்ற நட்சத்திரத்திற்கு 9 ஆவது நட்சத்திரத்தில் சூரியன் நிற்கில் அதுவும் துன்பம் நிறைந்த சூழ்நிலையையே உருவாக்கும்.

சூரியன்	+ சனி	= சனிவலுவடைவார்
சனி	+ செவ்வாய்	= செவ்வாய் வலுவடைவார்+
செவ்வாய்	+ குரு	= குரு வலுவடைவார்

குரு	+ சந்திரன்	=	சந்திரன் வலுவடைவார்
சுக்கிரன்	+ சந்திரன்	=	சுக்கிரன் வலுவடைவார்
சுக்கிரன்	+ புதன்	=	புதன் வலுவடைவார்.
புதன்	+ சந்திரன்	=	சந்திரன் வலுவடைவார்.

இவர்கள் எவருடனும் ராகுவோ, கேதுவோ இணைந்திருப்பின் அவர்களுக்கே வலுவதிகம். ராகு, கேது பகை நீசத்தில் இருந்தால் மட்டும் வலுக் குறையும்.

ஜோதிடம் இயற்றிய மகரிஷிகள்

1. சூரியன்; 2. பிரம்மா; 3. வியாசர்; 4. வசிஸ்டர்; 5. அத்திரி; 6. பராசரர்; 7. காஸ்யபர்; 8. நாரதர்; 9. கர்கர்; 10. மரீசி; 11. மனு; 12. ஆங்கீரிஸர்; 13. லோமசர்; 14. புலஸ்தியர்; 15. சியவனர்; 16. யவனர்; 17. சௌனகர்; 18. பிருகு ஆகியோர்.

நவக் கிரகங்களும் பகவான் மாகவிஷ்ணுவின் அவதாரங்கள் என்றே கூறப்படுகின்றது. கிரந்தத்தில் அதன் விவரம் பின் வருமாறு:

சூரியன்	ராமஅவதாரம் (அ) நாராயணன்	
சந்திரன்	கிருஷ்ண அவதாரம்	
செவ்வாய்	நரசிம்ம	”
புதன்	புத்தர் (அ) பலராமன்	”
குரு	வாமன	”
சுக்கிரன்	பரசுராம	”
சனி	கூர்ம	”
ராகு	வராக	”
கேது	மீன (மச்சம்)	”

கடைசி அவதாரமான “கல்கி” அவதாரம் கலியுகம் முடியும்போது தோன்றும் என்றும் கூறப்பட்டுள்ளது.

18. திசாக்களின் பொதுப்பலன்கள்

லக்ன முதல் 12 பாவங்களிலும் 9 கிரகங்கள் இருந்தால் என்ன பலன்கள் என்பதைப் பற்றி நான் இப்புத்தகத்தில் எழுதவில்லை. காரணம் அதுபோல் பெரும்பாலும் நிகழ்வதில்லை. பொதுவாகக் குறிப்பிட்டிருக்குமேயன்றி நட்சத்திர சாரத்தின் அடிப்படையில் இருக்காது. வலுவுள்ள கிரகம் கூட சாரத்தின் அடிப்படையில் வலுவிழந்து விடும். அப்போது பலனே மாறிவிடும். எனவே அது வெறும் ஹேஸ்ய அடிப்படையில்தான் அமையும். அத்தனை மூல நூல்களும் பொதுவான அமைப்பில் பலன் கூறுகின்றனவே தவிர சாரத்தின் அடிப்படையில் கூறுவதில்லை. எனவே அதை வைத்துக் கொண்டு அதன்படி பலன்களைப் பார்த்தால் சரி வராது. சாரம், இணைந்த பார்த்த கிரகங்களின் மற்றும் அவர்கள் அமர்ந்த ஸ்தானாதிபதியின் நிலை, அதற்கு எட்டாம் இட அதிபதி என்று பலவிதங்களிலும் கிரகங்களின் வலிமையைக் கணித்தே பலன் கூற வேண்டும். அதே போல்தான் கோசார பலன் என்று சந்திரனைக் கொண்டு பார்ப்பதும். திசாபுத்திகளின் பலன்கூட பொதுப்படையாகத் தான் கூறப்பட்டுள்ளது. அதன்படி பலன்கள் நடப்பது 10 சதவிகிதம் கூட இருக்காது. எனவே அனுபவ ஆராய்ச்சியைப் பயன்படுத்தி பலன் கூறுவதுதான் சிறப்பு. எடுத்ததற் கெல்லாம் பாட்டாகவே பாடுவார்கள். ஆனால் சிலருக்குப் பாடலின் பொருள் கூடத் தெரியாது. திசைப்பலன் பற்றிய பாடல்களில் ஒன்றை உதாரணத்திற்குக் குறிப்பிடுகின்றேன். வராகர் ஓரா சாஸ்திரத்தில் உள்ள பாடல் இது.

**"கதிர்த்திசையில் நகம் நந்தம் சென்மத்தில் நோயாம்
கனகமுறும் கோபமுடன் நடையரசர் இகலாம்**

பதிவுடைய சுயதனங்கள் தீர்க்க தைரியங்கள்
பரிபவங்கள் பொருந்து பிரிசித்திர பிரதாபம்
சுதன் பாரி தனங்கொடயாள் நிருபராபத்து
தூய்மையிலா உறவு சுயப் பிறத்தியாரின் விரோதம்
இதயமதிலா தலன்றி யுதரமதிலாதல்
எய்திடும் நோய் பித்தமுத லென்றனர் நூலுணர்ந்தோர்".

இதன் விளக்கம் : சூரியன் திசையில் நகச்சுற்று, பல், தோல் வியாதிகள் தோன்றும், சுயசம்பாத்தியம், தைரியம் ஏற்படும். இராச விரோதம், எதிரிகளால் ஆபத்து, புத்திரர், இராசாக்களால் சில ஆபத்து, பாவர்கள் சேர்க்கையால் விபரீதம், இன ஜன விரோதம் கலகம், வயிற்றில் நேய். பித்த சம்பந்தமான வியாதி உண்டாகும். இதய சம்பந்தமான நோய் ஏற்படும்.

சூரியன் திசை 6 வருடம். இதற்கு ஒரே பாட்டு பலன் கூறுகின்றது. நன்கு கவனிக்க வேண்டும். இந்த ஒரு பாடல் 6 வருடப் பலனையும் முழுமையாகக் கூறவில்லை. பொதுவாகக் கூறப்பட்டுள்ளது. ஆனால் ஜோதிடரிடம் பார்க்க வருவோர்க்கு இவ்விபரம் போதுமா? போதாது. எனவே இப்படி பொதுவான பலன்தான் அத்தனை நூல்க்ளிலும் தரப்பட்டிருக்கும்.

ஜாதக அலங்காரத்தில் உள்ள சூரிய திசையில் செவ்வாய் புத்தியின் பலனைப் பற்றி ஒரு பாடல்.

ஆதித்தன் றன்னிற் செவ்வாய் புத்தி நூற்று இருபத்தாறும்
வாசித்த வியாதி சண்டை வழக்கு நாவரட்சி பீடை
சாதித்த உற்றார் கேடு தனம் பொருட் சேதமாகும்
போதித்த பொருளுஞ்சாயும் பூமியின் பலனாகாதே.

விளக்கம் :- சூரிய திசையில் செவ்வாய் புத்தி 126 நாள் இதில் சங்கட முண்டாகும். வியாதி, சண்டை, நாவரட்சியான பீடை, பந்துக்களுக்கு கெடுதல், தனம் பொருட்சேதம், பூமியில் பலனின்மையாம்.

இவ்வாறு பொதுப்படையாகத்தான் பலன்கள் கூறப் பட்டிருக்கும். அதை அப்படியே கூற இயலாது. திசாநாதரின் வலிமை. அவர் லக்னாதிபதிக்கு எவ்வகையில் தொடர்பு, அவர் நின்ற பாவம் எப்படி, பாவாதிபதியின் நிலைமை என்ன, திசாநாதரின் சாரம் என்ன என்பதை யெல்லாம் கவனத்தில் கொண்டு அதேபோல் புத்திநாதரின் பாடல்படி கவனித்தால் சூரியனும், செவ்வாயும் நட்புக் கிரகங்கள். இருவரும் நல்ல பாவத்தில் அமர்ந்து, நல்ல சாரம் பெற்று இருந்து, லக்கினத்திற்கும், ராசிக்கும் உகந்தவர்களாக இருந்தால் பலன் அடியோடு மாறிவிடும். எனவே நன்கு ஊன்றிக் கவனித்துத்தான் பலன் கூற வேண்டும். திசாபுத்திகளைப் பற்றிப் பொதுவாகப் பலன் கூறாமல் 12 ராசிகளுக்கும், தனித் தனியாகக் கிரகங்களின் வலிவைக் கொண்டு, திசை, புத்திகளை எப்படிப் பிரித்துப் பலன் அறிவது என்று எழுதியுள்ளேன். இதை ஓரளவிற்குப் பயன்படுத்திக் கொள்ளலாம். எனினும் என்னையும் அறியாமல், அறிவுக் குறைவுடன் பலன்கள் மாறுபட்டு இருந்தாலும், உங்கள் யூகத்தால், அறிவுக் கூர்மையால் திருத்திக் கொள்ளுங்கள். இதை ஏன் குறிப்பிடுகின்றேன் என்றால் இது புதிய முயற்சி. என்னை விடவும் பெரிய நிபுணர்கள் கூட இந்த மாதிரியான பலன்களை எழுதவில்லை. என் ஆர்வத்தின் காரணமாக ஏதோ என் சிற்றறிவைக் கொண்டு பலன்கள் கூற முற்பட்டுள்ளேன். இது என் கருத்துத்தானேயன்றி இதை அனைவரும் ஒப்புக்

கொள்ளுவார்கள் என்றும் நான் நினைக்கவில்லை. மாற்றுக் கருத்துக்கள் ஏற்படக் கூடும் என்பதை உணர்ந்து உள்ளேன். மூல நூல்களிலேயே கருத்து வேறுபாடு உள்ள போது இதிலும் கருத்து வேறுபாடு என்பது சகஜம்தான். இது மிக முக்கியமான பகுதி (தசாபுத்திபலன்கள் என்ற தலைப்பில் 12 லக்கினங்களுக்கும் தனித்தனியான நூல்கள் 12 எழுதி யுள்ளேன். விஜயா பதிப்பக வெளியீடு ஆகும்) இத்துடன் முதல் பாகம் முடிகின்றது. இரண்டாம் பாகத்தில் ஜோதிட சாஸ்திரத்தின் நுணுக்கங்களை ஆராய்ச்சியின் அடிப்படையில் விளக்கியுள்ளேன். இந்த முதல் பாகத்தில் அடிப்படை விஷயங்களைத் தெளிவாக அறிந்து கொண்டீர்கள். இரண்டாம் பாகம் உங்களைத் தொழில் முறை ஜோதிடராகவே உயர்த்தி விடும் அளவிற்கு விஷயங்களை உடையதாக விளங்கும்.

மேஷ லக்னத்துக்கு சூரிய திசைப் பலன்கள்

மேஷ லக்கினத்தில் பிறந்தவர்களுக்குச் சூரிய திசை, சந்திர திசை, குரு திசை ஆகியவைகள் நன்மை செய்யும். சுக்கிரதிசை சுமாரான பலன் தரும். சனி, செவ்வாய், ராகு, கேது, புதன் ஆகியவர்களின் திசை நன்மை அளிப்பதில்லை என்பது பொதுவான அபிப்பிராயம். ஆனால் அதன்படியே பலன்கள் அமைந்து விடுவதில்லை. கிரகங்களின் அமைப்பிற் கேற்றவாறும் நட்சத்திரங்களின் சாரங்களுக்கேற்றவாறும் தான் பலனளிக்கும்.

சூரிய திசை :- மேஷத்திற்கு இவர் பஞ்சமாதிபதியும், யோகரும் ஆவார். இவர் லக்னத்தில் அமர்ந்து இருந்தால் லக்ன பாபராகிய சனி, செவ்வாய், புதன், சுக்கிரன், ராகு, கேது ஆகியவர்களின் இணைவோ பார்வையோ இல்லாமலிருந்து பரணி 3ம் பாதம், 4ம் பாதம் ஆகிய இரு

பாதங்களைத் தவிர மற்ற எந்த பாதத்தில் இருந்தாலும் திசையில் நல்ல பலன்களை அளிப்பார். அஸ்வினி 1ம் பாதத்தில் அவர் நின்றிருந்தால் வர்கோத்தமம் பெற்று மேஷத்திலேயே உச்சமாகி விடுவார். பகைவராகிய கேது சாரத்தில் இருந்தாலும் கூட ஸ்தான பலத்தில் அவர் நன்மையே அளிப்பவர். அவர் திசை நல்ல சம்பாத்திய வலுவை அளித்து சமுதாயத்தில் புகழ் கீர்த்தியுடைவராக ஆக்கிவிடும். உடன் குருவோ, சந்திரனோ இணைந்தாலும் பார்த்தாலும் மேலும் வலு கூடி அதிசிறப்பான வாழ்க்கை அமைந்து விடும். பரணி 2, 3, 4 ஆகிய பாதங்களில் இருக்கும் போது 2ம் பாதம் கன்னியாம்சமாகிய புதன் வீட்டில் அமர்ந்து விடுவதால் பெருமளவு தொல்லைகள் அளிக்க மாட்டார். எதிரிகளையும் கூட வெல்லும் வலுவே ஏற்படும். ஆனால் பரணி 3ல் இருக்கும்போது துலாத்தில் நீசம் பெற்றுவிடுவார். அது எவ்வகையிலும் திசையின் மேன்மையச் சிறப்படையச் செய்யாது. அம்ச ரீதியில் சூரியன் வலுவிழந்து விடுதால் சூரியதிசை பலனளிக்காமல் போய்விடும். பரணி 4ல் நிற்கும்போது தன்னுடைய நட்புக் கிரகமான செவ்வாயின் வீடாகிய விருச்சிகத்தில் அடைந்தாலும் அது மேஷத்திற்கு அஷ்டம ஸ்தானமல்லவா? அதில் நிற்கும் சூரியனின் வலுக்குறையத்தான் செய்யும். சம்பாத்தியத்தில் தொல்லைகளை அளிப்பதோடு புகழ் கீர்த்தியும் கெடும்படியான காரியத்தில் ஈடுபடுத்தி விடும். மற்ற பாதங்களாகிய அஸ்வினி 2, 3,4, பரணி 1, கார்த்திகை 1 ஆகிய பாதங்கள் எதில் நின்றாலும் வலுவைக் குறைக்க வழியில்லை. கார்த்திகை 1 என்பது அவருடைய சுயசாரம். அதில் இருக்கும் அவர் அம்ச ரீதியாகத் தனுசுவை அடைந்திடுவார். அது மிகப் பலம் பொருந்திய அமைப்பு. திசையை மிகவும் அழகாக நடத்திச் செல்வார். எவரும் பழுது சொல்ல

இயலாமல் நிறைவான வாழ்க்கையைச் சூரிய திசை அளித்திடும். எப்படிப் பார்த்தாலும் மேஷத்திற்கு லக்ன கேந்திரத்தில் உள்ள சூரியன் சிறப்பான பலனை அளித்தே தீருவார்.

ரிஷபத்திற்குச் சூரியன் சதுர்த்த கேந்திராதிபதி யாகின்றார். மேஷ லக்னத்தில் பிறந்தவர்களுக்கு ரிஷபம் 2ம் இடம். அங்கு சூரியன் பகை பெறுகின்றார். எனினும் அங்கு அவர் திக்பலம் அடைவதாகக் கிரந்தம் கூறுகின்றது. எனேவ ரிஷபத்தில் இருக்கும் சூரியன் மேஷ லக்னத்துக்கு தன் திசையில் நன்மையே செய்வார் தனப் புழக்கத்ததுக்கு இடையூறு ஏற்படாது. குடும்ப அமைப்பிலும் சிக்கல் ஏற்படாது. செல்வாக்கும், சொல்வாக்கும் திசை முழுதும் இருக்கும். கார்த்திகை, 2, 3 ஆகிய பாதங்களில் இருக்கும் போது சூரியன் முறையே அம்சத்தில மகர கும்பத்தில் பகை பெற்றுவிடுவார். எனினும் சார பலத்தால் கெடுபலன் அளிக்கமாட்டார். கார்த்திகை 4ல் இருக்கும்போது 12ம் இடமாகிய மீனத்தில் அமர்வது சிறப்பில்லை என்று கூறினாலும் பெருமளவு கெடுதல் புரியமாட்டார். மேஷத்தின் மற்றொரு யோகாதிபதியான குரு பகவான் இல்லத்தில் அமர்வது தீங்கை அளிக்காது. சற்று விரயச் செலவுகளை ஏற்படுத்தியே தீருவார். அடுத்து ரோகிணி 1ம் பாதத்தில் மேஷத்திற்கே வந்து விடுவார். 2, 3, 4ம் பாதங்களிலும் கெடுதல் இல்லை. ரோகிணி 2ம் பாதத்தில் வர்கோத்தமம் பெற்று விடுவார். ரோகிணி நட்புக் கிரகமாகிய சந்திரனின் நட்சத்திரம். தீங்கெதுவு ம் இல்லை. திசை சுமாராகச் சென்று விடும். அடுத்து மிருகசீரிஷம் 1ல் சிம்மத்தில் ஆட்சி பெறுகின்றார். 2ம் பாதத்தில் கன்னியின் நட்பு. எனவே பாதிப்பு இருக்காது மேஷ லக்னதாரருக்கு 2ம் இடமாகிய

ரிஷபத்தில் அமர்ந்த சூரியதிசை பாவர்களின் இணைவு - பார்வை இல்லாமல் இருந்தால் நல்ல பலன்களை அளிப்பார். குரு, சந்திரன் இணைவும் பார்வையும் இன்னும் சற்று மேன்மையான பலனை அளிக்கும். மேஷத்திற்கு 4க்குடைய சந்திரனின் ரிஷப இணைவு சிறப்பை அளிக்கவே செய்யும். ரிஷபத்தில் சந்திரன் உச்சமல்லவா? உச்சனோடு இணைந்து சூரியனின் திசை மேன்மையைச் செய்யும்.

அடுத்து மிதுனத்தில் அமர்ந்த சூரியனைப் பற்றி கவனிப்போம், சூரியனுக்கு மிதுனம் நல்ல இடம்தான். மேஷத்திற்கு அது சிறப்பான இடம் அல்ல என்றாலும் ஸ்தான பலத்தாலும், சார பலத்தாலும் சூரிய திசை சுமாராகத்தான் இருக்கும் என்று கூறப்பட்டாலும் எந்த லக்கினத்துக்கும் சூரியன் 3, 6,10,11 ஆகிய ஸ்தானங்களில் இருக்கும்போது நன்மை செய்பவராகவே இருக்கின்றார். இனி சாரத்தைக் கவனிப்போம். மிருகசீரிஷம் 3, 4 ஆகியவை பாவராகிய செவ்வாய் நட்சத்திரம் என்பது மட்டுமல்லாமல் அம்ச ரீதியாகச் சூரியன் துலாத்தையும், விருச்சிகத்தையும் அடைந்து விடுவதால் இவ்விருசாரமும் சூரிய திசைக்குச் சிறப்பளிக்காது. மாறாக சிக்கலையும், சீர்குலைவையுமே அளிக்கும். சம்பாத்தியத்தில் சிக்கல் ஏற்படும். திசை முழுதும் அசுப பலன்களையே எதிர்நோக்க வேண்டிவரும் என்றாலும் ஸ்தான பலத்தினால் சற்றேனும் நற்பலன் செய்வார். அதைப் புத்தி ரீதியாகப் பிரிக்கும் போது நன்மை அளிக்கக் கூடிய புத்திகள் நற்பலனைச் செய்யும். திசை முழுவதுமே கெட்டு விடாது.

அடுத்து திருவாதிரையில் சஞ்சாரம், ராகுவின் நட்சத்திர மாயிற்றே பகைவரின் சாரத்தில் எப்படிச் செயல்படப் போகின்றார் என்பது உங்கள் உள்ளத்தில் ஏற்பட்ட கேள்வி

திருவாதிரை 1ல் தனுசு நவாம்சத்தில் அமர்ந்து விடுவதால் ஸ்தான பலத்தால் நற்பலன் செய்திடுவார். 2, 3 ஆகிய பாதங்கள் முறையே மகர கும்பத்திற்குக் கொண்டு செல்வதால் சாரபலமும் இல்லை; ஸ்தான பலமும் இல்லை. எனவே பலனும் குறிப்பிட்டுச் சொல்லும்படியாக இருக்காது. சூரியன் மிதுனமாகிய 3ல் அமர்ந்தார் என்ற ஒரு வலுவும், குரு சந்திரன் இவர்களின் பார்வையும் மட்டுமே சற்று நன்மையளிக்கும். இணைவு பயன்படாது. குருவுக்கு மிதுனம் பகை வீடு. சந்திரனுக்குப் பகை வீடு இல்லை என்றாலும் தன் வீடாகிய 4 ஆம் இட கடகத்திற்கு 12ல் அவர் சூரியனோடு இணைவது சிறப்பளிக்காது. எனவே பார்வை தான் சற்று நன்மை அளிக்கும் என்று குறிப்பிட்டேன். திருவாதிரை 4ல் சூரியன் மீனத்திற்கு வந்தாலும் ஸ்தான பலம் என்ற வகையில் மேஷத்திற்கு 12 ஆம் இடம். அத்துடன் பகைவராகிய ராகுவின் சாரத்தில் எப்படி மேன்மையளிப்பார் என்று கூறமுடியும்? எனவே திருவாதிரை 1ஆம் பாதத்தைத் தவிர மீதி 3 பாதமும் சூரிய திசையின் சிறப்புக்கு வழி வகுக்காது.

புனர்பூசம் சூரியனுக்கும், மேஷத்திற்கும், நல்லவரான குருவின் நட்சத்திரம். எனவே இதன் 3 பாதத்திலும் சூரிய திசை கெடுதல் அளிக்காது. நன்மையையே செய்வார். 1ல் மேஷம், 2ல் ரிஷபம், 3ல் மிதுனம் என்று புனர் பூசம் 3ல் வர்கோத்தமம் பெற்று விடுவார். எனவே திசை நன்முறையில் செயல்பட்டு விடும். தைரியத்துடன் காரிய வெற்றிகளைச் சூரிய திசை ஏற்படுத்திக் கொடுக்கும்.

கடகத்தில் அமர்ந்த சூரியன் மேஷத்திற்கு ஒரு வலுவான அமைப்பை ஏற்படுத்துகின்றார். சதுர்த்த கேந்திரமாக இருப்பதாலும், நட்புக் கிரகத்தின் வீட்டில்

அமர்வதோடு மேஷயோகாதிபதியான குரு உச்ச மடையும் வீடும் கடகம் அல்லவா? எனவே சூரியனுக்கு ஒரு விசேஷ வலு ஸ்தான பலத்தினால் ஏற்படுகின்றது. இதன் முதல் பாதம் புனர்பூசம் 4. இதில் அமரும் இவர் அம்ச ரீதியாக கடகத்தில் நின்று வர்கோத்தமம் பெற்று விடுகின்றார். எனவே சூரிய திசை மேன்மையளிக்கும் என்று நீங்களே புரிந்து கொள்ளலாம். அவர் திசையில் புனர்பூசம் 4ல் இருக்கும் போது, நிலம், வீடு, வாகனம் போன்றவற்றில் சிறப்பும், தாயாரின் சுக சௌக்கியங்களும் ஏற்பட்டு, சுகமேன்மைகள் பெற்றே தீருவார்.

அடுத்த சாரத்தைக் கவனிக்கும் போது சூரியனின் மைந்தனும், கடும் பகைவனுமான சனியின் நட்சத்திரமான பூசத்தில் சஞ்சாரம் செய்வதை மேன்மையாகக் கூற முடியுமா? என்றாலும் பூசம் 1, 2 ஆகிய இரு சாரங்களிலும் முறையே சிம்மம், கன்னி ஆகிய ஸ்தான பலத்தைப் பெற்றுவிடுவதால் சூரிய திசை பிரச்சனை அளிக்காமல் சென்றுவிடும். பூசம் 3ல் துலாத்தில் நீசம். பூசம் 4ல் விருச்சிகமாகிய அஷ்டமத்தில் நிற்கும் சூரியன் ஸ்தான பலமும் இல்லை. சாரபலமும் இல்லை. எனவே பலன்கள் குறையவே செய்யும். இப்படி ஸ்தான பலமும், சார பலமும் குறையும் நேரத்தில் மேஷத்திற்கு நன்மையளிப்பவர்களான குரு, சந்திரன் பார்வை சற்று மேன்மைப் படுத்தும். கடகத்தில் இவர்கள் இருவரும் அன்றி ஒருவர் இணைந்து விட்டாலும் திசையைப் பற்றிய கவலையே வேண்டாம். சுபராகிய குரு கேந்திரங்களில் தோஷம் பெறுபவர் என்றாலும் அவர் கடகத்தில் உச்சம் பெறுவது நன்மையளிக்கக் கூடியதே. எனவே அவர் இணைவும், கடகாதிபதியான சந்திரனின் இணைவும் கடகச் சூரியனுக்கு வலுக் கூட்டவே செய்யும்.

அடுத்து ஆயில்யத்தின் நான்கு பாதங்களில் நிற்கும் சூரியன் தன்னுடைய நட்புக் கிரகமான புதன் நட்சத்திரத்தின் சாரத்தைப் பெறுவதால், ஆயில்யம் 1ல் தனுசுவில் ஸ்தான பலத்தோடு சார பலமும் பெற்று விடுகின்றார். எனவே கவலைப்பட எதுவும் இல்லை. ஆயில்யம் 2ம், 3ம் முறையே மகர கும்பத்தில் வருவதால் சாரபலம் மட்டும் தான் பலன் சற்றுக் குறையவே செய்யும். மீனத்தில் அதே நிலைதான். தனுசில் ஒன்பதாம் இடவலுப் பெறும் சூரியன் மீனத்தில் 12 ஆம் இட ஆதிபத்தியம் பெறுவதும், மீனத்திற்கு மாறாக, பாதகாதிபதியின் சாரத்தில் நிற்பதும் பலனளிக்கும் வாய்ப்பு இல்லை என்றேதான் கூற வேண்டும்.

சிம்மத்தில் சூரியன் அமர்ந்து ஆட்சி பெறுவதும், மேஷலக்கினதாரர்களுக்கு நவ்வாய்ப்புதான். யோகாதி பதியும், பஞ்சமாதிபதியுமாகிய சூரியன் சிம்மத்தில் இருக்கும் போது தன் திசையில் மேலான வாய்ப்பை அளித்துத்தான் ஆக வேண்டும்.

சிம்மத்தில் இருக்கும் சூரியன் ஆரம்பத்தில் தன் ஜென்ம வைரியான கேது பகவானின் நட்சத்திரமாகிய மகத்தில் சஞ்சாரம் செய்கின்றார். மகம் 1ல் இருக்கும் போது மேஷத்தை அடையும் அவர் வரிசையாக 2ல் ரிஷபத்திலும், 3ல் மிதுனத்திலும், 4ல் கடகத்திலும் அம்ச ரீதியாக அமர்வதால் சாரபலம் இல்லை யென்றாலும் ஸ்தான பலத்தினால் திசையை-மிகவும் முன்னேற்றமாக இல்லை யென்றாலும் - குறைவில்லாமல் நடத்திச் சென்று விடுவார்.

அடுத்து பூரம் நட்சத்திரமும் பகைவரான சுக்கிரனின் நட்த்திரம்தான். இதில் முதல் பாதம் சிம்மத்தையே அடைவதால், வர்கோத்தமம் பெற்று விடுவதால் எந்தக் கவலையும் கொள்ள வழியில்லை. 2ஆம் பாதம் கன்னி நட்பு

வீடே. இதிலும் ஸ்தான பலத்தினால் சுமாராகத் திசை சென்று விடும். பூரம் 3ல் துலாத்தில் நீசமடையும் சூரியன் திசையை எதிர் பார்ப்பதற்கில்லை. மேலான பலன்கள் நடக்காது அதே நிலைமைதான் பூரம் 4க்கு அஷ்டமமாகிய விருச்சிகத்தில் சார பலமும், ஸ்தான பலமும் இல்லை. எனினும் சிம்மத்தில் அமர்ந்தார் என்பதால் அதிகமான கெடு பலன்களை அளிக்கமாட்டார். திசை சுமாராகத்தான் செயல்படும். பூரம் முடிந்ததும் உத்திரம் 1ஆம் பாதம். இது சூரியனில் சுய சாரம். இதில் தனுசுவை அடையும் அவர் ஸ்தான பலம் சார பலம் இரண்டையும் பெற்று விடுவதால் மிக மேன்மையான பலன்கள் செய்தே தீருவார். திசை முழுவதையும் அழகாக நடத்திச் செல்வார். நல்ல சம்பாத்தியத்துடன், புகழ் கீர்த்தியையும் பெற்றுச் சிறப்படைவார்கள்.

கன்னிச் சூரியன் உத்திரம் 2, 3, 4 ஆம் பாதத்தில் முறையே மகரம். கும்பம் ஆகிய ஸ்தானங்களில் பகை பெற்றும், மீனத்தில் 12ஆம் இடமாக அமர்ந்தும் ஸ்தான பலம் பெறவில்லை. எனினும் கன்னியில் அமர்ந்து, சுய சாரம் பெற்றதால் திசையில் சரிவை ஏற்படுத்தி விடமாட்டார். திசையைக் சுமாராகக் கொண்டு சென்றுவிடுவார். மேலும் கன்னி, 6ல் சூரியன் இருப்பது நல்லது என்று முன்பே குறிப்பிட்டுள்ளேன். ஏற்கெனவே இருக்கும் கடன் தொல்லைகளில் இருந்து நிவாரணம் அளிப்பார். வியாதிகளையும் நீக்கி எதிரிகளையும் வெல்ல வழி வகுப்பார். உத்திர சாரம் முடிந்தவுடன் அஸ்த நட்சத்திரத்தின் சாரத்தில் சஞ்சாரம் செய்யும் சூரியனுக்கு நட்புக் கிரகமான சந்திரனின் நட்சத்திரமான அஸ்தத்தின் 1ஆம் பாதம் மேஷத்தில் வருகின்றது. அது சூரியன் அமர்ந்த கன்னிக்கு அஷ்டம ஸ்தானமாக வருவதால் சிறப்பளிக்காது. திசை

சுமார்தான். மேஷ லக்னத்துக்கு அம்சத்தில் மேஷத்திலேயே இருக்கும் சூரியன் சிறப்பாக இருப்பார் என்று கருதிவிட இயலாது.

அஸ்தம் 1ல் இருக்கும் சூரியன் லக்கினத்துக்கும் தான் இருந்த இடத்துக்கும் அம்சத்தில் சஷ்டாஷ்டமமாக அமர்வது சற்றுச் சிறப்பைக் குறைக்கவே செய்யும். பொதுவாகவே லக்னம், ராசி, கிரகத்தின் சொந்த வீடும், அமர்ந்த வீடும் 6, 8, 12 ஆக அமைவது சிறப்பளிக்காது என்பதைக் கவனத்தில் கொள்ள வேண்டும். 6, 8, 12 ல் இருக்கும் கிரகம் லக்கின பாபராக இருந்து அந்தஸ்தானங்களில் கெட்டு விட்டால் மட்டுமே நலம் பயக்கும்.

அடுத்து அஸ்தம் 2, 3, 4 பாதங்களில் முறையே ரிஷபம், மிதுனம், கடகம் ஆகிய ஸ்தானங்களிலும், சித்திரை 1ல் சிம்மத்திலும் இருப்பதால் ஸ்தான பலம், சாரபலம் இரண்டும் உண்டு. எனவே திசை பற்றிய கவலை இல்லை. சித்திரை 2ல் கன்னியிலேயே அமர்ந்து வர்கோத்தமம் பெற்றுவிடும். அவரின் திசை மேன்மையளிக்கவே செய்யும். கவலைப்பட வேண்டிய வகையில் எதுவும் இல்லை.

துலாத்தில் அமர்ந்த சூரியன் நீசம் பெற்று விடுகின்றார். ஸ்தான பலம முதலில் அடிபட்டு விடுகின்றது. எனவே திசையைப் பற்றி மேன்மையாக எதுவும் சொல்வதற்கில்லை, ஆரம்பம் சித்திரை 3ல் அம்ச ரீதியாக வர்கோத்தமம் பெறுகின்றார். நீச நிலையில் வர்கோத்தமம் பெறுவது பெரும் சிறப்பை அளித்து விடாது. மேலும் சித்திரை செவ்வாயின் நட்சத்திரம். செவ்வாய் சூரியனின் நட்புக் கிரகமாயினும், மேஷ லக்கினத்துக்கு அவர் பாபியே என்பதோடு அஷ்டமாதிபத்தியம் பெறுபவர். அசுப ஸ்தானம் என்று சொல்லப்படும் 8ம் இடத்தின் அதிபதியான செவ்வாய்

சாரத்தில் நிற்கும் சூரியன் ஸ்தான பலமும் இல்லையெனில் பெரிய நன்மை எதையும் செய்துவிட இயலாது. அதே நிலைமைதான் சித்திரை 4ம் பாதத்தில் உள்ள சூரியனுக்கும். விருச்சிகத்தில் அஷ்டமத்தில் அமரும் அவர் ஸ்தான பலமும் இல்லாமல், சார பலமும் இல்லாமல் இருக்கும்போது, என்ன நன்மையை அவரிடம் இருந்து எதிர்பார்க்க முடியும்? சூரிய திசை முழுவதுமே போராட்டத்தின் அடிப்படையிலே தான் கழிக்க வேண்டிவரும்.

அடுத்த சாரம் தன்னுடைய பகைவரான ராகுவின் நட்சத்திரமாகிய சுவாதியின் சாரம். இதன் நான்கு பாதத்திலும் சாரவலிவு இல்லை. எனினும் 1ம் பாதம், 4ம் பாதம் ஆகியவை மட்டும் முறையே தனுசு, மீனத்தை அடையும். அப்படி அடைந்தாலும் தனுசுவுக்கு மட்டுமே ஸ்தான பலமுண்டு. மீனம் 12ம் இடமாகையால் சுவாதியின் சாரத்தில் நிற்கும் சூரியனிடமிருந்து பெரும் பலன்களை எதிர்பார்ப்பது கஞ்சனிடம் பொருள் உதவி கேட்பதைப் போல்தான். எனவே இந்தச் சாரத்தை எதிர் பார்ப்பதும் வீண்தான். அடுத்து குருபகவானின் விசாகத்தின் 3 பாதங்கள் முறையே மேஷம், ரிஷபம், மிதுனம் ஆகியவற்றில் ஸ்தானபலம், சார பலம் பெறுவதால் திசை சற்று பலன் அளிப்பதாக இருக்கும். பெருமளவு எதிர்பார்க்கக் கூடாது. எனவே துலாத்தில் நீசம் பெற்றுவிட்ட சூரியன் மேஷ லக்கினதாரர்க்கு மேன்மையான பலனை அளிக்க முடியாது. ஆனால் இந்நிலையில் சூரியன் நீசபங்கம் பெற்று, சூரியனுக்குக் கேந்திரத்தில் சந்திரன் இருந்து, குரு பார்வையை சூரியன் பெற்று விட்டால் திசையின் பலன்களே மாறிவிடும். ஆரம்பத்தில் கூறினேன் அல்லவா? லக்கினாதிபதியின் வலிவைக் கணக்கிட 12 வழிகள் என்று. அது மற்ற கிரகங்களுக்கும் கூடப்

பொருந்தும். அந்த வழிகளைப் பயன்படுத்தி கிரகங்களின் வலிவையும் அறிந்தே பலன் கூற வேண்டும்.

அடுத்தபடியாக மேஷத்தின் அஷ்டம ஸ்தானமான விருச்சிகத்தில் நின்ற சூரியனின் திசையைப் பற்றிக் கவனிப்போம். விருச்சிகத்தின் ஆரம்பம் விசாகம் 4ம் பாதம். இது அம்ச ரீதியாகக் கடகத்தை அடைந்து விடுகின்றது. இது மேஷத்தின் சதுர்த்த கேந்திரம் என்பது மட்டுமல்லாமல் சூரியனின் நட்பு வீடு குருபகவானுக்கு உச்சவீடாகையால் சூரியன் அஷ்டமத்தில் நின்றபோதும் இந்த விசாகம் 4ம் பாதத்தில் இருந்தால் சற்று நல்ல பலன்களைச் சூரிய திசையில் எதிர்பார்க்கலாம் பொதுவாக லக்கின பாபர்களைத் தவிர மற்ற கிரகங்கள் 6, 8, 12ல் இருப்பது சரியல்ல எனும் போது மேஷத்திற்கு யோகாதிபதியும், பிதுர்காரகனும் சம்பாத்திய காரகனுமாகிய சூரியன் அஷ்டமத்தில் இருப்பது நன்றோ? நிச்சயம் நன்றல்ல. தந்தையார் உறவைக் கெடுப்பதுடன் திசையில் மட்டுமல்லாமல் எப்போதுமே சம்பாத்தியத்தில் தடங்கல்கள் ஏற்பட்டுக் கொண்டே இருக்கும். எந்த லக்கினத்துக்குமே சூரியன் அஷ்டமத்தில் இருப்பது ஆத்ம பலத்தை அளிக்காது. மரண காலத்தில் ஆத்ம பலம் இல்லாமல் சுய நினைவற்று உயிர் பிரிய வேண்டியேற்படும்.

அடுத்த சாரம் மைந்தனும் பகைவனுமான சனியின் அனுஷத்தின் 4 பாதங்கள். முதல் இரண்டு பாதங்கள் சிம்மத்திலும், கன்னியிலும் அமையும் என்றாலும் கூட திசையில் நற்பலன்களை எதிர்பார்க்க இயலாது. என்னதான் ஸ்தான பலம் பெற்றாலும் கூட அஷ்டமத்து சூரியனும் சந்திரனும் நற்பலன்களைச் செய்யும் வழியே இல்லை. அவர்கள் இருவரும் லக்கினபாவர்களாக இருப்பினும்கூட

அஷ்டமம் மட்டும் அவர்களைச் சிறப்பிப்பதில்லை. காரணம் ஏற்கெனவே கூறப்பட்டிருந்தாலும், மறுமுறையும் கூறுகின்றேன். 9 கிரகங்களிலும் சூரிய சந்திரர்களே முக்கிய இடத்தை வகிப்பதால், உயிர்காரகரும் உடல்காரகரும் கெடுதல் சிறப்பன்று.

அனுஷத்தில் அமர்ந்த சூரியன் எந்த லக்கினமானாலும் 9ம் இடம் சிறப்பில்லையெனில் தந்தையார் உறவைக் கெடுக்கவே செய்யும். அவரால் ஏற்பட வேண்டிய ஆதரவையும் குறைத்து விடும். அதுவும் மேஷத்திற்கு மிகவும் கவனிக்க வேண்டும். குரு பகவான் நன்னிலையில் இருக்க வேண்டியது அவசியமாகின்றது. அனுஷத்தின் 4 பாதங்களையும் பற்றிச்சிறப்பாக கூறுவதற்கில்லை அனுஷத்தின் 4ம் பாதம் வர்கோத்தமம் என்றாலும் சிறப்பில்லை.

அடுத்து கேட்டை 4 பாதங்கள். இது சூரியனின் நட்புக் கிரகமான புதனின் நட்சத்திரம் என்றாலும், மேஷ லக்கினத்துக்கு ஆகாதவர் புதன். இவரின் சாரம் மட்டும் என்ன நற்பலனைச் செய்துவிடப் போகின்றது. முதல் பாதம் மட்டும் தனுசை அடையும். தனுசை அடையும் சூரியனும் பெரும் பலன்களைத் தன் திசையில் செய்துவிட மாட்டார். அடுத்த மூன்று சாரங்களும் மகரம், கும்பம், மீனம் ஆகியவற்றை அடையும் மூன்று இடங்களுமே சிறப்பற்றது. எனவே மேஷ லக்கினதாரர்க்கு அஷ்டமமாகிய விருச்சிகத்தில் இருக்கும் சூரியனின் திசை சிறப்பக இருக்காது. இப்படி ஒரு நிலையில் குரு பகவானின் நிலை நன்கு இருக்க வேண்டும் என்று குறிப்பிட்டேன் அல்லவா? சந்திரனின் பார்வையும், குருவின் பார்வையும் மட்டுமே சூரிய திசையைச் சற்று மேம்படுத்தும். அதைப் பற்றியும் சற்றுக் கவனிப்போம்.

சந்திரனின் பார்வை சூரியன் பெறவேண்டுமாயின் அவர் ரிஷபத்தில் உச்சம் பெற்று இருக்க வேண்டும். 2ம் இடத்தில் ஒரு கிரகம் உச்சம் பெறுவது நல்லதல்ல என்று குறிப்பிட்டுள்ளேன். இப்போது 2ம் இடத்தில் சந்திரன் உச்சம் பெறுவது நல்லதா என்ற கேள்வி ஏற்படவே செய்யும். பொதுவாகப் பார்க்குமிடத்து 2ம் இடம் சிறப்படையும். ஆனால் மனைவிக்குத் தொல்லைகள் ஏற்படும் என்பதை மறுக்க இயலாது. சில நுணுக்கங்களும் உடன் கூறப்பட்டுள்ளன. 2ம் இடத்தில் லக்கினச் சுபர்கள் உச்சம் பெற்றால் மனைவியின் தொல்லைகள் சற்று குறையும் எனினும் 2, 8ம் இடத்தில் ஒரு கிரகம் உச்சம் பெறுவதை வரவேற்க முடியாதுதான். என் செய்ய? இயற்கையின் நியதி. ஜோதிட சாஸ்திரத்தின் விதிகள் ஒரு கிரகம் ஒரு பக்கம் நன்மை செய்யும்போது மற்றொரு வகையில் சிறிதளவாவது தீமை ஏற்படுத்தாமல் இருப்பதில்லை. ரிஷபத்தில் உள்ள சந்திரன் பௌர்ணமிச் சந்திரனாகவும் இருந்து பார்க்கும்போது சற்று நல்ல பலன்களைச் சூரிய திசையில் எதிர்பார்க்கலாம். தேய்பிறையாகிய அமர பட்சத்துச் சந்திரனாக இருந்துவிட்டால், சூரிய திசையைப் பற்றி நினைக்கவே வேண்டாம். பாபச் சந்திரனின் பார்வை நன்மை செய்வதற்குப் பதில் தீமையே செய்துவிடும்.

குருவின் பார்வை சற்று நன்மையளிக்கும். அவர் பார்வையைச் சூரியன் பெறவேண்டுமாயின் குரு முறையே ரிஷப, கடக, மீனத்தில் இருக்க வேண்டும். கடகத்தில் உச்சம் பெற்று விடுகின்றார். மீனம் 12ம் இடமாயினும் தன் சொந்த வீடு ஆட்சி பெற்று விடுகின்றார்.

இரண்டு இடங்களிலும் ஸ்தான பலம் பெற்றுப் பார்க்கின்றார். ஆனால் ரிஷபத்தில் பகை பெறும் குருவின்

பார்வை என்ன செய்யக் கூடும்? ரிஷபத்தில் அவர் பகை பெற்றாலும்கூட ரிஷபத்தில் அமரும் குருவுக்கு ஒரு தனி பலம் உண்டு. ரிஷபத்தில் குருவைப் பெற்றவர்கள் பொருளாதாரத்தில் உயர்வு பெறாவிடினும் அவர்களுக்குச் செல்வாக்கு ஏற்பட்டு விடுகின்றது. அவர்களின் ஆலோசனை கேட்டு மற்றவர்கள் செயல்படுவார்கள். எப்படியும் பலர் மதிக்கும் அளவிற்கு இருப்பார்கள். அதிலும் மேஷத்திற்கு 2ம் இடம் ரிஷபமாயிற்றே. எனவே அவரின் செல்வாக்கு அதிகரிக்கவே செய்யும். மேலும் குருவின் அமைப்பைவிட பார்வைதான் வலிவுள்ளது. அவர் எப்படியிருப்பினும் அவர் பார்க்கும் இடங்களின் தோஷங்களையும், அங்கிருக்கும் கிரகங்களின் தோஷங்களையும் நிவர்த்திப்பவர் என்பதால், குருவின் பார்வை பெறும் சூரியன் தன் திசையில் சற்று சுமாரான பலன்களைச் செய்தே தீருவார்.

தனுசுவில் அமர்ந்த சூரியன் நற்பலனைச் செய்வார் என்பதில் ஐயமில்லை. எனினும் சிலர் 9ம் இடத்தில் சூரியன் அமர்வது சரியல்ல என்று கூறுகின்றார்கள். அதன் காரணம் பொதுவானதுதான். பொது விதியின் அடிப்படையில் சூரியன் லக்கினத்திற்கு 3, 6, 10, 11ல் இருப்பது நல்லது என்றும், 1, 4, 5, 7, 9ல் இருப்பது தீது என்றும் சொல்லப் படுகின்றது. இந்தக் கணிப்புடன் நோக்கினால், 2, 8 12ம் இடங்களை எதில் சேர்ப்பது? சம்பாத்தியகாரகனான சூரியன் 8லும் இருப்பது நன்றா? இது பொதுவான விதிதான். இதை அப்படியே கடைப்பிடிக்க இயலாது.

மேஷத்திற்கு சுபரான சூரியன் மற்றொரு சுபரான குருவின் இல்லத்தில் அமர்வதை 9ம் இடம் என்ற அமைப்பில் குறைத்து மதிப்பிட முடியாது. சில விதிவிலக்குகள் ஏற்படவே செய்கின்றது. பாதகாதிபதிகள்

வலுவடையக் கூடாது என்பது பொதுவிதி. ஆனால் அவர்களே லக்கினச் சுபர்களாக அமையும் பட்சத்தில் பாதகத்தைக் குறைக்கவும் செய்கின்றார்களே. லக்கின யோகர்களாக வரும் அவர்கள் வலிவு பெறவில்லை யென்றால் யோகத்தைப் பெறுவது எப்படி? உதாரணமாக ஸ்திரராசிகளுக்கு ஒன்பதுக்குடையவர்கள் பாதகாதிபதி எனும்போது, அவர்களேதான் யோகர்களாகின்றார்கள். அவர்கள் வலுவிழந்து விட்டால் என்ன செய்வது? இந்தக் கேள்விக்குச் சரியான பதில் இல்லை. எனவே என் ஆராய்ச்சியில் முடிவை அறிவித்துள்ளேன். அதைத் தக்க ஆதாரங்களுடன் இரண்டாம் பாகத்தில் விளக்கியுள்ளேன்.

எனவே 9ம் இடத்தில் சூரியன் அமர்வது தீங்கானது என்ற வாதம் தனுசுவிற்குப் பொருந்தவில்லை. மாறாக 9ம் இடத்தில் அமர்ந்த சூரியன் மேஷ லக்கினதாரர்களுக்கு தன் திசையில் சிறப்பான பலன்களை அளித்துள்ளதை நான் கண்டுள்ளேன். லக்கின பாபராக அவர் 9ம் இடத்தில் அமரும்போது, தந்தையார் உறவைக் கெடுக்கின்றார் என்பது ஒப்புக்கொள்ள வேண்டியதே. அப்போது கூட ஸ்தான, சார, வர்க்க நிலையைக் கொண்டுதான் உறுதியான பலன்களை நிர்ணயம் செய்ய வேண்டும்.

தனுசுவில் அமர்ந்த சூரியனின் சாரங்களைப் பற்றிக் கவனிப்போம். தனுசுவில் அமரும் சூரியன் மேஷ லக்கினத்துக்கு முதலில் ஸ்தான பலம் பெற்று விடுகின்றார். மேஷத்தின் யோகர் என்ற அடிப்படையிலும், குரு நட்புக் கிரகமாகவும், மற்றொரு யோகர் என்ற அடிப்படையிலும், சூரியனுக்கு ஸ்தான பலம் கிட்டி விடுகின்றது. அத்துடன் திரிகோணம், ஆபோக்கிலீயம் என்ற அடிப்படையிலும் ஸ்தான பலம் ஏற்படுகின்றது. சாரத்தைப் பற்றி கணக்கிடும்

போது ஆரம்பமே பகைவரான கேதுவின் நட்சத்திரமான மூலம். ஆனால் மூலம் 4 பாதமும், சூரியனுக்கு ஸ்தான வலிவை அளித்து விடுகின்றது. முறையே மேஷம், ரிஷபம், மிதுனம், கடகம் என்று அமைந்து விடுவதால் கெடு பலன்கள் அளிக்கும் வாய்ப்பில்லை. அடுத்து பூராடம் 4 பாதம். இதுவும் சுக்கிரனாகிய பகைவரின் சாரமே. எனவே சார வலுவில்லை. முதல் இரண்டு பாதம் முறையே சிம்மம், கன்னியை அடைந்து விடுவதால் ஸ்தான பலம் கிட்டிவிடும். 3, 4 பாதம் துலாத்தையும், விருச்சிகத்தையும் அடைவதால் பலம் இல்லை. எனவே இந்த இரு பாதங்களில் இருக்கும் சூரியனின் திசை மேன்மையான பலன்களை அளிக்காது.

அடுத்து உத்திராடம் முதல் பாதம். இது சூரியனின் சுயசாரம் என்பதோடு அம்ச ரீதியாக வர்கோத்தமம் பெற்று தனுசுவையே அடைந்திடுவார். எனவே திசை முழுவதும் நற்பலனை அளித்திடுவார் என்பதில் ஐயமில்லை. 9ம் இடத்துக்குரிய சிறப்புகளை அளிப்பதோடு, சமூகத்தில் ஒரு மதிப்பையும் ஏற்படுத்திக் கொடுப்பார்.

மேஷத்திற்கு மகரம் தசம கேந்திரம், முக்கிய ஸ்தானமான தொழில் ஜீவன ஸ்தானம். அதில் அமரும் சூரியன் ஸ்தானத்தில் பகை பெற்ற போதும் சார வலுவினாலும், கேந்திர வலுவினாலும் சிறப்பான பலன்களை அளிக்கத் தவறுவதில்லை. உயர் பதவியைக் கிடைக்கச் செய்வதுடன் சம்பாத்திய வலுவையும் கூட்டுவார். அத்துடன் மகரம் ராஜயோக கேந்திரமாகையால் இதில் சூரிய சந்திரர்கள் நிற்பது வலுவைக் கூட்டவே செய்யும். சனியும் உடன் இணைந்திட்டாலும் பாதகம் எதுவும் இல்லை. மகரத்தின் கடைசி இரு பாதங்களைத் தவிர மீதி பாதங்கள் தவிர மீதி பாதங்கள் சூரிய, சந்திரர்களுடையதே. இதில் நிற்கும்

சனியும் தீய பலன்களைச் செய்திட வழியில்லை. 10ல் சூரியனுக்கு திக்பலமும் உண்டு.

இனி சாரத்தைப் பற்றிக் கவனிப்போம். மகரத்தின் முதல் பாதம் சூரியனின் சுய சாரமான உத்திராடம் 2ம் பாதம் இதில் நிற்கும் சூரியன் அம்ச ரீதியாக வர்கோத்தமம் பெற்று மகரத்திலே அமர்ந்து விடுகின்றார். எனவே திசையைப் பற்றி கவலைப்பட எதுவும் இல்லை. சிறப்பாக திசையைப் பூர்த்தி செய்திடுவார். அடுத்து உத்திராடம் 3,4 பாதங்களில் கும்ப, மீனத்தை அடைந்தாலும் சுய சாரம் என்பதால் பெரும் தொல்லைகள் எதுவும் இருக்காது. ஸ்தானம் வலுவிழந்தாலும் சாரம் ஈடு செய்யும். அடுத்த சாரம் சந்திரனின் திருவோண நட்சத்திரத்தின் சாரம் முறையே மேஷ, ரிஷப, மிதுனம், கடகத்தை அடைந்து விடுவதால் சாரபலமும், ஸ்தான பலமும் கிட்டிவிடுகின்றது. எனவே திசை சிறப்பாகவே செயல்பட்டு விடும். அடுத்த சாரம் லக்கின அஷ்டமாதிபதியும் லக்கின பாபருமான செவ்வாயின் அவிட்டம் 1ம் பாதம், 2ம் பாதம். இதுவும் முறையே சிம்ம, கன்னியை அடைந்து விடுவதால் பெருமளவு பாதிப்பு இல்லை எனவே மகரத்தில் நின்று சூரியன் மேஷத்திற்கு தன் திசையில் கெடுதல் எதுவும் செய்யாமல் நன்மையை அளித்திடுவார்.

மேஷத்தின் லாபஸ்தானமாகிய கும்பம் சனியின் வீடு என்றாலும் இதில் நிற்கும் சூரியன் 11ம் இட அமைப்பு என்ற வகையில் பெரிய யோகம் எதையும் செய்து விடுவதில்லை. இதுவே போதுமானது. உள்ளது போகாமல் இருந்தாலே நன்மைதானே. பொதுவாக சூரியன் 11ல் இருப்பது சிறப்புதான் என்றாலும் 11ல் பகை பெற்று வலுக்குறைவது சிறப்பல்லவே. பாவர்கள் 11ல் இருப்பதும் நல்லதுதான்.

ஆனால் சூரியன் மேஷத்துக்குச் சுபராயிற்றே. அத்துடன் சாரபலமும் ஆரம்பத்தில் இல்லை. கும்பத்தின் ஆரம்பம் அவிட்டம் 3, 4ம் பாதம். அது முறையே துலாத்திலும் விருச்சிகத்திலும் சூரியனைக் கொண்டு செல்வதால் லக்கின பாபரின் சாரம் என்ற வகையில் சாரபலமும் இல்லை. ஸ்தான பலமும் இல்லை. இப்படியிருக்கையில் திசையில் நற்பலனை எங்கனம் எதிர்நோக்க இயலும்? அடுத்த சாரமோ ராகுவின் “சதயம்” முதல் பாதம் மட்டும் தனுசுவில் இருக்கும். மற்ற பாதங்கள் சிறப்பில்லை. எனவே சதயத்தில் நிற்கும் சூரியன் முதல் பாதத்தில் மட்டும் ஸ்தான பலத்தினால் சற்றே பலன்களைச் செய்ய இயலும். கடைசி மூன்று பாதங்கள் குருவின் நட்சத்திரமாகிய பூரட்டாதி, இவைகள் முறையே மேஷம், ரிஷபம், மிதுனத்தை அடைவதால் இதில் நின்ற சூரியன் இரு பலத்தினாலும் நன்மையான பலன்களைச் செய்வார். எனவே கும்பத்தில் நிற்கும் சூரியனை வைத்து மேஷ லக்கினதாரர்களுக்குச் சிறப்பான பலனைக் கூறிவிடுவதற்கில்லை. பூரட்டாதியில் நின்றால் மட்டுமே சுமாரான பலனைக் கூறலாம். சரராசியான மேஷத்துக்க கும்பம் 11ம் இட பாதகஸ்தான மாகவும் ஆவதால் இதில் உள்ள சூரியனுக்கு பாதகத்தன்மை ஏற்படவே செய்யும்.

மீனம் மேஷ லக்கினத்தின் யோகாகரான குரு பகவானின் இல்லம். என்றாலும் 12 ஆம் இடமாகிய விரய ஸ்தான அமைப்பைப் பெறுகின்றது. பாபர்கள் 6, 8, 12ல் மறைவது நல்லது. ஆனால் சூரியன், சந்திரன் பாபர்களாக இருப்பினும்கூட அவர்கள் 12ல் இருப்பதோ, வலுவிழப்பதோ பொதுவாக எந்த லக்கினத்துக்குமே சிறப்பளிக்காது என்பதை மறக்கக் கூடாது. எனவே எவ்வகையிலும் மேஷ

லக்கினத்துக்கு மீனத்தில் இருக்கும் சூரிய திசை நன்மை அளிப்பது என்பது ஏற்றுக்கொள்ளக் கூடியதல்ல. மேலும் சிம்மத்திற்கு மீனம் அஷ்டமமாக வருவதாலும் மேலும் சூரியனின் வலுக்குறையவே செய்யும். முதலிலேயே குறிப்பிட்டுள்ளேன். எக்கிரகமும் தன் வீட்டிற்கு அஷ்டமத்தில் இருப்பது சிறப்பைக் குறைக்கவே செய்யும் என்று. எனவே மீனத்தில் அமர்ந்த சூரியனின் எந்தச் சாரத்தின் சஞ்சாரமும் மிகச் சிறப்பை அளித்து விடாது. எனினும் பூரட்டாதி 4 ஆம் பாதம். உத்திரட்டாதி 1ஆம் பாதம், ரேவதி 1ஆம் பாதம் மட்டுமே சற்று பலனை அளிக்கும். மற்ற பாதங்களைப் பற்றி விசேஷமாகக் குறிப்பிட எதுவுமே இல்லை. மீனம் தன்னுடைய நட்புக் கிரகமான குருவின் இல்லமாயிற்றே என்ற சமாதானத்தையெல்லாம் சூரியன் ஏற்றுக்கொள்ள மாட்டார். ஸ்தான வலிவும், சார வலிவும் இல்லாமல் 12 ஆம் இடமாகிய விரயத்தில் என்னை வைத்துக் கொண்டு ஏனய்யா என்னிடம் எதிர் பார்க்கின்றீர்கள்? 6 வருடமும் காலத்தை ஓட்ட வேறு வழி பாருங்கள். என்னை நம்ப வேண்டாம் என்றுதான் கூறுவார். இப்படிப்பட்ட நிலையில் விமோசனமே இல்லையா என்றால், ஒரே வழிதான். குரு பகவான் கடகத்தில் நின்று, அதுவும் புனர்பூசம் 4ஆம் பாதத்தில் நின்று 9ஆம் பார்வையால் சூரியனைப் பார்ப்பது மட்டுமே சூரிய திசையைச் சற்றேனும் மேம்படுத்தச் செய்யும். இணைவும் மற்ற இடங்களாகிய கன்னி, விருச்சிகம் ஆகிய இடத்தில் நின்று பார்ப்பதும் கூட பெருமையளிக்காது. மற்ற சாரங்களுக்கும் கூட பெருமை யில்லை. ஒரு குருட்டு யோகம். 12ல் சூரியனும், புதனும் நின்று, இருவரும் ரேவதி 4ல் நின்று குருவும் புனர்பூசம் 4ல் நின்று பார்த்து விட்டால் திடீர் யோகம் கிடைக்கும். இது

நீசபங்க அமைப்பில் கிடைக்கும் யோகம். ஆனால் சுக்கிரன் மீனத்தில் இணைந்து விடக் கூடாது. அது நீசபங்கத்தைப் பங்கப்படுத்திக் கெடுத்த விடும். ராஜயோக பங்கம் என்று ஆக்கிவிடக் கூடும். எந்தவிதமான கெடுதல்களுக்கும் சாஸ்திரத்தில் மாற்றும் வழிகள் உள்ளன. அதை அறிந்து கொள்வதில்தான் ஜோதிட சாஸ்திரத்தின் அறிவு அடங்கி உள்ளது.

இப்போது ஒரு லக்கினத்துக்கு ஒரு திசையை எங்ஙனம் ஸ்தான வலு, சார வலுவைக் கொண்டு தரம் அறிவது என அறிந்து கொண்டீர்கள். இதேபோல்தான் புத்தி நாதர்களின் வலுவை, அந்தர நாதர்களின் வலுவை அறிந்து பலன் கூறவேண்டும். மற்ற திசாக்களின் வலுவையும் இந்த முறையிலே பிரித்துப் பார்த்து வலுவை அறிந்து அந்தந்த லக்கின சுபர்கள், பாபர்கள், அவர்கள் நின்ற ஸ்தானம், இணைந்து, பார்த்த கிரகங்களின் தன்மையையும் , அவர்களின் பாவங்களின் தன்மையையும் நன்கு கணித்தே பலன் கூற வேண்டும். ஒரு திசைக்குச் சாரவாரியாகப் பலன்களைக் கவனிக்கும் போதே மலைப்புத் தட்டுகின்ற தல்லவா? நான் எழுதியிருக்கும் பலன்களும் பொது வானவைதான். உடன் இணைந்த, பார்த்த கிரகங்களின் சம்பந்தம் பற்றி இதில் குறிப்பிடவில்லை. அதையும் கவனிக்குமிடத்துப் பலன்கள் மாறும். இவ்வளவு விரிவாக எந்த நூலிலும் பலன்கள் கூறப்பட்டிருக்காது. நம் அறிவையும், ஆராய்ச்சியையும், அனுபவத்தையும் கொண்டே பலன்களை நிர்ணயம் செய்து கொள்ள வேண்டும். மூலநூல்களில் உள்ளபடி பலன்கள் நடக்கவில்லையே என்று கருதக் கூடாது. பொதுவாக ஒருவரின் ஜாதகத்தைப் பார்த்துப் பலன் கூற வேண்டுமாயின் அனைத்து விஷயங்களையும்

கவனிக்க வேண்டும். ஆனால் தற்போது விரிவாக எழுதப்பட்ட ஜாதகங்கள் என்பது குறைந்து விட்டது என்பதோடு, எவ்வளவுதான் ஜோதிடர் விளக்கமாக விரிவாகக் கூறினாலும் தட்சிணை அளிக்க பெரும்பாலோர்க்கு மனம் வருவதில்லை. அநாவசியமான செலவுகள் எவ்வளவோ செய்வார்கள். ஆனால் தங்களின் எதில் காலத்தை உரைக்கும் ஜோதிடர்களுக்குச் சன்மானம் அளிப்பதில் கஞ்சத்தனம் செய்வதால்தான், இல்லாத தோஷங்கள் இருப்பதாகச் சொல்லி பல வகையில் செலவு வைத்து விடுகின்றார்கள். அதெல்லாம் தவறு. அப்படி யெல்லாம் செய்யக் கூடாது. அது ஜோதிட சாஸ்திரத்துக்குச் செய்யும் துரோகம். அப்படிச் செய்பவர்கள் உயர்வடையவே முடியாது.

பொதுவாக திசை, புத்தி, அந்தரம் என்று பிரித்துத் தான் பலன் நிர்ணயம் செய்ய வேண்டம். அதுதான் முறை. ஆனால் இத்தனை ஆண்டு கால ஆராய்ச்சியில் அந்தரங் களுக்கு முக்கியத்துவம் அளிக்க வேண்டிய அவசியம் இல்லை என்பதுதான் முடிவு. இது பலருக்கு ஆச்சரியத்தை அளிக்கவே செய்யும். ஆயினும் அந்தக் காலத்தில் பஞ்சாங்கம் என்பது இல்லை. எனவே ஜோதிடர்களே கிரக, நட்சத்திர சஞ்சாரத்தைக் கணக்கிட்டுக் கொள்ள வேண்டி யிருந்தது. அந்த அறிவும் அவர்களுக்கு இருந்தது. இப்போது பஞ்சாங்கங்கள் வந்து விட்டதால் தாமே கணித்துக் கொள்ளும் ஜோதிடர்கள் பெரும்பாலும் இல்லையென்றே கூற வேண்டும். எனவே பஞ்சாங்கங்களில் கொண்டே கணிதம் செய்து கொள்ள வேண்டும். பஞ்சாங்கங்களில் ஒன்றுக்கொன்று நட்சத்திர நாழிகை முதல் கிரக சாரங்களிலும் பெருமளவு வித்தியாசம் வருகின்றது. ஒரு பஞ்சாங்க ரீதியாக

கணிதம் செய்து விட்டு, மற்றொரு பஞ்சாங்க ரீதியாக கணிதம் செய்து பார்த்தால் புத்திகள் தாண்டியிருக்கும். சில கணிதங்களில் திசையே கூட மாறிவிடும். இப்படி திசைகளும், புத்திகளுமே மாறி விடும்போது, அந்தரம் மாறாமல் இருக்க வாய்ப்பே இல்லை. தவறாகத் திசாபுத்திகளும், கிரகங்களும் மாறுபடும்போது நடப்பைச் சொல்லி சரி பார்த்துக் கொள்ளவேண்டும். கிரக மாறுதல்களும் பஞ்சாங்கங்களில் மாறுபட்டே வரும். இதில் அதிகம் பாதிக்கப்படுவது சந்திரன்தான். $2\frac{1}{4}$ நாட்களில் ஒரு வீட்டின் சஞ்சாரத்தை முடித்துக் கொள்ளும் இவர் பாதம் மாறுவதால் சில சமயம் ராசியே மாறிவிடும். அடுத்து சுக்கிரன், புதன் ஆகியோரும் சிக்கலை உண்டாக்கி விடுகின்றார்கள். $2\frac{1}{2}$ வருடம் ஒரு ராசியில் தங்கும் சனிக்குக்கூட சில சமயம் வெடி ஏற்படும். உதாரணமாக வாசன் திருக்கணிதப் பஞ்சாங்கப்படி ரக்தாக்ஷி வருஷம் மார்கழி மாதமே விருச்சிகத்துக்கு சனி மாறிவிட்டதாகக் குறிப்பிடப்பட்டுள்ளது. ஆனால் 28ம் நெ. மனோன்மணி விலாச வாக்கியப் பஞ்சாங்கத்தில் குரோதன வருஷம் ஐப்பசி மாதம் தான் சனி மாற்றம் பற்றி குறிப்பிடப்பட்டுள்ளது. இதில் எதை ஏற்றுக்கொள்வது? குழப்பம்தான் ஏற்படும். ஒரே பஞ்சாங்கத்தைப் பயன்படுத்துங்கள்.

இந்நிலையில் ஜாதகரின் நடப்புகள் எப்படி உள்ளது என்பதைக் கவனித்தே முடிவு எடுக்க வேண்டும். அப்படி யிருக்கையில் அந்தர வாரியாகப் பலன் எடுப்பது என்பது மணலில் குண்டூசியைத் தேடுவது போன்றதே. சிலகணிதம் சரியாக அமையலாம். ஆனால் எல்லா கணிதமும் துல்லியமாக இருக்கும் என்று கருதிவிடக் கூடாது.

இக்காலத்தில் பஞ்சாங்கம் பார்க்கத் தெரிந்து விட்டாலே ஜோதிடர் என்று கூறிக் கொள்பவர்கள் அதிகமாகி விட்டார்கள்.

சார வழியாக 12 லக்கினங்களுக்கும், 9 திசைகள், புத்திகளுக்கும் பலன் எழுத வேண்டும் என்று எண்ணியே துவங்கினேன். ஆனால் அதன் விரிவை நோக்கும் போது அதுவே தனிப் புத்தகமாக வெளியிட வேண்டிய அளவு குறைந்த பட்சம் 500 பக்கங்கள் வரை வரும் போலுள்ளது. எனவே பொதுவாக திசை புத்திகளின் விவரங்களைக் குறிப்பிட்டு விட்டு, இரண்டாம் பாகம் முடிந்தவுடன் மேலும் பல விஷயங்களைச் சேர்த்து திசை, புத்திகளின் பலன்களையும் சேர்த்தே தனிப் புத்தகமாக எழுதுகின்றேன். இரண்டாம் பாகம் நிறைய விஷயங்களைக் கொண்டதாக இருக்கும். அனைத்தும் ஆராய்ச்சியின் அடிப்படையில் அமையும். மேஷ லக்கினத்துக்கு சூரிய திசையைப் பிரித்துக் காட்டியது போல் நீங்களும் பிரித்துப் பார்த்து பலன்களை மற்ற திசைகளுக்கும், மற்றைய லக்கினங்களுக்கும் கூற முயற்சி செய்யுங்கள். 12 லக்கினங் களுக்கும் 9கிரக தசாபலன்கள் தனித்தனியாக சாரவாரியாக நவாம்சபல ரீதியாக 12 புத்தகங்கள் வெளியாகின்றது விஜயா பதிப்பகம் மூலமாக.

திசைகளைப் பற்றி முடிவு எடுக்குமுன் கடைப்பிடிக்க வேண்டியவைகளைப் பற்றி குறிப்பிடுகின்றேன். இது முக்கியமானது, கவனத்தில் இருக்கவேண்டியது. திசைகள் 9 என்று முன்பே அறிந்துள்ளீர்கள். அவற்றின் காலங்களையும் அறிந்துள்ளீர்கள். புத்திகள், அந்தரங்களின் விவரங்கள் அனைத்துப் பஞ்சாங்கங்களிலும் அளிக்கப்பட்டுள்ளதால் அவைகளை நான் அளிக்கவில்லை.

இப்படியாக உள்ள 9 திசைகளிலும் ராகு திசை, கேது திசை ஆகிய இரண்டைத் தவிர மற்ற திசைகளுக்குப் போதகன், வேதகன், பாசகன், காரகன் என்று நால்வர் உள்ளனர். இந்த நால்வரும் அந்தந்த திசைகளுக்கு ஊக்குவிப்பவர்கள் போல் அதாவது எரியும் விளக்கிற்குத் தூண்டுகோல்போல். இதையும் கவனித்தே பலன் கூற வேண்டும்.

போதகன் :– போதகன் என்பவன் நடைபெறும் திசையில் நற்பலன்களைக் கொடு என்று கூறுபவன். அதாவது உத்தரவிடும் உயர் அதிகாரி எனக் கொள்ளலாம்.

வேதகன் :– வேதகன் என்பவன் போதகன் இடும் ஆணையை மறுப்பவன். பலனைச் செய்ய வேண்டாம் என்று தடுப்பவன், உடன் இருந்தே குழி பறிப்பவன் என்றும் கூறலாம்.

பாசகன் :– போதகன் இடும் ஆணைகளை வேதகன் மறுத்தாலும் தேறுதலாக பலன்களை அளிக்க வழிவகை களை ஏற்படுத்திக் கொடுப்பவன். இவனை நல்ல நண்பன் என்று கூறலாம்.

காரகன் :– போதகன் இட்ட ஆணையை வேதகன் மறுத்தாலும், பாசகன் செய்ய வேண்டிய வழிமுறைகளைக் காட்டி விட்டதால், திசாநாதனுக்காகப் பலன்களைச் செய்பவன். காரியம் ஆற்றுபவன். பலன்களைக் கொடுப்பவன் காரகன்.

இவர்கள் நால்வரிலும், போதகன், பாசகன், காரகன் ஆகிய மூவரும் வலுப்பெற்று இருக்க வேண்டும். அப்போதுதான் நடக்கும் திசை நற்பலனைச் செய்யும்.

மேன்மையான சிறப்பான பலன்களைச் செய்யும். பலன்களைத் தடுப்பவனான வேதகன் வலுகுறைய வேண்டும் என்பதில்லை.

மூவரும் வலுப்பெற்றாலே அவன் ஆதிபத்தியம் குறையும். எனினும் வேதகன் ஆட்சி, உச்சத்தில் இருந்தால் திசையில் மத்திமமான பலன்தான் ஏற்படும். திசை என்றவுடன் எல்லோரும் திசாநாதனை மட்டுமே கவனிப்பவர்கள். இந்த நால்வரையும் கணக்கில் எடுத்துக் கொள்பவர்கள் குறைவுதான். ராகு, கேது திசைகளுக்கு, அவர்களேதான் ஆதிபத்தியம் பெற்றவர்கள். மற்ற ஏழு கிரகங்களின் திசைகளுக்கு போதகன், வேதகன், பாசகன், காரகனைக் குறிப்பிட்டுள்ளேன்.

இவர்களின் நிலையையும் கண்டு அறிந்தே பலன்களைக் கூற வேண்டும்.

சூரிய திசைக்கு

போதகன்	-	செவ்வாய்
வேதகன்	-	சுக்கிரன்
பாசகன்	-	சனி
காரகன்	-	குரு

சந்திர திசைக்கு

போதகன்	-	செவ்வாய்
வேதகன்	-	சூரியன்
பாசகன்	-	சுக்கிரன்
காரகன்	-	சனி

செவ்வாய் திசைக்கு

போதகன்	-	சந்திரன்
வேதகன்	-	புதன்
பாசகன்	-	சூரியன்
காரகன்	-	சனி

புதன் திசைக்கு

போதகன்	-	குரு
வேதகன்	-	செவ்வாய்
பாசகன்	-	சந்திரன்
காரகன்	-	சுக்கிரன்

குரு திசைக்கு

போதகன்	-	செவ்வாய்
வேதகன்	-	சூரியன்
பாசகன்	-	சனி
காரகன்	-	சந்திரன்

சுக்கிர திசைக்கு

போதகன்	-	குரு
வேதகன்	-	சனி
பாசகன்	-	புதன்
காரகன்	-	சூரியன்

சனி திசைக்கு

போதகன்	-	சந்திரன்
வேதகன்	-	செவ்வாய்
பாசகன்	-	சுக்கிரன்
காரகன்	-	குரு

மேற்சொல்லியபடி திசைகளுக்கு உரியவரின் வலிவைக் கொண்டும், திசைகளின் பலன்களை நிர்ணயம் செய்து கொள்ள வேண்டும். இனி மேஷத்திற்குக் கூறியது போலவே மற்ற லக்கினங்களுக்கும் திசையின் பொதுப் பலன்களைக் கூறுகின்றேன். முதலில் மேஷத்திற்கு மற்ற திசாப்பலன் களைக் கவனிப்போம்.

மேஷத்திற்குச் சந்திர திசையின் பலன்

மேஷத்திற்கு சதுர்த்த கேந்திராதிபதியாகிய சந்திரன் வளர்பிறைச் சந்திரனாக இருப்பின் சுபர் என்ற அடிப்படையில் கேந்திராதிபத்திய தோஷம் பெறுவார். எனினும் ராஜயோக கேந்திராதிபதியாகையால், அவர் நல்ல நிலையில் இருந்தால் அவரின் திசை நன்மையையே செய்யும். அவர் பாபச் சந்திரனாக இருப்பின் திசையில் பெருமளவு நன்மையை எதிர்பார்க்க இயலாது. சுபராக இருக்கும் சந்திரன் லக்கினத்திற்கு 1, 2, 3, 4, 5 7, 9, 10, 11 ஆகிய ஸ்தானங்களில் இருந்து லக்கினச் சுபர்களின் இணைவோ பார்வையோ பெற்று அவர்களின் சாரத்திலும் நின்று அம்ச ரீதியாகவும் வலுப்பெற்று இருப்பின் நற்பலன்களை எதிர்பார்க்கலாம். தாயார் சௌக்யம், அவரின் ஆதரவு, நிலம், வீடு, வாகனங்கள் மேன்மை கிடைக்கும். செய்தொழில் பிரகாசம் பெற்றுச் சிறப்பான வாழ்க்கை அமையும். அரசுப்பணியில் இருப்பவர்களுக்குப் பதவி உயர்வு கிடைக்கும். உயர்வான வாழ்க்கை அமையும்.

சந்திரன் லக்கின பாவர்களுடன் இணைந்தோ பார்வையில் இருந்தாலோ பலன்கள் குறையும். மேலும் 6, 8, 12ல் இருந்தால் பலன் செய்வார் என்பதை மறந்து விட வேண்டியதுதான். திசையைச் சிறப்பாகச் செயல்படுத்த

மாட்டார். பொதுவாகச் சந்திரனுக்கு ராகு, கேதுகள் இருவரையும் தவிர, பகை கிரகங்கள் எதுவும் இல்லை. எனவே ராகு, கேதுகள் இருவரும் எவ்விடத்திலும் சந்திரனுடன் இணைவோ, பார்வையோ இருந்தால் திசையைக் கெடுக்கவே செய்யும். மற்றப்படி சார வலுவை நன்கு கவனித்து அதற்கேற்றாற் போல் பலன் கூற வேண்டும்.

மேஷ லக்கினத்துக்குச் செவ்வாய் திசையின் பலன்

மேஷ லக்கினாதிபதியான இவரே அஷ்டமாதிபதியாகவும் லக்ன பாபராகவும் இருப்பதால் இவரின் திசை வலுவை இவர் அமர்ந்த ஸ்தானத்தைக் கொண்டே கணிக்க வேண்டும். மேஷலக்கின தாரர்களுக்குச் செவ்வாய், *3,6,11,* ல் இருப்பது மட்டுமே நன்மை பயக்கும். மற்ற இடங்களில் இருக்கும் செவ்வாய் சிறப்பை அளிப்பதில்லை. *4*ம் இடமாகிய கடகத்தில் நீசம் பெறுவதும்கூட நன்மைதான். ஆனால் அம்சநீதியாக அவர் வலுப்பெறக் கூடாது. *8*ல் அவர் ஆட்சி பெறுவதால் அந்த ஸ்தானமும் சிறப்பை அளிக்காது. முக்கியமாக *2, 7, 9 10* ஆகிய ஸ்தானங்களில் இருப்பது கெடுதலே. தொழில் ஸ்தானாதிபதியான சனியுடன் இணைவது தொழில் வகையில் பெரிய சரிவை ஏற்படுத்தியே தீரும். எனவே செவ்வாய் திசை இவர்களுக்குப் பெரும்பாலும் நன்மை அளிப்பதில்லை கெட்டவன் கெட்டிடில் கிட்டிடும் ராஜ யோகம் என்ற அமைப்பில் அவர் முழுமையாக வலுவிழந்து விட வேண்டும். சந்திரன், சூரியன், குரு, சனி நல்ல நிலையில் இருப்பது அவசியம். சனியும் லக்கின பாபர்தான் என்றாலும், தொழில் ஸ்தானமாகிய மகரம், லாபஸ்தானமான கும்பத்தின்

அதிபதி, திசைக்குக்காரகர் என்ற அடிப்படையில் மேஷத்திற்கும், செவ்வாய் திசைக்கும் வலுகூட்டுபவர். மேற்சொன்ன நான்கு கிரகங்களில் ஏதாவதொன்று அல்லது மேற்பட்ட கிரகங்களின் பார்வையைச் செவ்வாய் பெற்று இருந்தால் திசையில் நற்பலன் ஏற்படக்கூடும்.

ராகு திசை

சாயாக்கிரகமான இவர் மேஷத்தில் பகை பெறுபவர், என்றாலும் செவ்வாய்க்கும் ஆகாதவர், எனவே இவரும் பாபரே. மேஷம் பாப லக்கினம். பாப லக்கினங்களுக்கு பாபர்களும் பாப ஸ்தானங்களில் இருப்பதுதான் நல்லது. சுபர் இல்லங்களில் பாபர் அமர்வது சிறப்பில்லை. அதே போல்தான் சுப லக்கினங்களுக்கும் சுபர்கள் சுபர்களின் இல்லங்களில் அமர்வதே நன்மை பயக்கும். மாறி அமரும் போது திசைகளின் வலுக்குறையவே செய்கின்றது. இங்கு சொல்லப்படுவது பொதுச் சுபர்களையே. லக்கினச் சுபர்களை அல்ல. பொதுச் சுபர் லக்கின பாபியாகவே இருந்தாலும், அவர் சுபர் மனையேறி அமர்ந்து இருந்தால் ஏதாவது ஒருவகையில் நன்மை செய்து விடுகின்றார். பொது பாபர்கள் பாப லக்கினங்களுக்கு பாப வீடுகளிலே அமர்ந்தால் நன்மையே. இந்த இடம் உங்களுக்குப் புரிய வில்லை என்பது போல் தெரிகின்றது. சற்று விளக்கமாகவே கூறுகின்றேன்.

பாப லக்கினங்கள் என்பது மேஷம், சிம்மம், விருச்சிகம், மகரம், கும்பம். சந்திரன் அமரபட்சத்து சந்திரனாக இருப்பின் கடகமும் பாப லக்கினமே. வளர்பிறைச் சந்திரனையுடைய ஜாதகங்களில் கடகம் சுபர்கள் இல்லமாக மாறிவிடும். ரிஷபம், மிதுனம், கன்னி, துலாம், தனுசு, மீனம் ஆகியவை சுப லக்கினங்கள் என்ற

அமைப்பைக் கொண்டுள்ளது. இவ்விதம் இருக்கும் சுப ராசியான ரிஷபத்தில் லக்கின பாபராகிய குரு நின்று பகை பெற்றபோதும் கூட சில நற்பலன்களைச் செய்கின்றார். அந்த அடிப்படையில் ராகு திசையானது மேஷ லக்கினதாரர்க்கு விருச்சிகத்தைத்தவிர மற்ற பாபர்களின் இல்லமாகிய தேய்பிறைச் சந்திரனின் கடகம், சிம்மம், மகரம், கும்பம் ஆகியவற்றில் இருந்தால் அவர் திசை நன்முறையில் பலனளிக்கும். விருச்சிகம் அஷ்டமம் என்பது மட்டுமல்லாமல் அது ராகுவின் உச்ச வீடு. எனவே ராகு, கேது இருவருமே அந்த இடத்தில் அமர்ந்து உச்சம் பெறுவது சிறப்பில்லை. கெட்டவன் கெட வேண்டுமேயன்றி சுப ஸ்தானங்களில் வலுவடையக்கூடாது. எனவே ராகு விருச்சிகத்தில் இருந்தால் மேஷத்திற்கு அவர் திசை பலனளிக்காது. விசேஷ அமைப்பாக மிதுனம் கன்னி ஆகிய 3, 6ல் இருந்தாலும் பலன் அளிப்பார். மற்ற இடங்கள் சிறப்பில்லை என்பது தான் கருத்து. எனினும் மீனத்திலும், தனுசுவிலும் இருக்கும்போது பலன் அளிப்பதாகச் சிலர் கூறுகின்றார்கள். 9ம் இடமாகிய தனுசுவில் அவர் கோதண்ட ராகுவாக அமர்வதால் பொதுவாக அவர் திசை கெடுபலன் அளிக்காது. தான் இருக்கும் பாவத்தின் தன்மையைக் கெடுப்பவர் ராகு. எனவே தந்தையார் நிலைமைகளைச் சீர்குலையச் செய்து விடுவார். 12ம் இடமும் ராகு திசைக்கு நல்லது என்ற கருத்து நிலவுகின்றது. நானும் அதை மறுக்கவில்லை. எனினும் 12ம் இடத்தில் ராகு வலுக் குறைவது தான் நன்மையளிக்கின்றது, உதாரணமாக தனுசு லக்கினத்துக்கு விருச்சிகத்தில் உச்சம் அடைவது சிறப்பென்று கூற முடியுமா? ராகுவின் சாரங்களையும் நன்கு கவனிக்க வேண்டும். பொதுப்படையான பலன்களை அப்படியே எடுத்துக் கொள்ளக் கூடாது.

குரு திசை

இந்தத் திசையை "ராஜா திசை" என்றும் குறிப்பிடுவார்கள். மேஷத்திற்கு குரு சுபர் என்பதால் இவர் திசை சிறப்பாக இருக்கும் என்று கருதிவிடலாகாது. பொதுவாக இவர் தன காரகத்துவம் பெற்று இருப்பதால், எதையும் எண்ணிப்பார்த்து அளிக்கும் கஞ்ச மகாப்பிரபு இவர். இவர் முழுச் சுபர் என்றாலும் முழுச் சோம்பேறி. மற்றவர்களைத் தூண்டிவிட்டுத் தான் எதுவும் செய்யாமல் இருப்பவர். எனவே இவர் தனித்திருந்தால் எவ்வளவு சிறப்புடன் இருந்தாலும் தன் திசையை ஒழுங்காக நடத்தவே மாட்டார். இவருடன் ஏதாவது ஒரு கிரகம் இணைந்திருக்க வேண்டும். அன்றி பார்வையாகிலும் பெற்று இருக்க வேண்டும். லக்கினச் சுபர்களே இணைந்து விட்டால் நலம்தான். லக்கினத்துக்கு 3, 6, 7, 8, 10 ஆகிய இடங்களில் இருப்பது சிறப்பில்லை. 8ல் இருந்தாலும் கூட சார வலுவிருந்தால் நன்மை செய்து விடுவார். மற்ற இடங்களில் அவர் வலுக்குறைவதால் சிறப்பில்லை. 1, 2, 4, 5, 9, 11, 12 ஆகிய இடங்களில் 2ம் இடத்தில் அவர் பகை பெற்றாலும் ரிஷபம் மட்டும் இவர் வலுவைக் குறைப்பதில்லை. மேலும் குரு எப்படிப்பட்டவராக இருப்பினும் அவர் குடும்ப தன ஸ்தானத்தில் இருப்பது நல்லதே. அதை விடவும் 2ம் இடத்திற்கு அவர் பார்வை ஏற்பட்டு விட்டால் அந்த இடத்தின் தோஷங்களை நீக்கி விடுவார் பலன்கள் அளிப்பதில் சனி, ராகு கேதுக்களைக்கூட நம்பலாம். குருவை மட்டும் நம்பக் கூடாது. இது அனுபவப் பூர்வமான உண்மை. மிகவும் சாந்த குணம்தான். ஆனால் "சாது மிரண்டால் காடு தாங்காது" என்ற பழமொழிக்குரியவர். எதற்கெடுத்தாலும் அந்த தோஷம் இந்த தோஷம் என்று

பெயர் செய்து கொண்டு நீட்டிப் படுத்து விடுவார். குருவின் அமைப்பு, கிரகங்களின் இணைவு, சாரபலம், வர்க்க மேன்மை ஆகிய அனைத்தும் சரியாக இருந்தாலே இந்தப் பெரிய மனிதர் வேலை செய்வார். ஏதாவது சிறு குறை இருந்தாலும் இவரிடம் எதிர்பார்ப்பது கல்லில் நார் உரிப்பது போல்தான். எனவே குருதிசையாக இருந்தால் நன்கு கவனித்துப் பின் பலன் கூற வேண்டும். ராசியில் வலுப் பெற்று அம்சத்தில் வலுவிழக்கக் கூடாது. அப்படியான நிலை ஏற்பட்டின் "ராஜா" திசை ஆண்டியின் திசைதான். பொதுவாக குரு மற்றவர்களின் தோஷத்தைப் போக்குபவர் தான் சமயத்தில் நம்பியவரை நட்டாற்றில் விட்டு விடுவார். தேவர்களுக்கு குரு என்றாலும் ஒரு சமயம் அவர்களையும் தவிக்க விட்டு விட்டு ஓடிப் போனவர் இவர். போதகன், வேதகன், பாசகன், காரகன் ஆகியவர்களின் வலிமை அறிந்து திசைப் பலனை நிர்ணயம் செய்ய வேண்டும்.

சனி திசை

மேஷ லக்கினத்துக்கும், அதன் அதிபதியான செவ்வாய்க்கும் பகைவர். எனினும் 10,11 ஆகிய முக்கிய இடங்களுக்கு அதிபர். எனவே இவர் நிலை நன்கு கணிக்கப்பட வேண்டும். கெட்டவர் கெட்டிடில் கிட்டிடும் ராஜயோகம் என்பது இவர் விஷயத்தில் செல்லுபடியாகாது. காரணம் இவர் தொழில், இலாபத்துக்காரகர் என்பதால் இவர் மேஷத்துக்கு 3, 6, 9, 10, 11 ஆகிய இடங்களில் இருப்பது மட்டுமே திசையின் சிறப்பை அளிக்கின்றது. மற்ற இடங்கள் மேன்மையான சிறப்பை அளிப்பதில்லை. 2ம் இடத்தில் 10, 11 க்குகுரியவர் இருப்பது நன்மைதான் என்றாலும் குடும்ப அமைதியைக் குலைத்திடுவார். அதே போன்றுதான் 8ம் இடமாகிய விருச்சிகத்தில் அவர் பகை

பெற்று விடுவதும் சிறப்பில்லை. 10க்குரியவர் பாபி என்றாலும் அஷ்டமத்தில் அவர் கெடுவது தொழில் நிலையைச் சரிவடையச் செய்துவிடும். 12ல் அமர்வதும் சிறப்பென்று கூறுவதற்கில்லை. 5ம் இடமாகிய சிம்மத்தில் பகை பெற்ற போதும் தன் இடமாகிய 11ம் இட கும்பத்தைப் பார்த்து விடுகின்றார். அதே நிலைமைதான் கடகத்தில் இருக்கும் போதும் 10 ஆம் இடமாகிய மகரத்தைப் பார்த்து விடுவதால் பெருமளவு சிறப்பாகத் திசையைச் செயல்படுத்த முடியாது என்றாலும் தன் வீட்டைத் தான் பார்க்கும் அமைப்புடன், மேஷத்திற்குச் சுபர்கள் வீடு என்ற அடிப்படையிலும் திசையின் பிற்பாதியில் சுமாரான பலன்களை அளிப்பதில் தவறுவதில்லை. லக்கினத்தைப் பற்றிக் கவனிக்கையில், பொதுவாக லக்ன கேந்திரத்தில் எக்கிரகமும், எப்படிப்பட்ட நிலையில் இருப்பினும் ஒரு விசேஷ வலிவு உண்டு. அவர்கள் நல்லவர்களாக இருப்பின் நன்மையையும், தீயவர்களாக இருப்பின் கெடுதலையும் செய்கின்றார்கள் என்றபோதும் சனி மேஷத்தில் நீசம் பெற்று விடுவதால் என்ன பலன் அளிப்பார் என்பதில் மாறுபட்ட கருத்துக்கள் உள்ளன. லக்கின கேந்திரத்தில் நீசம் பெற்றாலும் அஸ்வினி 1ம் பாதத்தைத் தவிர மற்ற பாதங்களில் இருந்தால் சனி திசை பெரும் கெடுதல் எதையும் செய்துவிடாது. சுமாராக திசை சென்று விடும். குரு பார்வை இருந்தால் மேலும் நல்ல பலன். சூரியனின் இணைவு நல்லது. சனி நீசபங்கம் பெறுவார். சுபச் சந்திரனின் இணைவு பார்வை நலம். சூரியன் துலாத்தில் நீசம் பெற்று சனியைப் பார்க்கும் போது நீசர்கள் இருவரும் பார்வை பெறுவதும் சிறப்பளிக்கவே செய்யும். ஆனால் உச்சனை உச்சன் பார்த்துக் கொள்ளக் கூடாது. உச்சமாயிருப்பவர்கள் பரஸ்பரம் பார்த்துக் கொண்டால் நேர்எதிர் 180 டிகிரி என்ற அளவில்,

3.20 டிகிரியான 1 பாத அளவுக்குள் இருந்தால் முழுபலமும் அடிபட்டுவிடும். டிகிரி மாறமாற வலிமை கூடுதலாகும். டிகிரி அடிப்படை கணக்கைக் கவனிக்காமல் உச்சனை-உச்சன் பார்த்தால் பிச்சையெடுப்பார் என்ற அவசரக் கூற்று தப்பாகிவிடும். நீசர்கள் இருவரும் பார்த்துக் கொள்வது சற்று வலிமையைக் கூட்டுகிறது. மற்றவர்கள் இணைவோ பார்வையோ சனி திசைக்கு மேன்மையை அளிக்காது. முக்கியமாக செவ்வாயின் இணைவு (அ) பார்வை சிறப்பளிக்காது.

புதன் திசை

மேஷத்திற்குப் புதன் திருதீய சஷ்டியாதிபதி. 3, 6க்குடைய அவரின் திசை சிறப்பைத் தரும் என்று கூறுவதற்கில்லை. இவர் கெட்டவர். எனவே இவர் வலுப்பெறுதல் திசை மேன்மையை அளிக்காது. சாரமும் முதல் இரண்டும் அஸ்வினி, பரணி, அவைகள் மேஷத்திற்கு ஆகாதவர்களின் நட்சத்திரமே. கார்த்திகை முதல் பாதம் மட்டுமே சூரியனுடையது. எனவே சார பலமும் கிடைக்காது. இந்நிலையில் புதன் 12ம் இடமாகிய மீனத்தில் நீசம் பெறுவது ஒன்றே மிகச் சிறப்பை அளிக்கும். மற்ற இடங்கள் எதுவும் சிறப்பளிக்காது திசை சுமார்தான், 3, 6,ல் ஆட்சி பெறுவது பெரும் கெடுதலைச் செய்யும். 8ல் இருப்பதும் சிறப்பில்லை. லக்கினத்தில் அமர்வது சிறப்பில்லை என்றாலும் உடன் சூரியன், குரு, சுபச்சந்திரன் இருந்து விட்டாலோ பார்வை பெற்றாலோ திசை ஓரளவு நல்ல முறையில் செயல்படக்கூடும். வித்யாகாரகனான இவர் இரண்டாம் இடத்தில் அமர்ந்தால் கல்வியின் நிலைமை எப்படி என்ற கேள்வி எழலாம். பொதுவாக புதன் இரண்டாம் இடத்தில் அமர்ந்தால் கல்வியைத் தடை

செய்வதில்லை. உடன் இணையும் பார்க்கும் கிரகங்களால் தான் தடை ஏற்படக்கூடும். 2ம் இட புதன் எப்படி இருப்பினும் கல்வியை அளிக்கவே செய்வார். அவரின் ஸ்தான, சார, வார்க்க மேன்மையக் கொண்டு உயர் கல்வி பெற முடியுமா என்பதைக் கணிக்க வேண்டும். அத்துடன் பெற்ற கல்வியால் பயன் பெற முடியுமா என்பதை 10ம் இட அதிபதி, சூரியனைக்கொண்டு நிர்ணயம் செய்து கொள்ள வேண்டும். எத்தனையோ பேர் உயர் கல்வி பெற்றும் அக் கல்வியால் பயன் பெற முடியாமல் வேறு தொழில்களைச் செய்வார்கள். புதன் திசையைப் பற்றி நன்கு ஆராய்ந்தே பலன்களை நிர்ணயம் செய்ய வேண்டும்.

கேது திசை

கேதுவைப் பற்றி பலன் கூறு முன்னர் இவர் அனைவரையும் விட வலிமையானவர் என்பதைக் கருத்தில் கொள்ள வேண்டும். தான் அமர்ந்த இடத்தையே சொந்தமாக்கிக் கொள்ளும் இவர் பொதுவாக, ராகுவைப் போலவே 3, 6, 10, 11, 12ல் இருந்தால் நன்மையை அளிப்பவர்தான். 2, 4ல் தங்கினாலும் திசை பழுதில்லை. 5ம் இடத்தில் இருக்கும் கேதுவும் கெடுபலன் எதையும் செய்வதில்லை. எனினும் இவர் திசையில் பெரும் பலன் எதையும் எதிர் பார்ப்பதற்கில்லை. ராகுவைப்பேல திடீர் யோகம் எதையும் இவர் அளிப்பதில்லை. திசை ஒரே சீராகத்தான் செல்லும். கெடுதலோ, நன்மையோ படிப்படி யாகத்தான் நிகழும். 8ம் இடத்தில் உச்சம் பெறுவது சிறப்பில்லை. 9ம் இடமாகிய தனுசுவும் குருவின் மனையாகையால் அதில் அமரும் கேதுவும் மிகப் பெரிய தீமை எதையும் செய்து விடுவதில்லை. லக்கினத்தில் இருக்கும் போதும் பகை பெற்று விடுவதால் கெடுபலன்கள்

அதிகம் அளிக்கமாட்டார். உடன் குரு இணைந்து விட்டால் ஆன்மிக ஞானம் ஏற்படும். இவரின் நட்சத்திரமாகிய அஸ்வினி, மேஷத்தில் இருப்பதால் மேஷத்திற்கு இவர் பெருமளவு கெடுதல் புரிய நினைப்பதில்லை. உடன் இணையும், பார்க்கும் கிரகங்களின் தன்மை மற்றும் ஸ்தான, சாரபலத்துக்கேற்றவாறு பலன்களைச் செய்பவர்.

சுக்கிர திசை

பொதுவான சுபர் இவர். ஆனால் மேஷத்துக்கு மாரகாதிபதி இவரே. பாபரும்கூட. பொதுவாக வழக்கில் சுக்கிரதிசை என்றாலே எல்லோரும் பெரும் ஆவலுடன் இருப்பார்கள். பெரும் செல்வத்தையும், சுகபோகங்களையும் வாரி வழங்குபவர்தான். ஆனால் எல்லோருக்குமா செய்து விடுவார்? செய்ய மாட்டார். அவரின் கடாட்சத்தை முழுதும் பெற்றவர்கள்தான் அனைத்தையும் பெற முடியும். பொதுச் சுபர் என்றாலும் மேஷத்திற்கு இவர் சமம்தான். எனவே இவர் வலுப் பெறுவது கூடாதுதான். அனால் சுக்கிரன் கெடுவதும் நல்லதல்லவே. இவர் முக்கியமாக 6, 8, 12ல் பகையோ நீசமோ பெறுவது எவ்வகையிலும் விரும்பத் தக்கதல்ல. எந்த லக்கினமாக இருப்பினும், இவர் லக்கின பாபியாக இருந்தாலும் கூட, இவர் கெடுவதை நன்மை என்று கூறமுடியாது. மேஷத்திற்கு பாபி அல்ல என்றாலும் மேஷத்தில் இவர் நட்சத்திரமாகிய பரணி உள்ளதால் இவர் பெருமளவு கெடுதல் புரிய மாட்டார். இவர் 6ல், 8ல், 12ல் இருப்பதும், 4ல் 5ல் இருப்பதும் மட்டும் சிறப்பில்லை. மற்ற இடங்களில் இருந்தால் பெருமளவு தீமை எதுவும் செய்ய மாட்டார். 12ம் இடமாகிய மீனத்தில் உச்சம் பெறுவதும் சிறப்பென்று கூற முடியாது. 2, 7 என்னும் முக்கியமான இரண்டு இடங்களின் அதிபதி விரயத்தில் உச்சம் பெற்றால்

அவர் திசை என்ன நன்மை செய்து விடமுடியும்? வரவுக்கு மேல் செலவுதான். 2ல் 7ல் இருப்பது யோக பலனுக்கு தீமை என்று எதுவும் இல்லை. ஆனால் அவர் திசையில் மரணத்தை ஏற்படுத்தக் கூடும். லக்கினாதிபதி வலுவுடன் இருந்து விட்டாலும் மாரகத்துக்குச் சமமான கண்டத்தை அளிப்பார். செவ்வாய், சனி, ராகு, கேது ஆகியவர்களின் இணைவும் பார்வையும் இல்லாதவரை தொல்லை எதுவும் இல்லை. மற்ற இடங்களில் இருக்கும் சுக்கிர திசை சுமாராகச் செயல்படும். பெருத்த யோகம் அளிக்கும் வாய்ப்பு, மனைவியின் மூலமாக ஏற்படலாம். லக்கினத்தில் இருக்கும்போது சுபச் சந்திரன் இணைவு நன்மையளிக்கும். குரு, சூரியன் ஆகிய இருவரின் இணைவை விடப் பார்வை நன்மை அளிக்கும் என்றாலும் சூரியன் நீசம் அடைவதும் துலாத்தில் குரு இருப்பதும் சரியென்று கூறிட இயலாது. எனவே குரு சிம்மத்திலும் தனுசுவிலும் இருந்து பார்ப்பது நன்மையளிக்கும் சாரத்தையும் கவனிக்க வேண்டும்.

இதுவரையிலும் மேஷ லக்கினத்துக்கு 9 திசைகளின் பொதுப் பலனைக் கூறினேன். இதை அப்படியே உபயோகிக்கக் கூடாது. நன்கு கவனித்தே பலன்கள் கூறிட வேண்டும். கிரகங்களின் வலுவைக் கணித்து, சார ஸ்தான பலன்களையும் உடன் இணையும், பார்க்கும் கிரகங்களையும் கவனத்தில் கொள்ள வேண்டும். இதைப்போல் லக்கினங் களுக்கு திசைகளைப் பிரித்து பலன்கள் எந்த நூலிலும் கூறப்பட்டிருக்காது. பொதுவாகவே பலன்கள் கூறப் பட்டிருக்கும். நம்முடைய ஆராய்ச்சியையும் அனுபவத்தையும் கொண்டே பலன்களை நிச்சயித்துக் கூற வேண்டும்.

ரிஷபத்தின் 9 திசைகளின் பொதுப் பலன்கள்

சூரியதிசை

ரிஷபத்திற்கு 4ம் இடமாகிய சதுர்த்த கேந்திராதிபதியின் திசை இது. லக்கினத்தில் பகை பெறுபவர் திக்பலம் என்ற வகையில் வலுப் பெறுபவர். ஆதலால் இவர் 1, 2, 3, 4, 5, 10, 11 ஆகிய இடங்களில் இருக்கும்போது திசையை நன்முறையில் செயல்படுத்துவார். சாரங்களில் வலுவும், வர்க்க மேன்மையும் பெற்று இருந்தால் சிறப்பான பலன்களையே அளித்திடுவார். 6ல் உள்ள போது நீசம், 7ல் சமத்துவர் இல்லம், 8ல் பகைவர் இல்லம் என்பதோடு அஷ்டமத்தில் சூரியன் நிற்பது நல்லதல்ல. 9ம் இடம் ரிஷபத்திற்குத் திரிகோணம், நட்புக் கிரகத்தின் இல்லம் என்றாலும் பாதகஸ்தானம். 12ம் இல்லம் சமத்துவர் இல்லம் என்பதோடு விரயத்தில் சூரியன் மட்டுமல்லாமல் எக்கிரகமும் உச்சம் பெறுவது சிறப்பு இல்லை. எனவே 6, 7, 8, 9, 12 ஆகிய இடங்களில் இருக்கும் சூரிய திசை வலுவான பலன்களைச் செய்யாது. லக்கின சுபர்களின் பார்வை, இணைவு, சாரம் ஆகியவற்றினால் நன்மை ஏற்படலாம்.

சந்திர திசை

3க்குடையவரான இவர் லக்கினத்தில் உச்சம் பெறுபவர் என்றாலும் லக்கின சுபர் அல்ல. முழு பாபர் என்றும் குறிப்பிட முடியாது. எனவே பொதுவானவர் என்றே கொள்ள வேண்டும். இரட்டை நிலையையுடைய இவர் பாப சந்திரனாக இருந்து எவ்விடத்தில் நின்றாலும் சிறப்பில்லை. சுபராக இருப்பின் 1, 2, 3, 4, 5, 9, 10, 11 ஆகிய இடங்களில்

நன்மையைச் செய்பவர். மற்ற இடங்கள் சிறப்பில்லை. பாபராக இருப்பின் 6, 7, ஆகிய இடங்களில் மட்டும் நன்மை அளிப்பார். எப்படி இருப்பினும் 8, 12ம் இடங்கள் சிறப்பில்லை.

செவ்வாய் திசை

7, 12க்குரியவரான இவர் லக்கின சமத்துவர் என்பதோடு மனைவிக்குரிய இடம் பெறுபவர். இவர் வலுப் பெற்றாலும் தொல்லை, வலுவிழந்தாலும் தொல்லை. 7க்குரியவர் என்ற வகையில் வலுவிழந்தாலும் நல்ல மனைவியைப் பெற இயலாது. மிகவும் இக்கட்டான நிலையை உருவாக்கும் இவரின் நிலையை நன்கு கவனிக்க வேண்டியுள்ளது. எப்படிப் பார்த்தாலும் ரிஷபத்துக்கு இவர் திசை சிறப்பளிப்பதாக இல்லை என்றாலும் 3, 6ல் உள்ள போது மட்டும் சற்று பலன்களை எதிர்பார்க்கலாம். அப்படியும் கூட மனைவியின் நிலை பாதிப்படையவே செய்யும். 2 , 7, 8 ஆகிய இடங்களில் செவ்வாய் இருப்பது எந்த லக்கினமாக இருந்தாலுமே சிறப்பளிப்பதில்லை. 4, 12ம் கூட அதே நிலைமைதான். லக்கினத்துக்கும் நல்லவராக இல்லாமல், சப்தம விரயத்துக்கு ஆதிபத்தியம் பெற்றுவிட்ட செவ்வாய் ரிஷப லக்கினத்துக்கு புதிரானவராகவே இருக்கின்றார். அனுபவத்தில் இவரை நம்பி எந்தப் பலனும் சொல்ல முடியவில்லை. பொதுவாக இவர் திசை மேன்மையளிக்கும் என்று கூற முடியாது. எந்த ஸ்தானத்தில் நின்றாலும் ஏதவாது ஒரு பிரச்சினையை இவர் உருவாக்காமல் திசையை முடிப்பதில்லை.

ராகு திசை

ரிஷபத்தில் நீசம் பெறும் இவர் திசை ரிஷப லக்கின தாரர்க்கு ஒரு வரப்பிரசாதம்தான். ஒரு விசேஷமான

அமைப்பைப் பெறும் இவர் ரிஷபத்துக்கு எங்கு அமர்ந்தாலுமே கெடுபலன்களை அளிக்க முடியாத வகையில் இருக்கின்றார். செவ்வாய், சூரியன், சந்திரன் இவர்களின் இணைவு, பார்வை, சாரம் இவைகளைத் தவிர மற்ற எதுவுமே இவரைப் பாதிப்பதாக இல்லை. கடகம், சிம்மம், விருச்சிகம், மேஷம் ஆகிய இடங்களில் இருந்தாலும் கூட பாதிப்பு ஏற்படுத்துவதில்லை. விருச்சிகத்தில் உள்ளபோது மனைவிக்குச் சில கெடுதல்கள் செய்தாலும் திசையில் நன்மை செய்து விடுகின்றார். பாதக ஸ்தானமான மகரத்தில் இருந்தாலும்கூட ராகுவின் கேந்திரங்களில் லக்கின சுபர்கள் அமர்ந்து விட்டால் திசை பழுதில்லை. 5ம் இடமாகிய பஞ்சமத்தில் அமரும்போது புத்திர தோஷம் ஏற்படுகின்றதே என்றாலும் கன்னியின் விசேஷ பலத்தால் புத்திரர்கள் ஏற்பட்டிருப்பதைப் பல ஜாதகங்களில் அறிந்துள்ளேன். சில சமயங்களில் ராகு பகவான் நம் கணிப்பையும் மீறிச் செயல்பட்டு விடுகின்றார். அதனால்தான் முன்பே கூறியுள்ளேன். இவரின் வலுவைப்பற்றி. லக்னததில் ராகு இருந்து, 4ல் புதன் 1ல் சுக்கிரன், சுபச்சந்திரன் 5ல், 10ல் சனி இருந்து செவ்வாய் குருவின் பார்வை லக்கினத்துக்கு இல்லாமல் இருந்தால் ராகு திசை நல்ல யோகத்தை அளிக்கும்.

குரு திசை

ரிஷபத்தின் அஷ்டம லாபாதிபதியும் லக்கின பாபருமான இவர் வலுப்பெற்றால் இவர் திசை சிறப்பளிக்காது. 4ம் இடமாகிய மிதுனத்தில் பகை பெறும் இவர், தன்னுடன் புதனைக் கொண்டிருந்தால் இவர் திசை சுமாராகச் செல்லும். பொதுவாக தன காரகத்துவம் பெற்ற இவர் பாபியானாலும் கெட்டு விடுவதும் நன்மையளிக்காது.

6ல் இருப்பதும் சிறப்பில்லை. 8ல் ஆட்சி பெறுவதும் நன்மையில்லை. 3ல் உச்சம் பெற்றால் லக்கினத்தில் சனி இருந்து பார்க்க வேண்டும். மற்ற இடங்களில் இருப்பதும் சுமார்தான். 10ல் குரு இருந்தால் உடன் சனி அல்லது புதன் இருக்க வேண்டும். குருவுடன் சனி, புதன், சூரியன், சுபச்சந்திரன், ராகு, கேது ஆகியவர்கள் இணைவும் பார்வையும் திசையில் நற்பலன்களைச் செய்ய வைக்கும். செவ்வாய், சுக்கிரன் இணைவோ, பார்வையோ நிச்சயம் சிறப்பில்லை. தனித்திருக்கும் குரு எங்கிருந்தாலும் நன்மை யல்ல. கெட்டவன் கெட்டிடில் கிட்டிடும் ராஜயோகம் என்பது இவருக்கும் ஒத்துவராது. பொதுவாகவே எந்த லக்கினத்துக்கும், எவர் கெட்டாலும், சூரியன், சந்திரன், குரு, சுக்கிரன் ஆகிய நால்வரும் கெடவேகூடாது. அவர்கள் லக்கினத்துக்குப் பாபர்கள் என்றாலும் சரி, 6, 8, 12ல் பகையோ நீசமோ அடைவது வாழ்க்கையின் மேன்மைக்கு வழி வகுக்காது. மற்றவர்கள் கெட்டாலும் இவர்கள் நன்முறையில் இருப்பது எப்படியும் ஈடுகட்டிவிடும்.

சனி திசை

9, 10க்குரிய ரிஷபத்திற்குப் பாதகாதிபத்தியம் பெற்றாலும் யோகாதிபதி. எனவே 9ல் ஆட்சி பெறுவதும் 12ல் நீசம் பெறுவதும், 4, 5ல் பகை பெறுவதும் மட்டுமே சிறப்பளிப்பதில்லை. மற்ற இடங்களில் எங்கு இருந்தாலும் நன்மையே. 7ல் பகை பெறுவதும், 8ல் நிற்பதும் நல்லதா என்ற கேள்வி எழத்தான் செய்யும். 7ல் நின்று பகை பெற்றாலும் கூட கேந்திர வலுவில் திசை பெருமளவு யோகம் செய்யவில்லை யென்றாலும் பழுதில்லாமல் சென்றுவிடும். 8ம் இடமான தனுசுவில் இருக்கும்போது

அவருக்கு ஏற்படும் வலிமை பற்றி கருத்து வேறுபாடு உள்ளது. அஷ்டமத்தில் சனி இருப்பது ஆயுள் வலிமையைக் கூட்டுமேயன்றி யோகத்திற்குச் சிறப்பில்லை என்பதுதான் நடைமுறை உண்மை. குரு சுபர் இல்லம் என்றாலும் லக்கினத்துக்குப் பாபரே, அவர் இல்லத்தில் அமர்ந்த சனி பெரும் யோகத்தைச் செய்வதில்லை. சனியைப் போல் கொடுப்போரும் இல்லை, கெடுப்போரும் இல்லை என்பது உண்மையான வாக்கு. ரிஷபத்துக்குச் சனி நன்முறையில் அமைந்து விட்டால் அள்ளி வழங்கி விடுவார். 2ல், 5ல் புதனுடன் இணைந்து இருப்பின் பெரும் யோகம்தான். பாபர்கள் இணைவும் பார்வையும் இல்லாமல் இருக்க வேண்டும். சனி அளித்த செல்வத்தை அவராலே அழிக்க முடியாது. 9ல் பாதகாதிபதி வலுப்பது நல்லதா என்ற கேள்விக்கு மிகவும் சிறப்பில்லை என்பதுதான். பாதகம் அளித்தாலும் திசையின் கடைசியில் நன்மை செய்து விடுகின்றார்.

புதன் திசை

இது ரிஷபத்தின் பஞ்சமாதியும், யோகருமான வருடைய திசை. அவர் 3, 8, 12 ஆகிய ஸ்தானங்கள் தவிர மற்றெங்கு இருந்தாலும் நல்லதே. 2, 5, 10ல் இருப்பதும், இந்த ஸ்தானங்களில் சனி உடன் இருப்பதும் மிக மிக யேகாம். 6ல் இருக்கும் போது பலன்கள் குறைகின்றது. ஆனால் முழு அளவு குறைவதில்லை. லக்கின பாபர்களின் இணைவும் பார்வையும் சிறப்பளிக்காது. ராகு கேது இணைவு பாதிப்பதில்லை. சூரியன் இணைவும் பெருமளவு பாதிக்காது. எனினும் சிறப்பான யோகத்தைக் குறைக்கும். சுபச் சந்திரன் இணைவு நன்மையளிக்கும்.

கேது திசை

ரிஷபத்தில் கேது நீசம் அடைபவர் என்றாலும் யோகபலன் அளிப்பவர்தான். சிம்மத்தைத் தவிர மற்றெங்கே இருந்தாலும் நல்ல பலன் அளிப்பவர்தான். உடன் சூரியன், சந்திரன், குரு, செவ்வாய், சுக்கிரன் இணைவோ பார்வையோ இல்லாமல், இருப்பது நலம் பயக்கும். சனி, புதன் இணைவு, பார்வை மட்டுமே சிறப்பளிக்கும். 7ல் இருக்கும்போது உச்சம் பெற்றாலும் பாதிப்பு இல்லை. மனைவிக்கு மட்டும் சிறிதளவு பாதிப்பு இருக்கும். தந்தைக்கும், பாட்டிமார்களுக்கும் சற்றுப் பாதிப்பு ஏற்படவே செய்யும். யோக பலன்கள் குறையாது.

சுக்கிர திசை

லக்கின சஷ்டியாதிபதியான இவரே ரிஷப லக்கின பாபி. இவர் கெடுவதும் சரியல்ல. அதே சமயத்தில் பலம் பெறுவதும் சரியல்ல. எனவே ரிஷபத்துக்கு இவர் பெரும் யோகம் எதையும் செய்வதில்லை. 1, 3, 5, 6, 12 ஆகிய ஸ்தானங்களில் இருப்பது சிறப்பளிக்காது. மற்ற இடங்களிலும் 2ல் இவர் இருந்தால் உடன் புதன், சூரியன் இணைவு வேண்டும். இல்லையெனில் குடும்பத்துக்கும், தனப் புழக்கத்துக்கும் ஆபத்து 4ல் பகை பெற்ற போதும் சார பலத்தினால் சற்று நன்மை அளிப்பார். 7ல் உள்ள போது பெருமளவு தொல்லைகள் இருக்காது. என்றாலும், மனைவிக்கும் தனக்கும் உடல் நிலைக் கோளாறுகள் ஏற்படுவதோடு, கணவன் மனைவி உறவு பாதிக்கும். 8ல் இருக்கும் போது ஆயுள் பலத்தைக் கூட்டுவதாகச் சிலர் கூறினாலும் அந்த இடமும் அவருக்குச் சிறப்பில்லை. 9, 10, 11 ஆகிய இடங்களில் 9, 10 பரவாயில்லை என்று

சொல்லலாம். 11ம் இடத்தில் பாபர் உச்சம் பெறுவது யோக வகைக்கு நன்மைதான். ஆனால் இளைய தாரம் அல்லது நிரந்தரமாக ஒரு பெண்ணின் தொடர்பு ஏற்படும். சுக்கிரன் எக்காரணம் கொண்டும் செவ்வாய், குரு ஆகிய இருவரின் இணைவையோ, பார்வையையோ பெறக்கூடாது. சனி, புதன், சுபச் சந்திரன், ராகு, கேது, சூரியன் இணைவு இருக்கலாம். 12ம் இடமாகிய மேஷத்தில் அவர் இருப்பது நல்லதே என்றும் சில நூல்கள் கூறுகின்றன. காரணம் சுக்கிரனுக்கு மட்டும் 12ம் இடம் அசுபஸ்தானம் (மறைவிடம்) இல்லை என்று கூறப்பட்டுள்ளது.

மிதுனம்

சூரியதிசை

மிதுன லக்னத்துக்கு சூரியன் திருதீய ஸ்தானாதிபதி யாவதுடன், லக்கினத்துக்கும் பகைவர் அல்ல. லக்கினாதி பதிக்கும் நட்பானவர். எனவே அவர் திசை பொதுவாக நன்மை செய்யும். 1, 2, 3, 4, 6, 7, 10, 11 ஆகிய ஸ்தானங்களில் இருந்து லக்கின சுபர்களின் இணைவு, பார்வையுடனும், நல்ல நட்சத்திரங்களின் சாரத்தில் இருந்தும் திசையை நடத்தினால் திசையில் நற்பலன் கிட்டும். நல்ல சம்பாத்தியம், காரிய வெற்றி, ஆளடிமையுடன் மேன்மையான வாழ்க்கையை அமைத்து விடுவார். 5, 8, 9, 12 ஆகிய இடங்கள் அவருக்குச் சிறப்பில்லை. இந்த இடங்களில் அமர்ந்த சூரியனின் திசை சிறப்பான பலன்கள் அளிக்காது. 5, 9ம் திரிகோணங்கள் என்றாலும் அங்கு அவருக்கு வலிமை இல்லை. எந்நிலையிலும் சூரியனும் 8, 12ல் இருப்பது சிறப்பல்ல. எனவே சூரியனின் நிலையை நன்கு கவனித்துத் திசையை முடிவு செய்ய வேண்டும்.

சந்திர திசை

மிதுனத்திற்குத் தனாதிபதியான இவர் மிதுனத்தின் அதிபதியான புதனைப் பகைவராகக் கருதுவதில்லை. ஆனால் புதன் இவரைப் பகைவராகவே கருதுகின்றார். அதென்னமோ ஜோதிட சாஸ்திரத்தில் தந்தையும் மகனும் பகைவர்களாகவே இருக்க வேண்டும் என்ற நியதி போலும். எனவே சந்திரனின் மைந்தரான புதன் தன் தந்தையைப் பகைவராகக் கொண்டுள்ளார். எனினும் சந்திரன் சுபச் சந்திரனாக இருப்பின், மிதுன லக்கினதாரர்களுக்கு நற்பலனைச் செய்கின்றார். சந்திரன் சுபராக 6, 8, 12 ஆகிய ஸ்தானங்களைத் தவிர மற்ற இடங்களில் எங்கு இருந்தாலும் நற்பலன் அளிப்பார். 6ல் அவர் நீசம். 8ம் இடம் அவருக்கு ஆகாது. 12ல் அவர் உச்சம் பெற்றாலும் மிதுன லக்கின தாரர்க்கு அவர் திசை சிறப்பளிக்காது. 10 வருடத்தில் இருப்பதையெல்லாம் ஒழித்துவிடுவார். என்னதான் சுபர்களின் இணைவு, சாரபலம் இருந்தாலும், எக்கிரகமும் 2, 8, 12ல் உச்சமடைவது சிறப்பில்லை. 6ம் இடத்தில் உச்சம் பெறுவது சிறப்பில்லை என்றாலும் சில நன்மைகளைச் செய்து விடும். பாபச் சந்திரனாக இருப்பின் அவர் திசையில் பெருமளவு எதிர்பார்க்க இயலாது.

செவ்வாய் திசை

மிதுனத்திற்கு 6, 11 க்குரிய இவர் லக்கினத்துக்கு பாபர்தான். எனவே இவர் வலுப்பெற்று இருந்தால் திசை சிறப்பில்லை. 1, 2, 4 ஆகிய இடங்களில் மட்டுமே இவர் வலுக் குறைகின்றார். 1ல் அவர் வலுக்குறைந்தாலும் லக்கின கேந்திரம் என்ற வகையில் குணங்களைக் கெடுக்கவே செய்வார். 2ல் நீசம் பெற்றாலும் அது குடும்ப, தன ஸ்தானம்.

4ல் பகை என்றாலும் அது தாயார், வீடு, நிலம், சுகம் ஆகிய ஸ்தானம் என்பதோடு கன்னியில் செவ்வாய் இருப்பதை வரவேற்க இயலாதே. எனவே பாபர் என்ற அமைப்பில் இவர் 6, 8, 12ல் கெட்டு மறையும் வாய்ப்பில்லை. மாறாக 6ல் ஆட்சியும், 8ல் உச்சமும், 12ல் சம வலிவையும் பெறும் இவர் அம்ச ரீதியாகவாவது வலுக் குறைந்து சுபர்களின் இணைவு, பார்வை இருந்தால் திசை சுமாராக இருக்கும். பொதுவாகப் பார்க்குமிடத்து மிதுனத்துக்கு இவர் திசையில் மிகப் பெரிய பலன்களை அளித்துவிட மாட்டார். திசை சுமாராகச் சென்றாலே விசேஷம்தான்.

ராகு திசை

மிதுனத்துக்கு ராகு திசை எதிர்பார்க்க வேண்டிய திசை. மேன்மையளிப்பவர் 2, 3 ஆகிய இரண்டையும் தவிர மற்ற இடங்களில் இருந்து, லக்கின சுபர்களின் இணைவும், பார்வையும், அவர்களின் சாரங்களில் இருந்தால் நல்ல பலனை அளிப்பார். திடீர் யோகம் அளிப்பதில் ராகுவை யாரும் மிஞ்ச முடியாது. 12ம் இடமாகிய ரிஷபத்தில் அவர் நீசம் பெற்றால் கூட வலுவை இழப்பதில்லை. 6ல் உச்சம் பெறும் கேது ஈடு செய்வார். மிதுனத்துக்கு நன்மை செய்பவரான ராகு பகவான் நன்முறையில் இருந்தால் நல்ல பலன்களை அளிக்கவே செய்வார். பாபர்களின் இணைவு பார்வை கூடாது. சுபர்களின் பார்வை இணைவு நலம் பயக்கும். 2ல் அவர் கெட்டு விடுவதால் அது கடகமாக இருப்பினும் கூட அது நன்மையல்ல. பொதுவாகவே ராகு. 2, 5, 7, 8 ஆகிய ஸ்தானங்களில் இருப்பது சிறப்பில்லை. 2, 7, 8 ல் இருப்பது தாமதமான விவாகத்தையும், 5ல் இருப்பது புத்திர தோஷத்தையும் அளிக்கும்.

குரு திசை

மிதுனத்துக்கு இவரின் திசை எதிர்பார்க்கும்படியாக இருக்காது. இவர் மிதுன லக்கினத்துக்கு பாபியானவர். ஆனால் பொதுவான சுபர். மிதுனத்தின் 7, 10க்குடைய கேந்திர அதிபதியானதால் இயற்கையாகவே கேந்திர ஆதிபத்திய தோஷம், பாதக தோஷம், மாரக தோஷம் பெற்றவர். இங்கு நான் குறிப்பிடும் இயற்கையான கேந்திராதி பத்தியம் என்பது புதுமையாக இருக்கும். விளக்கம் அளிக்கின்றேன். கேந்திராதிபத்தியம் என்பதில் நூல்களிலும், ஜோதிடர்களிலும் கருத்து வேறுபாடு உள்ளது. சிலர் குருவானவர் கேந்திரங்களுக்கு அதிபதியாக இருந்தாலே குருவுக்கு கேந்திராதிபத்திய தோஷம் என்று கூறுகிறார்கள். அப்போதும் கூட அவர் லக்கின கேந்திரத்தை தவிர மற்ற கேந்திரங்களில் இருக்கும்போது மட்டுமே கேந்திராதிபத்திய தோஷம் ஏற்படுகின்றது என்று கூறுகின்றார்கள். இது மிகவும் குழப்பநிலை அல்லவா? எனவே நன்கு கவனித்துப் பார்த்ததில் இருதரப்பார் கூறுவதிலுமே உண்மை இருப்பதாகவே தெரிகின்றது. இதைப் பற்றி விரிவாக இரண்டாம் பாகத்தில் குறிப்பிட்டுள்ளேன். இனி குரு திசையைப் பற்றி கவனிப்போம். பாபியான இவர் ராஜகிரகம் என்பதால் இவர் கெடுவதாலும் யோகமில்லை. மிதுனத்துக்கு கெட்டவர் என்பதால் வலுப்பெறுவதும் நன்மையில்லை. எனவே இவர் திசையை எதிர்பார்க்க வேண்டாம் என்றும் சூரியன், சந்திரன், குரு, சுக்கிரன் ஆகிய நான்கு கிரகங்களும் ஒரு தனித்தன்மை கொண்டவை என்றும் முன்னமே குறிப்பிட்டுள்ளேன். மற்ற கிரகங்களை போல இந்த நான்கு கிரகங்களும் பலனைச் சட்டென்று கணிக்க இயலாமல் சற்று சிக்கலிலே வைக்கும். இவைகளைப்

பாம்பென்று தாண்டவும் முடியாது. பழுதென்று மிதிக்கவும் முடியாது. எனவே அனுபவத்தில் இவர்களை நன்கு கவனித்தே பலன் கூற வேண்டியுள்ளது. சில லக்கினங்களுக்கு இந்த கிரகங்கள் எப்படியிருப்பினும் பலன் செய்வதேயில்லை. காரணம் மேற்கூறிய இரண்டுங் கெட்டான் நிலைதான். இந்நிலை இந்த நான்கு கிரகங்களுக்கே அதிகம் ஏற்படும். மற்ற கிரகங்களின் நிலையை உறுதிப் படுத்தி விடலாம். மிதுனத்துக்கு குரு திசையால் பெரும் யோகம் எதுவும் கிடைக்காதா என்றால் கிடைக்காது என்றுதான் கூற வேண்டும். ஏனெனில் அவர் எங்கு இருந்தாலும் ஏதாவது ஒரு தொல்லை கொடுக்காமல் இருப்பதில்லை. எனவே பெரும் யோகம் கொடுப்பார் என்று எதிர்பார்ப்பதற்கில்லை.

சனி திசை

மிதுனத்திற்கு அஷ்டம நவாதிபதியான இவர் லக்கின யோகரும் கூட. எனவே இவர் திசை எதிர்பார்க்கக் கூடியது என்றாலும் முழுமையாக அல்ல. ரிஷபத்துக்கு இவர் செய்யும் அளவு மிதுனத்துக்குச் செய்யமாட்டார். காரணம் அவர் அஷ்டமாதிபத்தியமும் பெறுவதால்தான். எனவே சில இடைஞ்சல்களும், தொல்லைகளும் திசையில் ஏற்படச் செய்யும், என்றாலும் கெடுக்காமல் நல்ல முறையில் திசையை நடத்துவார். 1, 4, 6, 9, 10, 11 ஆகிய இடங்களில் இருந்தால் நற்பலனை அளிப்பார். 2, 3, 7, 8 ஆகிய இடங்களில் சிறப்பில்லை. 5ம் இடத்தில் அவர் உச்சம் பெற்றாலும் அஷ்டமாதிபதி உச்சம் பெறுவது சிறப்பில்லை. எனவே பிற்பலன்தான் கிட்டும். அதேபோல் 12ம் இடத்திலும் ஆரம்பம் சிறப்பாக இருக்காது. பிற்பலன்கள் கிடைக்கலாம். 8ம் இடம் அவர் ஆட்சி பெறும் இடம்

என்றாலும், அஷ்டமத்தில் அவர் ஆட்சி பெறுவது ஆயுள் பலத்துக்கு வலுக்கூட்டுமே தவிர யோக பலத்துக்கு வலுக் கூட்டாது.

புதன் திசை

லக்கின சதுர்த்தியாதிபதியான இவர் அரைச் சுபர் என்ற வகையில் கேந்திராதிபத்தியம் பெறுபவர் என்றாலும், 2ம் இடம் கடகம். அங்கு இவர் பகை பெறுவதால், அந்த இடம் சிறப்பில்லை. 4ல் இருந்தாலும் உச்சம் பெறுவதால் நன்மையே செய்வார். 7ல் இருப்பது சிறப்பில்லை. 8ல் இருப்பதும் அப்படியே. 10ல் நீசம் பெற்று விடுவார். அப்போதும் சிறப்பில்லை. 12ம் இடமும் சிறப்பாகக் கூற முடியாது. 6ல் இருக்கும்போதும் நல்ல நிலைமை என்று கூறுவதற்கில்லை. எனவே 1, 3, 4, 5, 9, 11 ஆகிய இடங்களில் இருக்கும் புதன் நல்ல பலன்களைச் செய்வார் என்று நம்பலாம். பொதுவாக மிதுனத்திற்கு லக்கினத்தில் இருக்கும் புதன் மிக அருமையான வாய்ப்பைத் தன் திசையில் அளிக்கின்றார்.

கேது திசை

மிதுனத்துக்கும், அதன் அதிபதியான புதனுக்கும் நட்புக் கிரகம் கேது. இவர் திசை பொதுவாக நன்மை அளிக்கும். லக்கினத்துக்கு 4, 5, 6, 10, 11, 12ல் நன்மை செய்வார். லக்கினத்தில் இவர் இருத்தல் நலம் என்றாலும் களத்திர, பாதகஸ்தானமாகிய 7ம் இடத்தில் ராகு இருப்பார். எனவே அது விவாக தாமதத்தை ஏற்படுத்தும். 2ல் 3ல் அவர் பகை பெறுதல் நலமன்று. 8ல் இருக்கும்போது யோகம் அளிப்பார் என்றாலும் 2ல் ராகு அமைவதால் சுய குடும்பம் அமைத்துக் கொள்வதில் தாமதம் ஏற்படும்.

சுக்கிர திசை

மிதுனத்தின் பஞ்சம விரயாதிபதியான இவர் யோகரும் கூட. எனவே இவர் திசை எதிர்பார்ப்புக்குரியது. 1, 4, 5, 9, 10, 11 ஆகிய இடங்களில் உள்ள போது நற்பலனைச் செய்வார். 2, 3ல் இருக்கும்போது சாரவலிவும் இருந்தால் செய்வார். மற்ற இடங்கள் நன்மையில்லை. 12ல் ஆட்சி பெற்றாலும் சிறப்பாக இருக்காது. திசை சுமார்தான். உடன் சனி இணைவு நன்மையைத் தரும். குரு, செவ்வாய் இணைவு சிறப்பளிக்காது. சூரியன் இணைவும் பலனைக் குறைக்கவே செய்யும். சுபச்சந்திரன் இணைவது நல்லதே. இராகு - கேது இணைவும் கெடுதலில்லை.

கடகம்

சூரிய திசை

கடகத்திற்கு தனாதிபதியான இவர் லக்கினச் சுபர் இல்லையென்றாலும், பாபரும் இல்லை. எனவே இவர் திசை கடகத்திற்கு நன்மை அளிக்கவே செய்யும். 1, 2, 3, 5, 6, 9, 10, 11 ஆகிய இடங்களில் அமர்ந்த சூரியன் நற்பலனைச் செய்வார். மற்ற இடங்கள் சிறப்பில்லை. உடன் குரு, செவ்வாய், சந்திரன் இணைவும், பார்வையும் நன்மை அளிக்கும். மற்றவர்களின் இணைவு, பார்வை எவ்வகையிலும் சிறப்பளிக்காது.

சந்திர திசை

லக்கினாதிபதியான இவர் சுபச் சந்திரனாக இருந்தாலே நற்பலனை அளிப்பார். பாபச் சந்திரனாக இருப்பது திசை உயர்வுக்குச் சிறப்பளிக்காது. வளர்பிறைச் சந்திரன் 1, 2, 3, 4, 7, 9, 10, 11 ஆகிய இடங்களில் நன்மையைச் செய்வார். 5ல்

நீசம் பெற்று விடுகின்றார். உடன் லக்கின யோகரான செவ்வாய் இணைந்து விட்டால் நீசம் பங்கமாகி யோகம் அளிப்பார். 6, 8, 12ம் அவருக்குச் சிறப்பில்லை. உடன் செவ்வாய், குரு, சூரியன் இணைவும், பார்வையும் மேன்மை யளிக்கும். மற்றவர்களின் இணைவு சிறப்பளிக்காது.

செவ்வாய் திசை

கடகத்திற்கு பஞ்சம தசமாதிபதியான இவர் லக்கினத்தில் நீசம் அடைபவர் என்றாலும் இவரே முழு யோகர். எனவே இவர் திசை எதிர்பார்ப்புக்குடையது. 1, 2, 4, 5, 6, 7, 9, 10, 11 ஆகிய இடங்களில் உள்ளபோது நன்மைகள் அளிப்பார். செவ்வாய் 7ல் உச்சம் பெறுவது நல்லதா என்ற கேள்வி எழலாம். 8ல்தான் அவர் உச்சம் பெறக் கூடாது. 7ல் இருக்கும்போது மனைவிக்கு உஷ்ணாதிக்க, சூதகக் கோளாறுகளை உருவாக்குவார். யோகத்தைக் கெடுக்க மாட்டார். அதில் உள்ள சாரங்கள், சூரியன், சந்திரன் மற்றும் சுயசாரம். எனவே மேன்மையை அளிக்கவே செய்வார். 3, 8, 12 ஆகிய இடங்கள் அவருக்குச் சிறப்பில்லை. பொதுவாக அவர் பாபர் என்றாலும் கடகத்திற்கு அவர் யோகர் என்பதை மறக்கக் கூடாது. உடன் குரு, சூரியன், சுபச்சந்திரன் இணைவு, பார்வை நன்மையளிக்கும். மற்றவர்கள் பார்வை இணைவு மேன்மையளிக்காது. பலன்களைக் குறைக்கும்.

ராகு திசை

கடகத்திற்கு ஆகாதவரான இவர் திசை பற்றிக் கருத்து வேறுபாடுகள் உள்ளன. சிலர் இவர் திசை சிறப்பே அளிக்காது என்று கூறுகின்றார்கள். அப்படியல்ல. ஞான காரகராகிய ராகு அசுரர் என்றாலும் நன்றி விசுவாசம் உடையவர். தமக்கு நன்மை அளித்த இடமாகிய கடகத்துக்கு

யோகர் இல்லையெனினும் பெரும் தீமை எதுவும் செய்து விடுவதில்லை. முக்கியமாக, 1, 3, 5, 6, 7, 9, 10, 11 இடங்களில் உள்ள போது நன்மை அளிக்கவே செய்கின்றார். 12ல் இருக்கும் போது கூட அவர் நன்மை அளித்துள்ளார். உடன் குரு இணைவு பார்வை மட்டுமே மேம்படுத்தும். மற்ற எவரின் இணைவுகளையும், பார்வைகளையும் ராகு பொருட்படுத்த மாட்டார். தன்னிச்சையாகவே செயல் படுவார். 2லும், 8லும் நன்மை அளிக்க மாட்டார். லக்கினத்தில் அவர் பகை பெறும்போது 11ல் சுபச்சந்திரன் உச்சமாகி விட்டால் நிச்சயம் யோகம் செய்வார். அந்நிலையில் 10ம் இட மேஷத்தில் சூரியன், செவ்வாய் இருந்துவிட்டால் பெரும் யோகமே கிடைக்கும் என்பதோடு அரசியல் ஆதாயம் பெறவும் வழியுண்டு.

குரு திசை

கடக உச்சாதிபதியும் 6, 9க்குரியவருமான குரு பகவான் யோகரும் கூட என்பதை அறிந்துள்ளீர்கள். இவர் திசை கடகத்திற்கு நற்பலன் அளிக்க வேண்டுமானால் குரு தனித்தில்லாமல், சூரியன், செவ்வாய் ஆகியவர்களுடன் இணைந்து 1, 2, 5, 9, 10, 11 ஆகிய இடங்களில் இருந்தால் நற்பலன்கள் அளிப்பார். 6ஆமிடம் அவரின் சொந்த இடம் என்றாலும் தனுசுவில் இருக்கும்போது பெரும் பலன்கள் அளிப்பதில்லை. 3, 4, 8, 12ல் சிறப்பில்லை. 7ம் இடமாகிய மகரத்தில் இருக்கும்போது நீசம் அடைவதால், நீசபங்கம் பெற்று விட்டால் நற்பலன்களை அளிக்கவே செய்வார். எனினும் பிற்பலன்தான் கிடைக்கும். குரு முழுச்சுபர் என்பதால் குருவின் நிலையை நன்கு கணிக்க வேண்டும். ஸ்தானபலம், சாரபலம், வர்க்க மேன்மை அனைத்தையும் கவனிக்க வேண்டும்.

சனி திசை

கடகத்துக்கு சப்தம அஷ்டமாதிபதியான இவர் பாபர். எனவே இவர் 6, 8, 12ல் கெட்டால் யோகம் அளிப்பார். ஆனால் அந்த ஸ்தானங்களில் அவர் கெடும் வாய்ப்பில்லை. 6ல் சம வலுவும், 8ல் ஆட்சியும், 12ல் நட்பும் அடைகின்றார். 8ல் ஆட்சி பெறுவதும், 12ல் இருப்பதும் சிறப்பளிக்காது. 6ல் இருக்கும்போது சற்று நல்ல பலன்களையே அளிக்கின்றார். அதேபோல், 10, 11ம் இடங்களிலும் நன்மை செய்திடுவார். லக்னகேந்திரத்தில் அவர் பகை பெறுவதும், நன்மையைச் செய்வதாகக் கூறுவதும் அனுபவத்தில் ஒத்து வருகின்றது. 2, 9 இடங்கள் கூடச் சிறப்பளிக்காது. 4ம் இடமாகிய துலாத்தில் இருக்கும்போது குரு பார்வை இருந்தால் நல்ல பலன்களை எதிர்பார்க்கலாம். 3ல் இருக்கும் போதும் நன்மை அளிப்பதாகச் சிலர் கூறினாலும் பெருமளவு நன்மை எதிர்பார்க்க முடியாது. 5ல் இவர் பகை பெறுகின்றார். என்றாலும் புத்திரர்கள் வகையில் தொல்லைகள் ஏற்படவே செய்கின்றது. 7ல் இருப்பது பெருமளவு கெடுதல் செய்வதில்லை. மனைவி மூலம் வரும் தொல்லைகள் குறையும். மகர, கும்பத்தைத் தவிர வேறு எங்கும் 7ம் இடமாக அதில் சனி அமர்வது சரியானதல்ல. 10ல் சனி இருந்து விருச்சிகத்தில் செவ்வாய் இருந்து லக்கினத்தில் குருவும், சூரியனும் இருந்தால் சனி திசை பெரும் யோகத்தை அளிக்கும்.

புதன் திசை

கடகத்திற்கு திருதீய விரயாதிபதியான இவர் கடகத்திற்கு யோகர் அல்லர். இவர் கெடுவது என்பது லக்கினத்திலும் 9லும்தான். லக்கினத்தில் பகை பெற்றாலும்

இவர் லக்ன கேந்திரத்தில் இருப்பதைச் சிறப்பென்று கூறுவதற்கில்லை. 9ம் இடத்தில் நீசம் பெறுதல் நல்லதே. மற்ற இடம் எதுவாயினும் சிறப்பென்று சொல்ல இடம் இல்லை. 2ம் இடத்தில் இருந்தால் கல்வி வாய்ப்பை அளித்தாலும் உடன் சூரியன் இருந்தாலே சிறப்பு. மற்றப்படி சாரபலத்தினால் பலன் அளித்தால்தான் உண்டு. ஸ்தான பலன் என்பது இல்லை. எங்கு அவர் அமர்ந்தாலும் தொல்லை களையும், சிக்கல்களையும் ஏற்படுத்தவே செய்வார். பெருமளவு எதிர்பார்க்கக்கூடிய திசையாக இல்லை.

கேது திசை

கடகத்துக்கு யோகம் செய்யக்கூடியவர் இல்லை. ஆனால் சில இடங்களில் இருந்தால் திசையில் சில நல்ல பலன்களைச் செய்வார். அப்படி அமரும்போது எதிரே ராகு வலுப்பெற்று விடுவார். எனவே ராகுவுக்கே குரு பார்வை அவசியம். 1, 3, 4, 6, 7, 9, 10, 12 ஆகிய ஸ்தானங்களில் இருக்க வேண்டும். 5லும் நன்மை செய்வார். எனினும் புத்திர தோஷத்தை அளிப்பார். அப்போது குரு பார்வை சமன் செய்யும். செவ்வாய் நன்முறையில் இருந்துவிட்டால் கவலை ஒன்றுமில்லை. மற்ற இடங்கள் சிறப்பில்லை.

சுக்கிர திசை

கடகத்திற்குச் சதுர்த்த லாபாதிபதியாகிய இவர் பாபர்தான். எனினும் முக்கியமான இரு இடங்களைப் பெறுபவர் என்ற முறையில் திசையில் யோகத்தைச் செய்யா விடினும் இவர் கெடுவது நன்மையன்று என்பதைப் பல இடங்களில் சுட்டிக் காட்டியுள்ளேன். இவரும் சில இடங்களிலும், சில சாரத்திலும் திசையில் சில நல்ல பலன்களை அளிக்கவே செய்கின்றார். கூட்டுக் கிரகங்களின்

அடிப்படையில் இவர் சூரியனுடன் சேரும் போதும் அதிகமாக அஸ்தங்கத தோஷம் அடைபவர். சூரியனுடனும், சுபச்சந்திரனுடனும் சேரும்போது பலன் அளிக்க வேண்டிய கட்டாயம் ஏற்படுகின்றது. குருவும் சுக்கிரனும் சேர்வது நன்மையென்று சில நூல்கள் கூறினாலும் அனுபவத்தில் அது தீமையையே விளைவிக்கின்றது. அதுவும் 9ம் இடமாகிய மீனத்திலும் இருவரும் சேர்ந்து விட்டால் கடும் போராட்டம்தான். இருவரின் திசைகளுமே எதையும் செய்யாது. செவ்வாய் இணைவும் சுமார் என்று சொல்லும் படியாகவேதான் இருக்கும். மற்ற எவரின் இணைவும் சிறப்பளிக்காது. லக்கினத்தில் பகை பெற்றாலும் லக்கினத்தில் இருப்பது நல்லதே. பாதகாதிபதி என்ற வகையில் அவர் வலுவிழந்து லக்கினத்தில் இருக்கும்போது சில நன்மைகள் ஏற்படுகின்றன. சதுர்த்த கேந்திராதிபதி என்றபோதும் பாதகாதிபத்தியம் பெறுபவர்தான். அதுவே உபஜெயம், பணபரம் என்ற வகையில் வருவதால் பாதகாதிபத்திய தோஷம் குறையும். இவ்விதம் கிரகங்களில் சுபத் தன்மையையும் பாபத் தன்மையையும் கணித்து அறிந்தே திசையின் பலத்தை நிர்ணயம் செய்ய வேண்டும். பொதுவாகப் பாடலை வைத்தே அத்தனைப் பலன்களையும் கூறிவிட இயலாது. 1, 4, 5, 7, 10, 12 ஆகிய இடங்களில் சுக்கிரன் சில நன்மை செய்வார். உடன் சூரியன், சுபச் சந்திரன் இணைவு அல்லது இருவரின் இணைவும் பயன் அளிக்கும். 2ம் இடத்தில் பகை பெறுவதும், 3ம் இடத்தில் நீசம் பெறுவதும், 6, 8ம் இடமும் சிறப்பில்லை. 11க்குடையவர் 9ம் இடத்தில் உச்சம் பெறுவது சிறப்பில்லை. எனினும் உடன் சூரியன், சந்திரன் இணைவு சிறப்பளிக்கும். 11ல் ஆட்சி பெறுவதைச் சிறப்பென்று கூறுவதற்கில்லை. 4ம் இடத்தில்

ஆட்சி பெற்றாலும் அது சுகஸ்தான அமைப்பில் சதுர்த்த கேந்திரமாகி விடுவதால் அதிகப் பாதிப்பை ஏற்படுத்துவதில்லை.

சிம்மம்
சூரிய திசை

சிம்மத்தின் லக்கினாதிபதியான சூரியன் பொதுவாக தன் திசையில் சிம்ம லக்கினதாரர்க்குச் சிறப்பளிப்பதில்லை என்று கூறப்படுகின்றது. அதை அப்படியே ஏற்றுக் கொள்வதற்கில்லை. லக்கினத்தில் உத்திரம் 1ம் பாதத்தில் இருக்கும்போதும், வர்க்க மேன்மையை அடைந்து விட்ட போதும் 6 வருடத்தில் மேன்மையான பலன்களைச் செய்து இருக்கின்றார். சூரியனுக்கு ஸ்தானபலமும், சார வலுவும் அவசியம் தேவை. அதேபோன்றுதான் இணையும் கிரகங்களும் சிம்மத்திற்கு 1, 2, 4, 5, 9, 10, 11 ஆகிய இடங்களில் உள்ள போது நற்பலன் செய்வார். சார வலுவும் உடன் நன்முறையில் இருந்து விட்டால் மேலும் சிறப்பான பலன்கள் கிடைக்கும். 6ம் இடம் அவருக்கு நல்ல இடம்தான். ஆனால் லக்கினாதிபதி 6ம் இடத்தில் பகை பெற்றுக் கெடுவதைச் சிறப்பென்று கூற முடியுமா? அதே நிலைதான் 7ம் இட குடும்பத்திலும், 8ம் இடம் தன் நட்புக் கிரகமான குருவின் வீடாகிய மீனம் என்றாலும் பொதுவாகவே சூரியன் 8, 12 ஆகிய இடங்கள் சிறப்பில்லை. லக்கினாதிபதியாக அமர்வது என்பது திசைக்கு மட்டு மல்லாமல் வாழ்க்கை முழுமைக்குமே சிறப்பளிக்காது. 3ல் நீசம் பெறுவதும் சிறப்பில்லை. நீசபங்கம் பெற்று விட்டால் நன்மை அளிப்பார். அதுவும் விசாகம் 1ம் பாதத்தில் நின்று அம்சத்தில் மேஷத்தில் உச்சம் பெறுதல் சிறப்பளிக்கும்.

சந்திர திசை

சிம்ம லக்கினத்துக்கு விரயாதிபதியான இவர் திசை கெடுதல்களையே அளித்து விடும் என்று முடிவெடுத்து விடக் கூடாது. விரயாதிபத்தியம் பெற்றவர் என்றாலும், சூரியனுக்குச் சந்திரன் அதிமித்திரன். சந்திரனுக்கும் சூரியன் அதிமித்திரன் (நண்பன்), மேலும் இருவரும்தான் ஜாதகத்தையே நிர்வகிப்பவர்கள். எனவே சந்திரன் நல்ல நிலையில் இருப்பின் நிச்சயம் திசையில் நற்பலன்களைச் செய்வார். லக்கினத்தில் சூரியன் சந்திரன் இணைவு விசேஷம். வளர்பிறை சதுர்த்தசி, பூரண அமாவாஸ்யை சந்திரனாகவே இருக்க வேண்டும். தேய்பிறை பிரதமைச் சந்திரனாக இருக்கக் கூடாது. எங்கு சூரியசந்திரர்கள் இணைந்தாலும் இதை மறக்கக் கூடாது). அதிகக் கலைகளை உடைய தேய்பிறைச் சந்திரனை விட குறைந்த கலைகளை உடைய வளர்பிறைச் சந்திரன் வலிமையுடையவர். தேய்பிறைச் சந்திரனின் திசை சிறப்பளிக்காது. வளர்பிறைச் சந்திரன் 1, 2, 3, 5, 7, 9, 10, 11 ஆகிய இடங்களில் தனித்தோ, லக்கினச் சுபர்களாகிய குரு, செவ்வாய் மற்றும் சூரியன் இணைவுடனோ இருப்பது நல்லது. செவ்வாயை விடவும் குரு சூரியன் இணைவு அதிகம் நன்மை பயக்கும். மற்றவர்கள் இணைவு எவ்வகையிலும் நன்மையளிக்காது. மற்ற இடங்களும் நன்மையளிக்காது. 12ம் இடம் அவர் சொந்த வீடு என்றாலும், அது சிறப்பல்ல. அதேபோல் 4ல் அவர் நீசம் பெறுவதும், நீசபங்கம் பெற்றுவிடில் பயன் அளிக்கும்.

செவ்வாய் திசை

சிம்மத்திற்கு 4, 9க்குடைய இவர் யோகர் என்றாலும் முழு யோகர் அல்ல. சிம்மத்திற்கு முழு யோகர் எவரும்

இல்லை. குருவும், செவ்வாயும் சுபர்கள் மட்டுமே. சுபர்கள் என்பது வேறு. யோகர் என்பவர் வேறு. சுபர்கள் நல்ல நிலையில் இருப்பின் சுப பலன்கள் கிடைக்கும். யோகர் நன்முறையில் இருப்பின் பெருத்த யோகங்கள் கடைக்கும். எனவே செவ்வாய் பாதகாதிபத்தியமும் பெறுகின்றார். என்றாலும் 9ம் இடம் திரிகோண அமைப்பில் வருவதால் அங்கு குருவும் சந்திரனும் இணைவது சிறப்பான யோகத்தை அளித்துவிடும். செவ்வாய் லக்கினத்தில் இருக்கும்போது பெரும்பலன்கள் இருக்காது. உடன் குரு இணைந்தாலே நற்பலன் ஏற்படும். 4, 5, 10 ஆகிய இடங்கள் மட்டுமே சிறப்பு 9ம் இடம் அவர் இடம் என்றாலும் அங்கு செவ்வாய் தனித்திருப்பது சிறப்பளிக்காது. அதே நிலைதான் 6ல் அவர் உச்சம் பெறுவதும் 12ல் நீசம் பெறுவதும் நல்லதல்ல. மற்ற இடங்களில் அவர் சிறப்பான பலன்களை அளிக்க மாட்டார்.

ராகு திசை

ராகுவின் திசை எனும்போதே சூரியனுக்குக் கடும் பகைவராயிற்றே, இவர் என்ன பலன்கள் செய்துவிடப் போகின்றார் என்ற கேள்வி தோன்றத்தான் செய்யும். பொதுவாகவே ஜோதிட சாஸ்திரத்தில் யோகர்கள் செய்வதையும் விட பாபர்களே அதிக யோகத்தை அளிக்கும் வாய்ப்புள்ளது. அவ்வகையில் சிம்மத்திற்கு திடீர்யோகம் அளிப்பவர் ராகு. அளித்த யோகத்தைத் திரும்பவும் பெற்றுக் கொண்டாலும் ஆச்சரியப்படக் கூடாது. அந்த மாதிரியான சுபாவம் கொண்டவர் ராகு பகவான். லக்கினத்திற்கு 12ல் ராகு இருந்து, நான்கு கேந்திரங்களிலும் கிரகங்கள் (ராகுவுக்கு) இருந்தால் அவர் திசையில் திடீர் யோகம் அளிப்பார். 3, 6, 10, 11ம் சிறப்பாக இருக்கும். 4ம் இடத்தில் உச்சம் பெறுவது சிறப்பென்று கூற முடியாது. 5ல் இருக்கும்

போது புத்திர தோஷத்தை அளிப்பார். குருவும் செவ்வாயும் நல்ல நிலையில் இருந்திட்டாலும், குரு பார்வையை ராகு பெற்றுவிட்டாலும் புத்திர தோஷம் மட்டுப்படும். யோகம் இருக்கும். கோதண்ட ராகு என்ற அமைப்பைப் பெறுபவர் அல்லவா? 7, 8 ஆகிய இடங்கள் சிறப்பில்லை 9ல் இருக்கும்போது சற்று புத்திர தோஷம் கொடுத்தாலும் குரு பார்வை இருந்திடில் சரியாகி விடும். லக்கினத்திலும் 2லும் இருப்பது சிறப்பென்று கூறுவதற்கில்லை.

குரு திசை

சிம்மத்திற்குப் பஞ்சம் அஷ்டமாதிபதியான இவர் அஷ்டம ஸ்தானாதிபத்தியமும் பெறுவதால் முழு யோகர் என்று கூறுவதற்கில்லை. எனினும் இவர் நன்முறையில் அமர்ந்திட்டால் யோகம் அளிப்பார். பொதுவாகவே இவர் தனித்திருப்பதை விட லக்கினச் சுபர்களோடு இணைந்திருப்பதுதான் நல்லது. அவ்வமைப்பில் சூரியன், செவ்வாய், சந்திரன் இணைவு நன்மையை அளிக்கும். மற்றவர்கள் இணைவு சிம்மத்திற்கு இவரின் திசை மேன்மையை அளிக்காது. லக்கினத்திற்கு 1, 4, 5, 10, 11 ஆகிய இடங்களில் மட்டுமே நன்மை அளிப்பார். அதிலும் 4, 10 ஆகிய இடங்கள் கேந்திரங்களாக வருவதால் கேந்திராதிபத்திய தோஷம் ஏற்படும். கேந்திராதிபத்திய தோஷம் பற்றி இரண்டாம் பாகத்தில் விரிவான விளக்கம் வரும். மற்ற இடங்கள் சிறப்பில்லை. கடகத்தில் அவர் உச்சம் பெற்றாலும் அது 12ம் இடமாக வருவதால் சிறப்பில்லை. எக்கிரகமுமே 6, 8, 12ல் உச்சம் பெறுவது யோகத்துக்குச் சிறப்பானதென்று கூற முடியாது.

சனி திசை

சிம்மத்திற்கு பாபரான இவர் திசை மேன்மை அளிக்குமா? என்ற கேள்விக்கு, அளிப்பார் - சில இடங்களில் இருக்கும்போது என்றே பதில் கொள்ள வேண்டும். சிம்மத்திற்கு இவர் யோகம் செய்ய வேண்டுமெனில் இவர் வலுவில்லாமல் இருக்க வேண்டும். அந்த வாய்ப்பு 4ல் விருச்சிகத்திலும், 9ல் மேஷத்திலும், 12ல் கடகத்திலும் கிடைக்கும். அம்ஸரீதியிலும் இவர் வலுவிழந்து விட்டால் நற்பலனை திசையில் செய்தே தீருவார். லக்கினத்தில் இவர் நட்பு பெற்றாலும் லக்ன கேந்திரத்தில் இவர் இருப்பது ஆயுள் பலத்துக்கு வழி கூட்டுமேயன்றி யோக வகைக்குச் சிறப்பளிக்காது. மந்தமாகவே செயல்பட வைக்கும். 6ம் இடமாகிய மகரத்திலும் 11ம் இடமாகிய மிதுனம், மற்றும் 10ம் இடமாகிய ரிஷபத்திலும் இருக்கும்போதும் தன் திசையில் சில நன்மைகளை அளிக்கின்றார். மற்ற இடங்களில் 7ம் இடமாகிய கும்பத்தில் இருந்தால் மட்டுமே சிறிது பலன்களை எதிர்பார்க்கலாம். அதுவும் மனைவியின் மூலமாகவே. மற்ற இடங்கள் சிறப்பில்லை.

புதன் திசை

சிம்மத்திற்குத் தன லாபாதிபதியான இவர் யோகர் என்ற அமைப்பில் இல்லையென்றாலும் பாபரும் அல்ல. சூரியனுக்கு நட்புக் கிகரமான இவர் தன் திசையில் நல்ல பலன்களை அளிக்கவே செய்வார். சிம்மத்தில் சூரியன், சுக்கிரன், புதன் ஆகியவரின் முக்கூட்டு ஒரு சிறப்பளிக்கும் சுக்கிரன் பகைவர் என்றபோதும் இந்த முக்கூட்டு சிம்மத்திற்கு ஒரு வரப்பிரசாதமே. அப்படி ஒரு நிலையில் மூவரும் உத்திரம் 1ல் சூரியனும் (அ) பூரம் 1ல், சுக்கிரன்

மகம் 2, (அ) பூரம் 3ல், புதன் பூரம் 1, 2ல் இருப்பது ஒரு சிறப்பான நிலையை அளிக்கும். புதன் 1, 2, 3, 4, 5, 7, 9, 10, 11 ஆகிய இடங்களில் உள்ளபோது நற்பலனைச் செய்வார். மற்ற இடங்களில் 3ல் மட்டும் சற்று நற்பலன் எதிர்பார்க்கலாம். மற்ற இடங்கள் சிறப்பில்லை.

கேது திசை

சிம்மத்தின் கடும் பகைவர் அல்லவா இவர்! இவர் திசை நன்மையைச் செய்ய வேண்டுமென்றால், 12ம் இடத்தில் இருப்பது மட்டுமே சிறப்பு. மற்ற இடங்களில் 9ம் இடமாகிய மேஷத்தில் இவர் வலுக்குறைந்தாலும், அது சிம்மத்திற்குப் பாதகஸ்தானம். எனவேதான் அமரும் இடத்தைச் சொந்தமாக்கிக்கொள்பவரல்லவா? எனவே அந்த ஸ்தானத்தின் பெருமையைக் குலைத்து விடுவார். பொதுவாகவே கேது பெரும் யோகத்தை அளிப்பவரல்ல. படிப்படியாக நிதானமாகவே செய்பவர். கெடுதல் செய்தாலும் மற்றவர்கள் போல திடீர் என்று செய்துவிட மாட்டார். படிப்படியாகவே கெடுதல்களை அதிகரித்துக் கொண்டே வருபவர். எனவே இவரிடம் சிம்ம லக்கின தாரர்கள் பெருமளவு எதிர்பார்க்க வேண்டியதில்லை.

சுக்கிர திசை

சிம்மத்திற்கு இவர் ஆகாதவர் என்றாலும் பொதுவாக இவர் கெடுவது சிறப்பளிக்காது. அதுபோலவே வலு வடைவதும் சிறப்பளிக்காது. எனவே இவரிடம் சிம்ம லக்கினதாரர்கள் பெருமளவு எதிர்பார்க்கக் கூடாது. சுக்கிர திசை என்றால் கூரையைப் பிய்த்துக் கொண்டு கொட்டும் என்று எதிர்பார்த்தால் ஏமாற்றம்தான் கிடைக்கும். இரண்டு

அமைப்பில் மட்டுமே சற்று மேன்மையான பலன்களை எதிர்பார்க்கலாம். அதில் ஒன்று முன்பு குறிப்பிட்ட சிம்மத்தில் சூரியன், சுக்கிரன், புதன் ஆகியோரின் முக்கூட்டுதான். எது எப்படி இருப்பினும் சுக்கிரன், புதன் ஆகிய இருவரின் இணைப்பு பற்றி ஒரு அருமையான பாடல்.

"காணும் லக்கினம் நாலேழுபத்தில்
கோணு சுக்கிரனும் புந்தியும் கூடிட
பாப கிரக தோஷங்கள் பானுகண்ட
பனி போல் நீங்கிடுமே!"

1, 4, 7, 10 ஆகிய கேந்திரங்களில் எந்த லக்கின மாயினும், சுக்கிரனும், புதனும் கூடி நிற்கில் அவர்கள் எவ்வகையிலேனும் சிறப்புடன் வாழ்வார்கள் என்பது இதன் பொருள். மற்றொன்று கடகத்தில் சுக்கிரன் இருப்பது. கடகம் 12ம் இடம் என்றாலும் 12ம் இடம் மட்டும் சுக்கிரனுக்கு மறைவிடம் இல்லை என்று கிரந்தம் கூறுகின்றது. 6, 8 மறைவிடமே, எனவே 12ம் இடத்தில் சுக்கிரன் இருக்க, அதன் அதிபராகிய சந்திரன் லக்கினத்துக்கு 1, 4, 7, 10ல் சுபச் சந்திரனாக இருந்தால் சுக்கிர திசை சிம்ம லக்கினத்துக்குச் சற்று மேன்மையான சிறப்புகள் அளிக்கும். 10ல் இருக்கும் போதும் நன்மையளிப்பதாகச் சில நூல்கள் கூறுவது அனுபவத்தில் ஓரளவு ஒத்து வருகின்றது. மற்ற இடங்கள் சிறப்பளிக்காது.

கன்னி

சூரிய திசை

கன்னி லக்கினத்துக்குச் சூரியன் நட்பானவர் என்றாலும் அவர் விரயாதிபத்தியம் பெறுவதால் அவர் நிலையை நன்கு கணித்தே திசைப் பலனை நிர்ணயம் செய்ய

வேண்டும் முன்பு கூறிய முக்கூட்டுக் கன்னி லக்கினத்துக்கும் பொருந்தும். சூரியன், சுக்கிரன், புதன் ஆகியோர் கன்னியில் இருப்பது மூவரின் திசைக்கும் வலுக்கூட்டும். காரணம் சுக்கிரனின் நீச பங்கமே. கன்னியில் நீசம் பெறும் சுக்கிரன் உடன் இணையும் புதன் ஆட்சி உச்சம், மூலத்திரிகோணம் ஆகிய மூன்று வலுவையும் பெற்று புதனுடன் சேர்ந்து நீசபங்கம் பெறுவதுதான். பூவோடு சேர்ந்து மணக்கும் நாரைப் போல, சூரியனும் நற்பலனை அளிப்பார். அதே நிலை துலாத்தில் மூவரும் இணையும் போதும் கிடைக்கின்றது. விரயாதிபதி நீசம் பெறுவது வரவேற்கக் கூடியதே என்றாலும், சூரியன் கெடுவது நல்லதல்லவே. எனவே நீசபங்கம் பெறுவதே சிறப்பளிக்கக் வடியது. அடுத்து 3, 6, 10, 11 இடங்களில் சூரியன் நன்மையான பலன்களைச் செய்வார். 8ம் இடமாகிய மேஷத்தில் உச்சம் பெறுவது சிறப்பல்ல. மற்ற இடங்களையும் சிறப்பென்று கூறுவதற்கில்லை.

சந்திரன் திசை

11ம் இடத்து அதிபதியான சந்திரன் தன் திசையில் கன்னி லக்கினத்துக்கு கெடுதல் எதையும் செய்துவிட மாட்டார் என்ற போதும் அவரே கன்னிக்கு 11ம் இடமான மாரகாதிபதியாவதால் அவர் 11ல் 7ல் தேய்பிறை பாபச்சந்திரனாக இருந்தால் மாரகம் செய்பவராகி விடுவார். தன் திசையின் பலன்களையும் நல்லபடியாகச் செய்ய மாட்டார். 3 - 7 - 8ம் இடங்களில் மற்றும் 10ம் இடங்களிலிருந்தாலும் சந்திரன் திசை சிறப்பாக செயல் படாது. மற்ற இடங்களிலிருந்தால் அதுவும் வளர்பிறை சுபச்சந்திரனாக இருப்பின் நல்ல பலனையே செய்வார்.

செவ்வாய் திசை

கன்னிக்கு திருதீய அஷ்டமமான 3, 8க்குடைய இவர் ஆயுள் ஸ்தானங்களுக்கு மட்டுமே பொறுப்பேற்கக் கூடியவர். மற்றபடி லக்கினத்துக்குப் பாபர். இவர் திசை மேன்மையான பலனை அளிக்க வேண்டுமானால் இவர் கெட வேண்டும். இவர் கெட்டுவிட்டால் ஆயுள் ஸ்தானங்களின் பலம் போய்விடும். இரண்டும் கெட்டான் நிலைதான் இவருடையது. இவர் கெடுவது 3 இடங்களில், மிதுனம், கடகம், கன்னி ஆகிய மூன்றுதான். கன்னியில் இவர் அமர்வது என்பது லக்ன பலத்தைக் கூட்டுமேயல்லாது, யோக வகையில் பூஜ்ஜியம்தான். பூர்வ சொத்துக்கள் எவ்வளவு இருப்பினும் நாசம் செய்து விடுவார். 10ல் இருப்பது மட்டுமே சிறப்பென்று கொள்ளலாம். அஷ்டமாதிபதி தொழில் ஸ்தானத்தில் இருப்பது தீமைதான். என்றாலும் இவர் அங்கு பகை பெற்று வலுக்குறைவதால் பெருமளவு தீங்கெதனையும் செய்துவிட மாட்டார். 11ல் நீசம் பெறுவதையும் வரவேற்பதற்கில்லை. எங்குமே இவர் தொல்லை அளிப்பவராகவே இருப்பதால் இவரின் திசை கன்னி லக்கினதாரர்க்கு எதிர்பார்ப்புக்குடைய திசை அல்ல.

ராகு திசை

கன்னிக்கு இவர் திசை எதிர்பார்ப்புக்குடையது. பல நன்மைகளை அளிப்பவர். பெரும் யோகத்தை அளிப்பவர் லக்கினத்தில் இவர் இருப்பது மிகவும் நல்லதுதான். கன்னி ராகுவுக்கு நல்ல இடம் அல்லவா? கன்னியில் ராகு இருக்கும்போது கட்டாயம் 1, 7, 4, 10ல் ஏதாவது கிரகங்கள் இருக்க வேண்டும். லக்கினச்சுபராக இருப்பது நல்லது. 7ல் மட்டும் எக்கிரகமும் இருக்கக் கூடாது. அது பாதக, மாரக

ஸ்தானம். கேது மட்டுமே இருப்பது பெருமளவு தீங்கு கன்னிக்குச் செய்ய மாட்டார். 3, 4, 5, 6, 9, 10, 11 ஆகிய இடங்களில் நன்மை அளிப்பார். 8ம் இடமாகிய மேஷத்தில் இருப்பது கன்னிக்குச் சிறப்பளிக்காது. அதே நிலைதான் துலாத்திலும், சிம்மத்திலும் இருப்பது நன்மையல்ல.

குரு திசை

கன்னிக்கு இவர் பாதகாதிபதி, மாரகாதிபதி, பாபர். எனவே இவர் எங்கு எப்படி எந்நிலையில் இருந்தாலும் மேன்மையான பலனை அளிக்க மாட்டார். திசையை சுமாராகக் கொண்டு சென்று விட்டாலே மிகவும் சந்தோஷமடைய வேண்டும். இவர் கெடுவதும் சரியல்ல வலுவடைவதும் சரியல்ல என்ற இரண்டும் கெட்டான் நிலை. பாபர் என்ற வகையில் கெட வேண்டும் என்றால் பொதுச் சுபரும் தன புத்திரகாரகத்தைப் பெற்ற இவர் கெடுவதும் சிறப்பில்லை அல்லவா? சோதிட சாஸ்திரத்தில் அனைத்துக் கிரகங்களும் முழு அளவு யோகமும் அளிப்பதில்லை. முழு அளவு கெடுப்பதும் இல்லை என்பதுதான் நுணுக்கமான உண்மை. அந்த அடிப்படையில் குரு திசையும் கன்னிக்குச் சில நன்மைகளை அளித்துதான் ஆக வேண்டும். அப்படியான ஒரு இக்கட்டான நிலைக்கு குரு தள்ளப்பட வேண்டும். கெடுக்க முடியாதபடியும் இருக்க வேண்டும். வலிவும் குறையக் கூடாது. அப்படி ஒரு நிலை ஏற்பட்டால்தான் இந்தப் பெரிய மனிதர் கன்னிக்கு வேலை செய்வார். அப்படியான இடம் இரண்டு உள்ளது. அந்த இடம் வரப்பிரசாதமான இடம் என்றே கருத்தில் கொள்ள வேண்டும். அது தனுசுவும், ரிஷபமும்தான்.

தனுசில் ஆட்சி பெற்றாலும் கேந்திராதிபத்திய தோஷம் பெற்று விடுகின்றார். ரிஷபத்தில் பகை பெற்றாலும்

திரிகோண வலுவைப் பெற்று விடுகின்றார். எனவே இவ்விரு இடங்களிலும் இருக்கும் குருவுடன் சனி மட்டுமே இணைவு பெற வேண்டும். வேறு எவரும் இணைவு பெறக் கூடாது. பார்வையும் பெறக் கூடாது. இத்தகைய நிலை அவரை மிகவும் இக்கட்டான நிலையில் வைத்து விடும். எப்படியும் திசையில் நல்ல பலன்களைச் செய்தே ஆக வேண்டும். இவ்விரு நிலையைத் தவிர வேறெதுவும் கன்னிக்கு குரு பகவான் திசையில் மேன்மையான நற்பலன் களைப் பெற்றுத் தருவதில்லை.

சனி திசை

கன்னிக்குச் சனியோகர். சிலர் இதை மறுக்கின்றார்கள். புதனும், சுக்கிரனும் மட்டுமே யோகர்கள் என்று கூறியுள்ளார்கள். இதை நான் மறுக்கின்றேன். கன்னிக்குப் புதன் யோகாதிபதியாக முடியாது. அரைச் சுபரானவர். லக்னத்துக்கும் 10-ம் இடத்திற்கும் ஆதிபத்தியம் பெறுவதால் அவருக்கும் கேந்திராதிபத்திய தோஷம் உண்டு என்பதை மறுப்பதற்கு இல்லை. சனியும், சுக்கிரனுமே யோகர்கள். அதிலும் முழுச் சுபர் சுக்கிரன் மட்டுமே. சனி பஞ்சம ஷஷ்டியாம்சம் பெறுவதால் அரைச் சுபர்தான் என்றாலும் கன்னிக்கு இவரின் திசை எதிர்பார்ப்புக்குரியதே. சனி 1, 2, 4, 5, 6, 9, 10 ஆகிய ஸ்தானங்களில் லக்னச் சுபராகிய சுக்கிரனோடும், புதனோடும் இணைந்தோ பார்வை பெற்றோ இருந்தால் நற்பலன் அளிப்பார். 2ல் ஒரு கிரகம் உச்சம் பெறுவது நல்லதல்ல என்று குறிப்பிட்டேன். அதை மறுக்க முடியாது. எனினும் யோக வகைக்கு சனி 2ல் உச்சம் பெறுவது சிறப்பளிக்கும். ஆனால் மனைவிக்குத் தீமை அளிக்கவே செய்யும். சனி ஆயுள் காரகன் என்பதால் ஆயுள்

வகையில் கெடுதல் செய்ய மாட்டார். உடல் நிலையில் கோளாறுகள் ஏற்படுத்தாமல் இருக்க மாட்டார். 11ம் இடத்தில் இருப்பது பொதுவாக நல்லது. என்றாலும், சனி அங்குப் பகை பெறுவது பெருமளவில் யோகம் செய்யாது. 3ல் பகை பெறுவதும், 12ல் பகை பெறுவதும், 8ல் நீசம் பெறுவதும் கன்னி லக்னத்துக்குச் சிறப்பளிக்காது. சுக்கிரன், ராகு, கேது, புதன் இணைவு, பார்வை மட்டுமே சிறப்பளிக்கும் மற்றவர்களின் பார்வை, இணைவு சிறப்பில்லை.

புதன் திசை

லக்னாதிபதியான இவர் கன்னியில் மூன்று வலுவைப் பெறுவதால் இவரின் திசை இவர்களுக்கு மேன்மை அளிக்கும். முன்பு கூறிய கன்னி, துலாம் ஆகிய இடங்களில் சூரியன், சுக்கிரன், புதன் ஆகிய மூவர்களின் முக்கூட்டு நன்மையளிக்கும். புதன் திசை சிறப்பான பலன்கள் அளிக்கும். கலைத் துறையில் பிரகாசமான சிறப்பை அளிக்கும். லக்னத்தில் முக்கூட்டு எழுத்து, ஜோதிடம், மருத்துவத் துறைகளில் சிறப்பை அளிக்கக் கூடும். 5, 6, 9, 10 ஆகிய இடங்களிலும் சிறப்பளிப்பார். 10ல் மட்டும் தனித்திருப்பது சிறப்பளிக்காது. உடன் சுக்கிரன் சனி சூரியன் ஆகிய மூவரில் எவரேனும் ஒருவர் இருக்கலாம். (அல்லது) சனி, சுக்கிரன் இருக்கலாம். ஆனால் சூரியன், சனி இணைவு சிறப்பளிக்காது. 3, 4, 7, 8, 11, 12 ஆகிய இடங்களில் இருக்கும் புதனின் திசையில் மேன்மையான பலன்களை எதிர்பார்க்க முடியாது. சிக்கலும் சீர்குலைவுமே திசையில் தலை தூக்கி நிற்கும். லக்கினச் சுபர்களின் இணைவும், பார்வையும் ஓரளவு துணை புரியுமே தவிர முழு அளவுக்குப் பயன் அளிக்காது.

கேது திசை

கேது கன்னிக்கு 1, 2, 3, 4, 5, 6, 9, 10, 11 ஆகிய ஸ்தானங்களில் லக்கினச் சுபர்களோடு இணைவு, பார்வை பெற்று இருத்தல் நலம் பயக்கும். செவ்வாய், சூரியன், குரு, சந்திரன் ஆகியவர்களின் இணைவும், பார்வையும், 8, 12 ஆகிய இடங்களில் இருப்பதும் சிறப்பளிக்காது. மற்றபடி நிதானமான சீரான வாழ்க்கையைத் திசையில் அளிப்பவர். லக்கினத்தில் புதன் சுக்கிரனோடு சேர்தல் மிகவும் விசேஷம். ஞானத்தைப் பெருமளவு அளித்திடுவார். அசாத்தியமான திறமை படைத்தவர்களாக இருப்பார்கள்.

சுக்கிரன் திசை

கன்னியின் முழு யோகரான இவர் தனது திசா காலத்தில் சிறப்பான மிக மேன்மையான பலனை அளிப்பார். லக்கினத்திலும், 2ம் இடமாகிய துலாத்திலும் முன்பு கூறிய சுக்கிரன், சூரியன், புதன் ஆகியவர்களின் முக்கூட்டுச் சிறப்பளிக்கும். லக்கினத்தில் தனித்து நீசம் பெறுவது நன்மையல்ல. 2, 5, 9, 10 ஆகிய இடங்களில் தனித்திருந்தாலும். சனி (அ) புதனோடு இணைந்திருந்தாலும் மேன்மையான பலன்களை அளிப்பார். மேற்படி இடங்களில் சூரியன், சந்திரன், செவ்வாய், குரு ஆகியவர்களின் இணைவு சிறப்பளிக்காது. அதேபோல் 3, 4, 7, 8, 11, 12 ஆகிய இடங்கள் சிறப்பில்லை. 6ம் இடத்தில் அவர் கெடுவதில்லை. எனவே கும்பத்தில் சற்றுக் குறைவான யோகத்தைத்தான் அளிப்பார். 7ம் இடமாகிய மீனத்தில் உச்சம் பெற்றாலும் சிறப்பான யோகத்தை அளிக்க மாட்டார். மாறாக திசையில் அசுப பலன்களே அதிகம் இருக்கும். கன்னி லக்கினத்துக்குச் சுக்கிரன் உச்சம் பெறுவது பயன் இல்லை என்றுதான் கூற

வேண்டும். கன்னி லக்கினத்தாரர்க்குச் சுக்கிரன் நன்னிலையில் இருந்து விட்டால் மிகப் பெரிய யோகத்தைத் தன் திசையில் கொடுத்தே தீருவார்.

துலாம்

சூரிய திசை

துலாத்திற்கு ஆகாதவரும் பாதக ஸ்தானாதிபதியுமான சூரியன் வலுப்பெறுவதும், கெடுவதும் இரண்டுமே சரியல்ல. எனவே மேன்மையான பலன்களை எதிர்பார்க்க இயலாது. சுமாரான பலன்களையாவது செய்ய வேண்டு மானால் 3, 6, 9, 10 ஆகிய ஸ்தானங்களில் மட்டுமே இருக்க வேண்டும். மற்ற இடங்களில் மேன்மையான பலன்களை எதிர்பார்க்க இயலாது. உடன் புதன் இணைவு சுபச் சந்திரன் பார்வையும், இணைவும் மட்டுமே சிறிது நன்மையளிக்கும். துலாத்தின் யோகர் என்ற அடிப்படையில் சனி இணைந்தால் இருவரின் திசையுமே கெட்டுவிடும். மற்றவர்கள் எவருடைய இணைவும் சிறப்பளிக்காது. மற்ற இடங்களும் 11ம் இட பாதக ஸ்தானாதிபதி என்ற முறையிலும், லக்கினத்துக்கும், லக்கினாதிபதிக்கும் ஆகாதவர் பாபர் என்ற முறையிலும் கெடுபலனையே அளிப்பார்.

சந்திரன் திசை

துலாத்துக்கு பத்தாம் இடமாகிய தொழில் ஸ்தான அதிபர் சந்திரன். இவர் சுபரும் அல்ல யோகரும் அல்ல என்பதோடு பாபரும் அல்ல. சில நூல்கள் சந்திரனை யோகர் என்று குறிப்பிட்டுள்ளன. அதை எம்மால் ஏற்றுக் கொள்ள இயலவில்லை. சந்திரன் சுபராக இருப்பின் அவர் கேந்திராதி பத்திய தோஷம் பெறுவார். பாபராக இருப்பின் யோகராகும்

வாய்ப்பில்லை. சனி மட்டுமே முழு யோகர். புதன் அரை யோகர் அதேபோல் செவ்வாய் துலாத்துக்கு மாரகம் செய்ய மாட்டார் என்று குறிப்பிட்டுள்ளதையும் ஏற்றுக் கொள்வதற் கில்லை. 2, 7 ஸ்தானாதிபதி சரத்திற்கு மாரகர்தான். சந்திரன் சுபராக இருந்து 4, 5, 7, 9, 10 ஆகிய இடங்களில் தன் திசையில் நன்மை அளிப்பார். உடன் சனி இணைவு மட்டுமே நன்மையை அளிக்கும். அதுகூட மிக மேன்மையை அளிக்காது. மற்ற எவரின் இணைவும் நன்மை அளிக்காது. பாபச் சந்திரனாக இருந்தால் 10ல் மட்டுமே நன்மை அளிப்பார். மற்ற இடங்கள் எதுவாயினும் திசையில் நற்பலனைக் காண இயலாது. 8ல் உச்சம் பெறுவதும் சிறப்பென்று கூறுவதற்கில்லை. அதே நிலைதான் 2ம் இடமாகிய விருச்சிகத்தில் நீசம் பெறுவதும்.

செவ்வாய் திசை

துலாத்துக்கு 2, 7ககுடைய இவர் மாரகாதிபதி என்பதோடு பாபரும்கூட. இவர் திசை துலாத்துக்குப் பெருமளவு எதிர்பார்க்கக் கூடிய திசையல்ல. எனினும் இவர் திசையில் பெரும் யோகம் செய்யவில்லை என்றாலும் கெடுக்காமல் இருந்தாலே போதுமானது. இவர் 6, 8, 12ல் கெட்டு மறைந்தால் நல்லது. 6ல் கெடுவதற்குப் பதில் நட்பு பெற்று வலிமையடைவார். 8லும் கெடும் வாய்ப்பு இல்லை. 12ல் மட்டும் கெடும் வாய்ப்பு உள்ளது. ஆனால் அது கன்னி. கன்னியில் செவ்வாய் அமர்வதை வரவேற்க முடியாதது தான். ஆனால் அந்த இடம் 12ம் இடம் என்பதாலும் அதில் அவர் வலுக் குறைகின்றார் என்பது மட்டுமே ஆறுதலுக் குரிய விஷயம். மற்றப்படி அவரின் திசை மேன்மைக் குரியதல்ல என்றே குறிப்பிட வேண்டும். எவ்விடத்தில் அமர்ந்தாலும் அவர் துலாத்துக்குத் தொல்லைகளை அளித்தே தீருவார்.

ராகு திசை

இவர் துலாத்துக்குப் பெரும் கெடுதல்கள் செய்யாதவர். லக்கினாதிபதிக்கு மட்டுமல்லாமல் யோகர்களுக்கும் நட்பானவர். இவர், 1, 3, 4, 5, 6, 7, 9, 10, 12 ஆகிய இடங்களில் சனி புதன் ஆகியவர்களோடு இணைந்திருப்பின் நற்பலனை அளிப்பார். 7ல் இருப்பது நல்லதல்ல. என்றாலும் அங்கு அவர் வலுவிழந்து நிற்பதாலும் லக்னத்தில் உள்ள கேது ராகுவின் கெடுதல்களைக் குறைப்பார். 2லும் 11லும் இவர் இருப்பது நிச்சயம் சிறப்பல்ல. அதே நிலைதான் 8ல் இருக்கும்போதும். இவர் 8ல் இருக்கும்போது 2ல் கேது உச்சம் பெற்று விடுவார். எக்கிரகமாக இருப்பினும் 2, 6, 8, 12 ஆகிய இடங்களில் உச்சம் பெறுவது நல்லதல்ல என்பதை மறக்கக் கூடாது. யோகராக இருப்பினும் கூட நல்லதல்ல என்பதுதான் அனுபவப் பூர்வமான உண்மை.

குரு திசை

துலாத்துக்கு இவர் திசையும் சிறப்பை அளிக்காது. செவ்வாய் திசையின் நிலைமையேதான். எனினும் திசை சுமாராகவாவது இருக்க வேண்டுமெனில், லக்கினத்தில் கெடுவதும், 4ல் நீசம் பெறுவதும், 9ல் பகை பெறுவதும் மட்டுமே நன்று. மற்ற இடங்களில் 4ல் சற்றுத் தொல்லைகள் குறையும். பொதுச் சுபர் என்ற வகையில் 4ல் கெடுக்க மாட்டார். மற்ற இடங்கள் எதிலும் நற்பலன் அளிக்க மாட்டார். ஆயினும் உடன் சனி, புதன் ஆகிய இருவரின் மற்றும் ராகு கேது இருவரின் இணைவு மட்டுமே சிறப்பளிக்கும்.

சனி திசை

துலாத்துக்குப் பெருமளவு யோகம் கொடுக்கக் கூடியவர் இவர்தான். சனியைப் போல் கொடுப்பாரும் இல்லை, கெடுப்பாரும் இல்லை என்பது உண்மையான சொல். கெடுதல்களைச் செய்வது போலவே கொடுக்க ஆரம்பித்தாலும் வள்ளல் போல் வாரி வழங்கிடுவார். துலாத்துக்குச் சனி நன்னிலையில் இருந்திட்டால் அமோக யோகம்தான். லக்கினத்தில் உச்சம் பெற்று உடன் புதன் இணைந்து விட்டால் சிறப்பான யோகம்தான். அப்போது சுவாதி 2, 3ம் பாதத்தில் இருந்தால் மிக மேன்மையான பலன்கள் அளிப்பார். 4, 5, 6, 9 ஆகிய இடங்களில் நற்பலனை அளிப்பார். உடன் புதன், ராகு, கேது ஆகியவர்களின் இணைவு மட்டுமே சிறப்பளிக்கும். மற்றவர்களின் இணைவு சிறப்பளிக்காது. சுபச்சந்திரன் இணைவு மட்டும் சிறப்பளிப்ப தாகவும், குறிப்பிட்டுள்ளதை ஒப்புக்கொள்ள வேண்டி யுள்ளது. மற்ற இடங்களும் மற்றவர்களின் இணைவும் சிறப்பளிக்காது.

புதன் திசை

இதுவும் எதிர்பார்ப்புக்குரிய திசைதான். துலாத்தின் மற்றொரு யோகர் இவர். 1, 2, 4, 5, 7, 9 ஆகிய இடங்களில் உள்ளபோதும், சனி, ராகு, கேது ஆகியவர்களின் இணைவும் பார்வையும் மட்டுமே சிறப்பளிக்கும். மற்ற இடங்களும், மற்றவர்களின் இணைவும் பயனளிக்காது. 12 இடம் அவரின் சொந்த இடம் என்றாலும் அங்கு அவர் இருப்பது பெருமளவு யோகம் அளிக்காது. திசை சுமாராகத்தான் இருக்கும்.

கேது திசை

துலாத்துக்கு இவரும் கெடுதல் செய்யாதவர்தான். 1, 4, 5, 6, 7, 9, 10 ஆகிய இடங்களில் நன்மை செய்வார். உடன் இணைய வேண்டியவர்கள் சனியும், புதனும் மட்டுமே. மற்றவர்களின் இணைவும், மற்ற இடங்களும் திசைக்குச் சிறப்பை அளிக்காது.

சுக்கிர திசை

லக்கினாதிபதி என்றாலும், இவரே துலாத்துக்கு பாபர்தான். இவர் திசை மேன்மையை அளிப்பதில்லை. 1, 4, 5, 9 ஆகிய இடங்களில் மட்டும் சனி, புதன், ராகு, கேதுவோடு இணைந்தால், சற்று மேன்மையான பலன் அளிப்பார். பார்வை கூடப் பெரும் சிறப்பை அளிக்காது இவர் கெடவும் கூடாது. வலுப்பெறவும் கூடாது. எனவே மற்ற இடங்களும், மற்றவர்களின் இணைவும் சிறப்பளிக்காது. அஷ்டமாதிபத்தியம் பெறும் இவர் 6ல் உச்சம் பெறுவதும் நல்லதல்ல. 12ல் நீசம் பெறுவதும் நல்லதல்ல. 2ல் இருக்கும்போதும் பெரும் நன்மை என்று கூற முடியாது. அதுவேதான் 7, 8லும் இருக்கும்போதும்.

விருச்சிகம்
சூரிய திசை

விருச்சிகத்திற்கு 10க்குடைய சூரியன் யோகர் என்ற வகையிலே வருபவர். இவரின் இந்த திசை லக்கினத்துக்கு எதிர்பார்ப்புக்குடையது. சூரியன் 1, 2, 5, 6, 7, 9, 10, 11 ஆகிய இடங்களில் இருக்கும்போது நன்மை செய்பவர். உடன் குரு இணைவு மட்டுமே நன்மை பயக்கும். மற்ற எவரின்

இணைவும் சிறப்பளிக்காது. மேற்கண்ட இடங்களைத் தவிர மற்ற இடங்களும் சிறப்பளிக்காது. தொழில் ஸ்தானத்திற்கும் அதிபதியாவதால் இவரின் நிலையை வைத்துத்தான் தொழில் நிலையைக் கவனிக்க வேண்டும். சூரியன் நன்முறையில் இருந்து விட்டால் அரசுப் பணி கிடைக்கும்.

சந்திர திசை

இவர் 9க்குடையவர். ஸ்திர லக்கின, ராசிகளுக்கு 9ம் இடம் பாதகஸ்தானம் என்றாலும் திரிகோணம் ஆபோக்கிலீய ஸ்தான அமைப்பில் வருவதால் ஸ்திர லக்கினங்களுக்கு 9க்குடையவர் பெருமளவு பாதகம் செய்து விடுவதில்லை. எனவே சந்திரன் சுபராக இருந்து 1, 2, 3, 4, 5, 7, 9, 10, 11 ஆகிய இடங்களில் நற்பலனை அளிப்பார். உடன் சூரியன், குரு இணைவு பார்வை நன்மையை அளிக்கும். பாபச் சந்திரனாக இருந்தால் 1, 3, 5, 10, 11 ஆகிய இடங்களில் நற்பலனை அளிப்பார். உடன் சூரியன், குரு இணைவு பார்வை நன்மையை அளிக்கும். பாபச் சந்திரனின் தோஷத்தை குரு மட்டுமே போக்குபவர் லக்கினத்தில் இவர் நீசம் பெற்றாலும் லக்கின கேந்திரத்தில் வலிமை பெற்று விடுவார். உடன் குரு, சூரியன், செவ்வாய் இணைவு இருப்பின் மிகப் பெரிய யோகத்தைத் தன் திசையில் அளித்திடுவார். பாபர்கள் இணைவும் பார்வையும் இல்லாமல் இருக்கவேண்டும்.

செவ்வாய் திசை

லக்கினாதிபதி என்றாலும் பாபர்தான். எனவே இவர் திசை பிரச்சினைக்குரியதுதான். லக்கினாதிபதி என்ற வகையில் வலுவிழப்பதும், பாபர் என்ற முறையில் வலுப்பெறுவதும் தீங்கானதுதான். இவருக்கும் இரண்டு

வகையில் தன் திசையில் நற்பலனை உருவாக்கும் வாய்ப்புள்ளது. 5, 9 ஆகிய இரு இடங்களில் குருவோடு இணையும்போது நன்மை செய்ய வேண்டிய நிலையைப் பெறுகின்றார். 5ல் திரிகோண வலு, 9ல் நீசம் என்றாலும் குருவோடு நீசபங்கம் பெறுவார். அல்லது சந்திரனும் செவ்வாயும் பரிவர்த்தனம் பெற்றாலும் நன்மை செய்வார். முன்பு கூறியதுபோல் லக்கினத்தில் சூரியன் குரு சந்திரன் ஆகியவர்களோடு இணையும்போது நன்மை அளிக்கவே செய்வார். 10ல் சூரியனோடு இணைவதும் நன்மைதான். மற்றவர்களின் சேர்க்கை, பார்வை மற்ற இடங்கள் சிறப்பில்லை.

ராகு திசை

லக்கின உச்சாதிபதியான இவர் செவ்வாயைப் போலவேதான் இயங்குவார். எனினும் குரு ஒருவர் மட்டுமே இவரோடு இணையலாம். மற்ற எவரின் இணைவும் சிறப்பில்லை. 3, 4, 5, 6, 7, 9, 11 ஆகிய இடங்களில் நன்மை அளிப்பார். இவர் திசை பலனளிக்க வேண்டுமென்றால் இவர் நின்ற ஸ்தானங்களுக்குக் கேந்திரங்களில் எதிலேனும் கிரகங்கள் இருக்க, உடன் குரு இணைவு இருந்தால் (அ) பார்வை இருந்தால் நன்மை. இணைவை விடப் பார்வை சிறப்பளிக்கும். மற்றவர்களின் இணைவோ பார்வையோ திசையின் மேன்மைக்குப் பயன் இல்லை.

குரு திசை

தன பஞ்சமாதிபதியான இவரே முழு யோகர். இவர் தனியாக இருப்பதை விட உடன் சூரியன், சந்திரன் ஆகியவர்களோடு இணையும்போது அதிகம் பலன்

அளிப்பார். பார்வை முழுப் பலனையும் அளிக்காது. 1, 2, 5, 7, 9, 10 ஆகிய இடங்களில் நற்பலனை அளிப்பார். 7ல் அவர் பகை பெற்றாலும் அவரின் வலுக் குறைவதில்லை என்று கிரந்தம் கூறுகின்றது. உடன் சூரியன் (அ) சந்திரன் இணைவு மேலும் பலமளிக்கும். மற்றவர்களின் இணைவும், பார்வையும் மற்ற இடங்களும் திசைக்கு மேன்மை அளிக்காது.

சனி திசை

விருச்சிகத்துக்கு 3, 4க்குடைய இவர் சுபரும் அல்ல. பாபரும் அல்ல. சமத்துவம் பெறுபவர். பெருமளவு யோகமும், கெடுதலும் செய்ய மாட்டார். ஆனால் ராசிக்கு மட்டும் 7 ½ சனியின் ஆரம்பமே மிகவும் கடுமையாக இருக்கும். திசையைப் பற்றி கணக்கிடும்போது லக்கினத்தில் இவர் பகை பெற்றாலும் இவர் பொதுவான பாபர். இந்த லக்கினத்து யோகரோ, சுபரோ அல்ல. எனவே இவர் லக்கின கேந்திரத்தில் இருந்து திசை நடத்துவது சிறப்பில்லை. 12ம் இட விரயமாகிய துலாத்தில் உச்சம் பெறும் இவர் 3, 4, 5, 6, 9, 10, 11 ஆகிய இடங்களில் இருந்து குருவின் இணைவு (அ) பார்வையை மட்டுமே பெற்றால் திசையில் சில நன்மைகளைச் செய்வார். 3, 4ல் ஆட்சி பெறுவது நல்லதா என்ற கேள்வி எழத்தான் செய்யும். நல்லதுதான். பொதுவாகவே எந்தக் கிரகமாக இருப்பினும் தங்கள் இல்லத்தில் ஆட்சி (அ) தங்கள் உச்ச வீட்டில் உச்சம் பெறுவது வலிமையான அமைப்பு. எனவேதான் 6, 8, 12ல் ஆட்சியோ, உச்சமோ பெறக் கூடாது. மற்ற ஸ்தானங்களில் ஆட்சி உச்சம் பெறுவது அந்தந்த ஸ்தானங்களை வலுப்படுத்தும். இந்நிலையில் ஒவ்வொரு பாவத்துக்கும் 6, 8, 12ல் ஒரு கிரகம் உச்சம் பெறுவது அந்த பாவத்தின் தன்மையைக் கெடுத்துவிடும். இதைப் பற்றியெல்லாம் 2ம் பாகத்தில் தக்க

ஆதாரங்களுடன் விளக்கப்பட்டுள்ளது. மற்ற இடங்களும், மற்றவர்களின் இணைவும் இந்த லக்கினதாரர்களுக்குச் சனி திசையில் சிறப்பில்லை.

புதன் திசை

இந்த லக்கினத்துக்கு ஆகாதவரான இவரின் திசையில் மேன்மையான பலன்களை எதிர்பார்க்க இயலாது. திசை சுமாராகவாவது செல்ல வேண்டுமெனில், சூரியனுடன் புதன் இணைவது மட்டுமே நன்மையளிக்கும். பாபர் என்ற வகையில் இவர் 6, 8, 12ல் கெட வேண்டும். ஆனால் அந்த வாய்ப்பு இல்லை. 5ல் நீசமும், 9ல் பகையும் மட்டுமே பெறுவார். சூரியனுடன் புதன் இணைவதிலும் ஒரு சிக்கல் உள்ளது. அஷ்டமாதிபதியான எவரும் சம்பாத்திய காரகரான சூரியனுடன் இணைவது என்பது சம்பாத்தியத்தில் அடிக்கடி சிக்கல்களைத் தோற்றுவிக்கவே செய்யும் என்பதை மறுக்க இயலாது. எனவே அஷ்டமாதிபத்தியம் பெறும் புதனுடன் சூரியன் இணைவும் சரியென்று தோன்றவில்லை.

சூரியனுடன் அஸ்தங்கத தோஷம் அடைவது உண்மையென்றாலும், அதுவும் குறிப்பிட்ட பாகை வரைதான் தோஷம். அப்போதும் கூட அஷ்டமாதிபத்திய வலுவை அவர்கள் இழப்பதில்லை. எனவே புதனின் நிலைமை இந்த லக்கினதாரர்களுக்கு ஒரு சிக்கல்தான். 5, 9லும் அவர் வலுவிழப்பது மட்டுமே நன்மையளிக்கும் நிலைமை. மற்றப்படி எங்கிருந்தாலும் எவர் இணைவும் திசையின் மேன்மைக்குச் சிறப்பளிக்காது. எனினும் 11ம் இட லாபாதிபதியாக இணைவதில் பாதகம் அதிகம் இல்லை.

கேது திசை

இவர் லக்ன உச்சாதிபதி என்றாலும் விருச்சிகத்துக்கு இவர் மேன்மை எதையும் செய்வதில்லை. ராகு கேது

இவர்களின் உச்சம் விருச்சிக லக்கினதாரர்களுக்குப் பயன் இல்லை. மிதுனம், கன்னி, மகரம், கும்ப லக்கினங்களுக்கு மட்டுமே நன்மை. துலாத்துக்கும், ரிஷபத்துக்கும் கூட சிறப்பில்லை என்றுதான் கூற வேண்டும். ரிஷபத்துக்கு சுமார்தான். ஏதோ லக்கினத்தில் இருவரில் ஒருவர் அமர்ந்து விடுவதால் ஈடுசெய்து கொள்ளுகின்றார்கள். கேது 3, 4, 5,6, 9, 11 ஆகிய இடங்களில் மட்டுமே சற்று நன்மை செய்வார். குரு பார்வை சற்று திசைக்குச் சிறப்பளிக்கும். மற்ற இடங்கள் மற்றவர்களின் இணைவு பார்வை சிறப்பில்லை. 7ஐக் கூட விட்டுவிட்டதைக் கவனியுங்கள். காரணம் 7ல் இவர் இருந்தால் லக்கினத்தில் ராகு இருப்பார். அது சிறப்பான ஒன்றல்ல.

சுக்கிர திசை

2, 7க்குடைய இவரின் திசையையும் இவர்கள் எதிர்பார்ப்பதற்கில்லை. எவருடைய இணைவையும் இவர் ஏற்றுக் கொள்வதாகவும் இல்லை. இருப்பினும் சில இடங்களில் சாரபலத்தின் அடிப்படையில் ஏதேனும் நன்மை புரிந்தால்தான். 3, 4, 7, 11 ஆகிய இடங்களில் உடன் சுபச்சந்திரனின் இணைவு (அ) பார்வை மட்டுமே நன்மை அளிக்கும். மற்ற இடங்கள், மற்றவர்களின் இணைவு, பார்வை சிறப்பளிக்காது. சில நூல்களில் குருவுடன் இணைவது நல்லது என்று கூறப்பட்டுள்ளது. அது தவறு என்பது என் அபிப்பிராயம், தேவ குருவும், அசுர குருவும் இணைவதோ, பார்ப்பதோ கிரக யுத்தம் ஏற்படத்தான் வழி வகுக்கும். இருவர் இணைவும் போராட்டம்தான். சிறப்புக்கு வழியில்லை.

தனுசு
சூரிய திசை

தனுசு லக்னதாரர்களுக்குச் சூரியன் யோகர், சுபர். எனவே இவரின் திசை இவர்களுக்கு மேன்மையான பலன்களை அளிக்கும் என்பதை மறுப்பதற்கில்லை. லக்னத்துக்கு 1, 4, 5, 6, 7, 9, 10 ஆகிய ஸ்தானங்களில் இருக்கும் போது நற்பலன் செய்வார். உடன் செவ்வாய் 1, 4, 5, 9 ஸ்தானங்களில் மட்டுமே இணையலாம். குரு 1, 5, 9 ஆகிய ஸ்தானங்களில் மட்டுமே இணையலாம். சுபச்சந்திரன் 1, 4, 5, 7, 9 ஆகிய ஸ்தானங்களில் மட்டுமே சூரியனோடு இணைந்தால் மேன்மையான பலன்கள் கிடைக்கும். லக்கினத்தில் 5ல், 9ல் குரு, செவ்வாய், சூரியன் ஆகியவர்களின் முக்கூட்டு மூவர் திசைகளிலுமே நற்பலனை அளிக்கும். மிகுந்த செல்வாக்கையும், அந்தஸ்தையும் அளிக்கும். 2, 3, 8, 11, 12 ஆகிய ஸ்தானங்கள் சிறப்பில்லை. மற்றவர்களின் இணைவும் நன்மை அளிக்காது.

சந்திர திசை

தனுசுக்கு இவர் அஷ்டமாதிபதி என்றாலும் தனுசு அதிபராகிய குரு பகவான் உச்சமடையும் இல்லத்தின் அதிபதி சந்திரன். இருவரும் அதிமித்திர (நட்பு) கிரகங்கள். எனவே பெருமளவு கெடுதல்கள் செய்ய மாட்டார். பாபச் சந்திரனாக இருப்பின் திசை சிறப்பாக இருக்காது. சுபச் சந்திரனாக இருக்க வேண்டும். அஷ்டமாதிபதிகள் பொதுவாக சிறப்பளிப்பதில்லை என்றாலும் அவர்களே லக்கினச் சுபர்களாக இருப்பின் பெருமளவு கெடுதல் செய்வதில்லை. அந்த அமைப்பு சிம்மம், தனுசு, கும்பம் ஆகியவற்றிற்கு

அமையும். சுபச் சந்திரன் என்ற அடிப்படையில் சந்திரன் 3, 4, 5, 9, 10, 11 ஆகிய இல்லங்களில் மட்டும் குருவின் பார்வை (அ) செவ்வாய் பார்வை பெற்று இருந்தால் திசை பலனளிக்கும். சூரியன் இணைவும் பார்வையும் கூட நல்லதுதான். மற்ற இடங்கள் எங்குமே அவரின் திசைக்கு மேன்மை அளிக்காது. மற்றவர்களின் இணைவும் பார்வையும் சிறப்பளிக்காது.

செவ்வாய் திசை

பஞ்சம விரயாதிபதி என்றாலும் தனுசுக்கு இவர் ஒரு யோகர். எனவே இவர் திசை நன்மையளிக்கும். எனினும் பெருமளவு இவரிடம் எதிர்பார்க்கக் கூடாது. விரயாதி பத்தியமும் பெறுவதால் 1, 4, 5, 9, 11ல் மட்டுமே நன்மை செய்வார். சூரியன் இணைவும் நன்மையளிக்கும். குருவின் பார்வை மட்டுமே சிறப்பளிக்கும். சுபச் சந்திரன் இணைவும் பார்வையும் சந்திர மங்கள யோகம் அளிக்கும். மற்ற இடங்கள், மற்றவர்களின் இணைவு பார்வை சிறப்பளிக்காது.

ராகு திசை

தனுசுக்கு ராகு நன்மை செய்பவர். லக்கினத்தில் அமர்ந்து கோதண்ட ராகு என்ற அமைப்பைப் பெறுவார். திசையையும் நன்முறையில் செலுத்துவார். குருவும் ராகுவும் மட்டுமே லக்கினத்தில் இணைய வேண்டும். வேறு எவர் இணைவும் பார்வையும் திசைக்குச் சிறப்பளிக்காது. 3, 4, 6, 10, 11 ஆகிய இடங்களில் இருக்கும் ராகு திசையில் நற்பலன் செய்வார். உடன் குரு இணைவு பார்வை மட்டுமே சிறப்பளிக்கும். மற்ற இடங்களும், மற்ற எவர் இணைவும் சரியல்ல.

குரு திசை

லக்கினாதிபதியான இவர் நன்முறையில் இருந்தால்தான் இவரின் திசை நற்பலனை அளிக்கும். இவர் எங்கு தனித்து அமர்ந்தாலும் அவர் திசையில் நற்பலன் கிடைக்காது. 1, 3, 5, 9 ஆகிய இடங்களில் மட்டுமே நற்பலன் செய்வார். 1ல், 5ல், 9ல் சூரியன், செவ்வாய் இணைவு சிறப்பளிக்கும். 3ல் சனி ராகு இணைவு மட்டுமே நன்மையளிக்கும். மற்ற எவர் இணைவும் இவர் திசையில் மேன்மையளிக்காது. இவர் உச்சம் பெறும் இடம் என்ன ஆயிற்று என்ற கேள்வி புரிகின்றது. லக்கினாதிபதி 8ல் உச்சம் பெறும் வாய்ப்பு தனுசுக்கு மட்டுமே. துலாத்துக்கு 6ல் உச்சம் பெறும் சுக்கிரன் எப்படியோ அப்படித்தான் இதுவும். ஆயுள் பலமளிக்குமே தவிர யோக பலம் இருக்காது. எனவே கடகத்தில் அவர் உச்சம் பெறுவது சிறப்பல்ல. அதைப் போன்றுதான். 4, 7, 10 ஆகிய இடங்களும். கடும் கேந்திராதிபத்திய தோஷம் பெற்று விடுவார். 7லும் 10லும் பகை பெற்றாலும் தோஷம் குறைவதில்லை.

சனி திசை

தனுசுக்கு இவர் யோகரும் அல்ல. பாபரும் அல்ல. சமமானவர். எனவே சம பலன்களையே அளிப்பார். 3, 4, 6, 10, 11ல் மட்டுமே சற்று நல்ல பலனை அளிப்பார். 2ல் ஆட்சி பெற்றாலும் அது சிறப்பில்லை. 2ல் சனி இருப்பது குடும்பத்தில் சிக்கலை உருவாக்கும். மற்ற இடங்கள் சிறப்பில்லை. மற்ற எவரின் இணைவும் சிறப்பளிக்காது. ராகுவின் இணைவு, குருவின் பார்வை மட்டுமே நன்மை அளிக்கும்.

புதன் திசை

தனுசுக்குப் பாதகமாரகாதிபதி. இவர் திசை மேன்மையாக இருக்காது. எனினும் 4ல் நீசமும், 8ல் பகையும் பெற்றால் திசை சுமாராகச் சென்றுவிடும். மற்றபடி பாதகாதிபதியான இவர் எங்கிருந்தாலும் ஏதாவது தொல்லைகள் அளிக்கவே செய்வார். சூரியன் இணைவு மட்டுமே இவரின் தோஷத்தைக் கட்டுப்படுத்தும். சூரியனுடன் இணையும்போது அஸ்தங்கத தோஷம் பெறுவார். அதுவும் 11 பாகை வரைதான் அஸ்தங்கத தோஷம். எனவே நிலையை நன்கு கணித்தே பலன்கள் உரைக்க வேண்டும்.

கேது திசை

தனுசுவிற்கு இவரும் பொதுவானவரே. பெருமளவு கெடுதல் செய்ய மாட்டார். அதேபோல் பெருத்த யோகத்தையும் அளிக்காதவர். 3, 4, 6, 10, 11 ஆகிய இடங்களில் மட்டுமே நன்மை அளிப்பார். உடன் சனி இணைவு நன்மை. குரு இணைவை விடப் பார்வையே நன்மை அளிக்கும். மற்ற எவரின் இணைவும் திசையில் மேன்மையளிக்காது.

சுக்கிர திசை

6, 11க்குடைய இவரின் திசை தனுசுக்கு எதிர்பார்ப்பதற் குரியதல்ல. எங்கே அமர்ந்தாலும் எவருடன் இணைந்தாலும் மேலான பலன்களை எதிர்பார்க்க இயலாது. எந்த இடமும் தொல்லை அளிக்கக் கூடியதே. 11ம் இடமாகிய மாரக ஸ்தானத்துக்கும் அதிபதியான இவர் எவ்வகையில் பார்த்தாலும் பெருத்த யோகம் அளிக்க மாட்டார். யோகம்

அளிக்கவில்லையென்றாலும் கெடுக்காமல் இருந்தாலே போதும். சுக்கிரனும் கெடுக்கக் கூடுமோ என்று தோன்றலாம். கொடுப்பதிலும் சரி, கெடுப்பதிலும் சரி, நவக்கிரகங்களும் ஒன்றுக்கொன்று சளைத்ததில்லை. நன்மை செய்ய வேண்டுமானால் தயக்கம் காட்டுவார்கள். ஆனால் கெடுதல் என்றால் பாய்ந்து வருவார்கள் வேகமாக. இது இயற்கையின் நியதி ஆகிவிட்டது. அதனால்தான் "ஆக்குவது கடினம், அழிப்பது சுலபம்" என்ற பழமொழியே உண்டு. குருவாலும் சுக்கிரனாலும் ஓட்டாண்டியாகியவர்கள் எவ்வளவோ. இந்த இரு சுபர்களும் மொட்டையடிப்பதிலும் கெட்டிக்காரர்கள்தான். சுக்கிரன் கெடுக்காமல் செல்லுவாரா என்றுதான் இவர் திசையில் தனுசு, மீன லக்கினதாரர்களுக்கு கவனிக்க வேண்டும். 3, 5, 12 ஆகிய இடங்களில் மட்டுமே அவர் கெடுபலன் அளிக்க இயலாது. அங்கும் கூட புதன், சனியுடன் இணைந்துவிட்டால் (அ) ராகு கேதுக்களோடு இணைந்து விட்டால் பாதகம் அதிகமாகும். சூரியனுடன் இணைவதே நல்லது. பொதுவாகவே சூரியனுடன் இணைந்தால், 9 பாகை வரைதான் அஸ்தங்கத தோஷம். எனினும் சூரியன் சுக்கிரனைக் கட்டுப்படுத்துவார். 9லும் ஆட்சி பெற்ற சூரியனோடு இருக்கும்பட்சத்தில் சில நன்மைகள் செய்யக் கூடும். புதனோடு இணைந்தால் பாதகம் செய்வதில்தான் நாட்டம் அதிகமாகும். சிலர் சுக்கிரன் கெடுப்பதில்லை. சுக்கிரதிசை யோகமான திசை என்று ஆசை காட்டுவார்கள். எல்லாருக்கும் சுக்கிர திசை வேலை செய்யாது. அதை உதாரண ஜாதகங்களின் மூலம் 2ம் பாகத்தில் விளக்கியுள்ளேன். சாரபலம் கூட சுக்கிரனுக்குத் துணை செய்வதில்லை என்பதுதான் அனுபவபூர்வமான உண்மை.

மகரம்

சூரிய திசை

மகர லக்கினத்தில் பிறந்தவர்களுக்குச் சூரியன் அஷ்டமாதிபதி என்பதோடு, லக்கின பாபரும் கூட. எனவே இவரின் திசை எதிர்பார்ப்புக்குரியதல்ல. இவர் எங்கு எப்படி இருப்பினும் இவர் திசை மேன்மையை அளிக்காது. சுமாரான பலன்களையாவது இவர் அளிக்க வேண்டுமென்றால் 3, 6, 10, 11 ஆகிய ஸ்தானங்களில் மட்டுமே இருக்க வேண்டும். 10ல் இருக்கும்போது நீசம் பெற்றாலும் கேந்திர வலு மட்டும் அவருக்குப் போதுமானது. அவர் அதிக வலுவடைவதும் தீங்கானது. முழுமையாக வலுக் குறைவதும் சரியல்ல. உடன் புதன் இணைவு மட்டுமே நன்மை பயக்கும். சுக்கிரன், புதன், சூரியன் முக்கூட்டுப் பயனளிக்காது. மற்ற இடங்களும், மற்றவர்களின் இணைவும் சிறப்பளிக்காது.

சந்திர திசை

மகரத்திற்கு 7க்குடையவரான மாரகாதிபதியின் திசை என்றாலும் சில நன்மைகளைச் செய்வார். சுபர் சந்திரனாக இருந்து 3, 4, 5, 7, 9, 10 ஆகிய இடங்களில் திசையில் நற்பலன்களை அளிப்பார். இணைவு சுக்கிரனுடன் மட்டுமே சிறப்பு. மற்ற இடங்களும் மற்றவர்களின் இணைவும் பயனில்லை. பாபச் சந்திரனாக இருப்பின் அசுப பலன் தான் அவருக்கு. எனவே அவர் திசையில் எதுவும் எதிர்பார்ப்பதற்கில்லை.

செவ்வாய் திசை

மகரத்தின் உச்சாதிபதி இவர் என்றாலும், 4, 11க்குடையவர். 11ம் இடம் பாதக ஸ்தானம் பெறுவதோடு லக்கின அசுபரும் கூட. எனவே இவர் திசையும் பெரும் பலன்களை அளிக்கக்கூடியதல்ல. கெடுக்காமல் இருந்தாலே போதும். உச்சாதிபதி என்ற வகையிலும் சுக ஸ்தானாதிபதி, மாதுர் ஸ்தானாதிபதி என்ற வகையிலும், இவர் கெடுவதும் சிறப்பளிக்காது. 6, 7, 9ல் இவர் கெடுவார். அதுவும் சிறப்புக்குரிய நிலை அல்ல. எவர் இணைவும், பார்வையும் கூட நன்மை அளிப்பதில்லை. லக்கினத்தில் இவர் இருப்பது கொடூரத் தன்மையை உருவாக்கி விடும். எனவே சுக்கிரன், புதன் ஆகிய இருவர் சாரமும் சற்று நன்மையளிக்கும். ராகு கேதுக்களின் சாரத்தையும் சற்று நம்பலாம். ஸ்தானம் எதுவாயினும் சிறப்பளிக்காது. அவர் அமரும் பாவத்தைக் கொடுத்தே தீருவார்.

ராகு திசை

மகரத்திற்கு அருமையான யோகத்தை அளிப்பவர் ராகு. இந்த ராசியில் அமர்ந்துதானே அதர்வண வேதத்தைக் கற்று ஞானஸ்தர் ஆகியவர். தம்மை உருவாக்கிய ஸ்தானத்தை மறந்து விடவும் கூடுமோ! 1, 3, 4, 5, 6, 7, 9, 10, 11, 12 ஆகிய இடங்களில் இருக்கும் ராகு நன்மையை அளிப்பார். உடன் சுக்கிரன், புதன் இணைவு நன்மையை அளிக்கும். எனினும் 7லும் 12லும் மட்டும் இணைவு சிறப்பில்லை. ராகு அமர்ந்த ஸ்தானம் மேஷம், ரிஷபம், கடகம், கன்னி, மகரம் ஆகிய ஐந்து இடங்களில் ஏதாவதொன்றாக இருந்து ராகுவுக்குக் கேந்திரங்களில் ஏதாவது கிரகம் இருந்தால் ராகு திசை நன்கு பயனளிக்கும்.

திடீர் யோகத்தை ராகு அளிப்பார். நான்கு கேந்திரங்களிலும் இடைவிடாது கிரகங்கள் இருந்தால் ராஜயோகம்தான். 2, 8 ஆகிய ஸ்தானங்களும் மற்றவர்களின் இணைவு, பார்வையும் சிறப்பான மேன்மையை அளிக்காது.

குரு திசை

திருதீய விரயாதிபதியான இவர் மகரத்துக்கு பாபர் தான். இவர் திசையிலும் பெரும் யோகங்களை எதிர் பார்ப்பதற்கில்லை. எனினும் இவர் லக்கினத்திலேயே நீசம் பெற்றுவிடுவது ஒரு சம பலத்தை அளிக்கும். உடன் சனி ஆட்சி பெறுவதும் அல்லது கேந்திரங்களில் சுபச்சந்திரன் அதிலும் 7ல் இருப்பது சற்று விசேஷமான பலன்களைச் செய்ய வைத்துவிடும். ஏற்கனவே குறிப்பிட்டுள்ளேன். குரு பகவான் ஒரு இக்கட்டான சூழ்நிலையில் இருந்தாலே தனக்கு ஆகாத லக்கினங்களுக்குச் சற்றேனும் பலன்களை அளிப்பார். அடுத்து ரிஷபத்திலும், கன்னி, துலாத்திலும் சுக்கிரன், புதன் இணைவு. அவரை இக்கட்டான நிலையில் வைக்கும். பகை பெற்ற நிலையில் திரிகோண, கேந்திர வலுவை விட முடியாத நிலையில் இருவரின் ஆளுகைக்கு உட்பட்டுச் செயல்பட வேண்டிய நிலை ஏற்படும். மற்ற இடங்கள், மற்றவர்களின் இணைவு சரியல்ல. எனினும் மேற்சொன்ன 1, 5, 9, 10 ஆகிய இடங்களில் ராகு, கேது இணைவும் நன்மை அளிக்கும்.

சனி திசை

மகரத்தின் லக்கினாதிபதி இவர். என்றாலும் 2க்குடைய மாரகாதிபத்தியமும், தனாதிபத்தியமும் பெறும் இவர் சமத்தையே பெறுகின்றார். பெரும் யோகம் எதையும் அளித்து

விட மாட்டார் என்பதைப் போலவே பெரும் கெடுதல்களையும் செய்து விடுவதில்லை. லக்கினத்தில் சுக்கிரன், புதன், ராகு, கேதுவோடு இணைந்திட்டால் திசை சுமாராகச் சென்றுவிடும். மற்ற ஸ்தானங்களில் 3, 6, 10ல் மட்டும் நன்மை அளிப்பார். எனினும், உடன் லக்கினச் சுபர்களின் இணைவு பார்வை அவசியம் தேவை அல்லது அவர்களின் சார பலமாவது தேவை. 2ல் அவர் ஆட்சி பெறுவதும், 8ல் பகை பெறுவதும் முற்றிலும் சரியல்ல. 7ல் பகை பெற்றாலும் லக்கினத்தைப் பார்த்து விடுவதால் சமாராகச் செயல்படுவார். மற்ற இடங்கள் சிறப்பில்லை. சூரியன், செவ்வாய் இணைவு திசையைக் கெடுத்துவிடும். அவர்களின் சாரமும், குருவின் சாரமும் கூட கெடுதல்தான். குருவின் பார்வை மட்டும் லக்கினத்தைத் தவிர மற்ற இடங்களிலே சுமார். லக்கினத்தில் இணைவது சிறப்பை அளிக்கும். எனினும் 12ல் சூரியன், லக்கினத்தில் சனி, புதன், சுக்கிரன், குரு கூட்டு நன்மை அளிக்கும். இந்நிலையில் செவ்வாயின் பார்வை இருக்கலாகாது.

புதன் திசை

6, 9க்குடையவர் என்றாலும், புதன் அரை யோகர், சுபர். எனவே மகரத்திற்கு இவர் திசை பலனளிக்கக் கூடியதே. 1, 2, 4, 5, 6, 9, 10, 11 ஆகிய இடங்களில் இருந்தால் நற்பலனை அளிப்பார். 6ல் இருப்பது நல்லதா என்றால் நல்லதே. எதிரிகளை வெல்லும் வலிமை அளிப்பதோடு, கடன் தொல்லைகளையும் நீக்கி விடுவார். உடல் நிலையில் சில தொல்லைகள் உருவாகத்தான் செய்யும். உடன் சுக்கிரன், ராகு, கேது இணைவு மட்டுமே நன்மை. மற்றவர்களின் இணைவும் பார்வையும் மேன்மையளிக்காது. மற்ற இடங்களும் சிறப்பில்லை.

கேது திசை

கேது பகவானின் மூலத்திரிகோண இல்லம் மகரம். தொல்லை கொடுப்பாரா? கொடுக்க மாட்டார். ராகுவைப் போல் திடீர் யோகம் கொடுக்கவில்லையெனினும் சீரான வளர்ச்சியைத் தருவார். 1, 3, 4, 5, 6, 9, 10, 11 ஆகிய இடங்கள் நற்பலன் அளிக்கும். உடன் இணைய வேண்டியவர்கள் சுக்கிரன், புதன் மட்டுமே. மற்ற எவருடைய இணைவும் சிறப்பளிக்காது. லக்கினத்தில் மட்டுமே சனி இணையலாம். 2ல் பெருமளவு கெடுதல் செய்ய மாட்டார் என்றாலும் ராகு சிம்மத்தில் அஷ்டம ராகு என்று பெயர் பெறுவது சிறப்பல்ல. பொதுவாகவே ராகு 2, 8ல் இருப்பது சிறப்பல்ல என்பதால் அவ்விடம் இரண்டும் நன்மையல்ல. 7ல் இருப்பதும் சற்றேறக் குறைய அதே நிலையைத்தான் கொடுக்கும். 3ல் அரவங்கள் இருக்கலாமோ? கூடாதுதான். எனினும் 5ல் அரவங்கள் இருப்பதை மட்டுமே எடுத்துக் கொள்ளக் கூடாது. மேலும் அரவங்கள் அங்கு நீசமே பெறுகின்றன. 5, 9, 10க்குரியவர்கள் மற்றும் குரு நன்முறையில் இருந்திட்டால் புத்திர தோஷம் குறைந்து விடும். 12ல் இருப்பது மிகவும் நல்லது. மோட்சம் கிட்டும்.

சுக்கிர திசை

மகர லக்கினதாரர்க்கும் வரப்பிரசாதமான திசை என்றால் அது மிகைப்படுத்தப்பட்டதல்ல. பஞ்சமதசமாதி பதியான இவர் நன்முறையில் அமைந்து திசையை நடத்தினால் மேன்மையான பலன்களை அளித்து உயர்வான வாழ்க்கை பெறும் யோகம் உண்டு. 1, 2, 3, 4, 5, 9, 10, 11 ஆகிய ஸ்தானங்கள் சிறப்பு. அதிலும் 1, 2, 3, 5, 9, 10 மிகவும் சிறப்பான இடங்கள். உடன் புதன், ராகு, கேது இணைவு

மட்டுமே சிறப்பு. மற்றவர்கள் இணைவு சரியல்ல. லக்கினத்தில் மட்டும் சனி இணைவு நன்மை. அதேபோல் 10ல் சனி, சுக்கிரன், புதன் இணைவு பெரும் சிறப்பைச் சுக்கிர திசையில் அளிக்கும். 6, 7, 8, 12 ஆகிய இடங்களில் சிறப்பான யோகம் அளிக்க மாட்டார். மற்ற எவருடைய இணைவும், பார்வையும் திசையில் மேன்மையை அளிக்காது. 3ல் உச்சம் பெறும் அவர் உத்திரட்டாதி 3ல், ரேவதி 4ல் இருந்தால் மிக நல்ல பலன்களை அளிப்பார். அடுத்து பூரட்டாதி 2ல் இருந்தால் மத்திமமான பலன்களை அளிப்பார்.

கும்பம்

சூரிய திசை

கும்பத்திற்கு பொதுவாக எவருமே சிறப்பான பலன்களை அளிப்பதில்லை. முழு யோகர் என்ற அமைப்பு எவருக்கும் இல்லை. சப்தமாதிபதியாகிய சூரியன் சிறப்பான பலன்க்ள் அளிப்பதில்லை. கெடுதல் எதுவும் இல்லாமல் சுமாராகத் திசையைக் கொண்டு செல்ல அவர் 2, 3, 4, 5, 7, 10, 11ல் இருப்பது நல்லது. இங்கு நான் 6ம் இடத்தைக் குறிப்பிடவில்லை. பொதுவாக சூரியன் 6ல் இருப்பது நல்லதுதான். ஆனால் கும்பத்திற்கு மனைவி ஸ்தானத்துக்கு அதிபதியான சூரியன் சிம்மத்துக்கு 12ம் இடமாக கடகத்தில் நிற்பது, சம்பாத்திய வலுவைக் குறைப்பதுடன், வரும் மனைவியின் பெருமைகளைக் குலைத்திடுவார். 8ல் இருப்பதும் 9ல் நீசம் பெறுவதும் நன்மையில்லை. 9ல் நீச பங்கம் பெற்றுவிட்டால் மட்டுமே நல்லது. 12ல் பகை பெறுவது எவ்விதத்திலும் சிறப்பில்லை. உடன் இணைய வேண்டியவர் புதன் மட்டுமே குருவின் இணைவை விடப் பார்வை சற்றுச் சிறப்பளிக்கும்.

சந்திர திசை

6க்குடையவர் எனினும் சில இடங்களில் திசையில் நல்ல பலனை அளிக்கின்றார். ஆனாலும் போகிற போக்கில் ஏதாவது தீமை செய்து விடுகின்றார். பெரும்பாலும் உடல் நிலையில் கோளாறு ஏற்படுத்தி விடுகின்றார். சுபச் சந்திரனாக மட்டுமே இருக்க வேண்டும். பாபச் சந்திரனாக இருப்பின் குருவின் பார்வை பெற்றால் மட்டுமே சில பலன்கள் கிடைக்கும். லக்கினத்தில் அமர்வது எந்தச் சந்திரனாக இருப்பினும் சிறப்பில்லை. 2ல் குருவுடன் இணைந்திருந்தால் நல்லது. 3ல் தனித்து (அ) குரு பார்வையுடன் இருப்பது நலம். 4ம் இடத்தில் உச்சம் பெறுவது நல்லதல்ல. இருப்பின் குரு இணைவு (அ) பார்வை நன்று. 5, 9 மட்டுமே சிறப்பு. 7ம் இடத்தில் சூரியனுடன் இணைந்த சந்திரன் பூர்ண அமாவாஸ்யை (அ) வளர்பிறை பிரதமைச் சந்திரனாக இருப்பின் திசை சற்று பலன் அளிக்கும். பாபர்களின் இணைவு, பார்வை இருக்கக் கூடாது. புதன், சுக்கிரன் இணைவில், புதன் இணைவு மட்டுமே சற்று திசையில் நன்மை செய்யும். எனினும் உடல் நிலையில் கோளாறுகள் ஏற்படுத்தி விடும். மற்ற இடங்கள் சிறப்பில்லை. முக்கியமாக, சனி, செவ்வாய், இராகு, கேது இணைவு (அ) பார்வை சிறப்பளிக்காது.

செவ்வாய் திசை

இவர் 3, 10க்குடையவர் என்றாலும் லக்கினத்துக்கு பாபர்தான். இவரின் நிலையைக் கொண்டே சகோதர, தொழில் வலுவைக் காண வேண்டியுள்ளதால், இவர் வலுப் பெறுவது எவ்வளவு நல்லதல்ல என்று கூறுகின்றோமோ

அவ்வளவிற்கு இவர் கெடுவதும் சிறப்பில்லை. இவர் திசையில் சற்று நல்ல பலன்களை எதிர்பார்க்க வேண்டுமானால், இவர் 4, 10, 11ல் மட்டுமே இருக்க வேண்டும். குரு பார்வை மட்டும் பெற்று இருப்பது சிறப்பு. மற்ற எவருடைய இணைவும், பார்வையும் இவருக்கு விருப்பம் இருக்காது. எப்படியாயினும், இவர் அதிவலுவு அடையக்கூடாது. 4, 11ல் இருக்கும்போதும் திசை சற்று பலனளித்தாலும் அந்த இரு பாவங்களின் தன்மையைக் கெடுத்து விடுவார். ஆனால் 10ல் இருக்கும்போது மட்டும் சுய க்ஷேத்திர வலுவால் தொழில் வலுவை அளிப்பார். 3ல் ஆட்சி பெறுதல் சிறப்பில்லை. அது தொழில் ஸ்தானத்துக்கு 6ஆமிடமாக வரும். அதேபோல் 5ல் இருப்பதும் சிறப்பில்லை. அது 10க்கு 8ஆமிடம் ஆகையால் தொழில் வலுவைக் குறைத்து விடும். மற்ற இடங்கள் எதுவும் சிறப்பளிக்காது.

ராகு திசை

இவர் திசை எதிர்பார்ப்புக்குடையது. 3, 5, 6, 9, 10, 11, 12 ஆகிய இடங்களில் நற்பலன் கிடைக்கும். 5ல் அரவம் இருக்கலாமா என்ற கேள்வி நியாயமானது. புதன் 5க்குடையவராக இருப்பதால் அவர் வலுப்பெற்று 9, 10க்குடைய தர்ம, கர்மாமதிபதிகள் நன்முறையில் இருந்து, குருவும் நன்முறையில் இருந்திட்டால் புத்திர தோஷம் பாதிக்காது. ஆயினும் 5ல் செவ்வாய், சனி, சூரியன், சந்திரன் ஆகிய எவரின் இணைவும், பார்வையும் ராகுவுக்கு இருக்கக் கூடாது. புதன், சுக்கிரன் இணைவு நல்லது. குரு பார்வை மட்டும் நலமளிக்கும். எங்குமே செவ்வாய், சனி, சூரியன், சந்திரன் இணைவு பார்வை திசைக்குச் சிறப்பளிக்காது.

குரு திசை

தன, லாபாதிபதியான இவர் தனகாரகத்துவத்தோடு, தனஸ்தான ஆதிபத்தியமும் பெறுவதால் இவர் நன்னிலையில் இருப்பது அவசியம். இவர் கெட்டு விட்டால் பொதுவாகவே கும்பத்துக்கு நல்லதல்ல. இவர் திசை நல்ல முறையில் இருக்க வேண்டுமெனில் இவர் 1, 2, 3, 10, 11-ல் இருப்பது நல்லது. உடன் ராகு, கேதுக்கள் மட்டுமே இணையலாம். மற்ற எவரின் இணைவும், பார்வையும் திசையில் சிறப்புக்குப் பயன்படாது. 4ல் இருப்பதை நல்லது என்று கூறுவதற்கில்லை. ரிஷபத்தில் அவர் கேந்திராதிபத்திய தோஷத்தோடு பகை பெற்று விடுகின்றார். எனினும் உடன் ராகு நின்று கேந்திரங்களில் கிரகங்கள் இருந்தால் திசை சற்று நல்ல பலன்களை அளிக்கும். 6ல் உச்சம் பெறுவதும், 8ல் பகை பெறுவதும், 12ல் நீசம் பெறுவதும் நல்லதல்ல. 9ம் இடத்தில் குரு இருப்பது திசைக்குச் சிறப்பில்லை. அதே நிலைதான் மிதுனத்துக்கும். 5ல் நின்றாலும் பகை பெறும். அவர் திசையை மேன்மையாகச் செயல்படுத்த மாட்டார்.

சனி திசை

கும்பத்திற்கு இவர் லக்கினாதிபதி என்றாலும், விரயாதிபத்தியமும் பெறுபவர். லக்கினேசரே விரயாதி பதியாக வரும் ஒரு அமைப்பு கும்பத்துக்கு மட்டுமே. மேலும் முழு யோகர் என்று எவரும் இல்லை என்று குறிப்பிட்டுள்ளேன். லக்கினாதிபதி என்ற முறையில் வலுவிழப்பதும், விரயாதிபதி என்ற வகையில் வலுப் பெறுவதும் சரியல்ல. லக்கின பாபராகவே இருக்கும் இவர் லக்கினத்தில் நின்றால் லக்கினத்தை வலுப்படுத்துவார். ஆனால் மந்தமாகவே செயல்படுவதோடு திசை மேன்மையாகச்

செயல்படாது. 2, 3 சிறப்பில்லை. 4, 5 சுமார். உடன் சுக்கிரன், புதன், ராகு, கேது இணைவு நன்மை. 6, 7, 8 ஆகியவை சிறப்பென்று கூறுவதற்கில்லை. 9ல் இவர் உச்சம் பெறுவதும் நன்மையல்ல. பாதகஸ்தானத்தில் உச்சம் பெறும் இவர் நன்மைக்குப் பதில் தீமையே செய்வார். 10ல் இருப்பது நன்மை உடன் ராகு கேது இருந்தால் நல்லது. செவ்வாய், சூரியன், சந்திரன் இணைவு சிறப்பளிக்காது. குரு பார்வை மட்டும் சற்று நன்மை அளிக்கும். 11, 12 ஆகிய இடங்களும் நல்லதல்ல. பொதுவாக பெரும் யோகத்தைக் கும்பத்துக்குச் சனி அளிக்கமாட்டார். சிக்கல் தொல்லை இல்லாமல் திசை சென்று விட்டாலே யோகம்தான்.

புதன் திசை

கும்பத்திற்கு எதிர்பார்ப்புக்குரிய திசை புதன் திசை. பஞ்சம அஷ்டமாதிபதி என்றாலும் லக்கினச் சுபர் அரை யோகர். எனவே பிற்பலனாவது சிறப்பாக இருக்கும். 1, 4, 5, 7, 9, 10ல் சிறப்பான பலன்கள் அளிப்பார். உடன் இணைய வேண்டிய ராகு, கேது, சுக்கிரன் ஆகியவர்கள் இணைவு மட்டும் சிறப்பளிக்கும். மற்ற எவருடைய பார்வையும், இணைவும் திசையின் மேன்மைக்குத் துணை புரியாது. 2ல் நீசமடைவது நல்லதல்ல. அப்படி இருந்தால் உடன் சுக்கிரன் இணைவு நீசபங்கத்தைக் கொடுத்து இருவர் திசையையும் சிறப்பாக்கும். அல்லது 11ல் குரு ஆட்சி பெறும். நீசத்தைப் பங்கம் செய்யும். 3ம் இடம், 6ம் இடம், 11, 12 ஆகிய இடங்களும் சிறப்பை அளிக்காது. 8ல் ஆட்சி பெறலாமா என்ற கேள்வி தோன்றக்கூடும். 8ல் ஆட்சியுச்சம் பெறுவது நன்மையல்ல என்ற முடிவுக்குத்தான் வர வேண்டும். ஆயுள் பலத்தைக் கூட்டினாலும் யோக வகையில் சிறப்பளிக்காது. 8ல் எக்கிரகம் வலிமை பெறுவதும் நன்மையளிக்காது.

கேது திசை

கும்பத்திற்குப் பெருமளவு யோகம் செய்ய மாட்டார். சுமாராகத்தான் இவரின் திசை செல்லும். 1, 3, 4, 5, 9, 10, 11, 12 ஆகிய இடங்களில் சற்று நல்ல பலனை அளிப்பார். ராகுவுக்குச் சொல்லியவைகள் கேதுவுக்கும் பொருந்தும்.

சுக்கிர திசை

கும்ப லக்கினதாரர்கள் மேன்மையடைய உதவி புரிபவர் இவரே. இவர் நன்முறையில் இருந்தால்தான் கும்ப லக்கினத்தில் தோன்றியவர்கள் வாழ்க்கையில் முன்னேற்றம் காண முடியும். அவர் 6, 8ல் கெட்டு விட்டால் கும்ப லக்கினம் சிறப்படைவது என்பது கல்லில் நார் உரிப்பது போல்தான். சுக, பாக்யாதிபதியான இவரே கும்ப லக்கினத்தின் அத்தனை மேன்மைகளையும் தன் வசம் கொண்டுள்ளவர். 1, 2, 4, 5, 9 ஆகிய இடங்களில் சிறப்பான பலன்களை அளிப்பார். உடன் இணைபவர் புதன் மட்டுமே. ராகு, கேதுக்கள் இணையலாம் என்றாலும் திசையின் மேன்மை சற்றுக் குறையத்தான் செய்யும். 9ம் இட பாதகாதிபதி 9ல் ஆட்சி பெறுவது நல்லதா? பொதுவாக நல்லதல்லதான். ஆனால் பாதகாதிபதியே யோகாதி பதியாகவும் வருவதால் பாதகாதிபத்தியம் குறைந்து சுபத்தன்மை ஏற்படுகின்றது. மேலும் 9ம் இடம் திரிகோணம் மற்றும் ஆபோக்கிலீயத்திலும் வருகின்றது என்பதைக் கவனத்தில் கொள்ள வேண்டும். மற்ற இடங்களும் மற்ற எவரின் இணைவும், பார்வையும் திசையின் மேன்மைக்கு நலம் பயக்காது. 7ம் இடமும் சுமார்தான்.

மீனம்

சூரிய திசை

மீன லக்கினத்துக்கு 6க்குடைய சூரிய திசை நன்மை அளிக்கக் கூடியதல்ல. எந்த ஸ்தானத்தில் இருந்தாலும் பெரும் யோகம் அளித்திட மாட்டார். சுமாராகச் செயல்படுத்துவதே சில ஸ்தான, சார பலங்களால் மட்டுமே 6க்குடையவர் எனினும் லக்கின கேந்திரத்தில் சற்று நற்பலனை அளிப்பார். உடன் குரு (அ) சந்திரன் இணைவு இருந்தால் நன்மை. பார்வையும் நன்மைதான். 3, 4, 5, 6, 9, 10 ஆகிய ஸ்தானங்களில் சற்று நலம் பயக்கும். 6ல் 6க்குரியவர் ஆட்சி பெறுவது நல்லதல்ல. எனினும், குருவுக்கு அதிமித்திரன் என்பதால், எதிரிகளை வெல்லும் வலிமை தருவார். கடன் தொல்லைகளைக் கட்டுப்படுத்தியும் வைப்பார். 2ல் உச்சம் பெறுவது நல்லதல்ல. 7, 8, 12 சிறப்பில்லை. உடன் எவரும் இணைவதை விட குரு, செவ்வாய், சந்திரன் பார்வை நன்று. மற்ற எவரின் இணைவும், பார்வையும் நன்மையல்ல. 11ல் சுமாரான பலன்கள் கிடைக்கலாம்.

சந்திர திசை

மீனத்திற்குப் பஞ்சமாதிபதியான சந்திரன் சுபச் சந்திரனாக இருந்து 1, 2, 3, 4, 5, 7, 9, 10, 11 ஆகிய ஸ்தானங்களில் இருந்தால் திசையில் நற்பலன்களை அளிப்பார். 6, 8, 12 ஆகிய ஸ்தானங்களிலும், பாபச் சந்திரனாக இருப்பதும் திசையின் மேன்மைக்கு நலம் செய்யாது. உடன், செவ்வாய் குரு ஆகியவர்களின் இணைவு, பார்வை நன்மை அளிக்கும். மற்ற எவருடைய இணைவும், பார்வையும் சிறப்பில்லை.

செவ்வாய் திசை

இவருடைய திசையும், மீன லக்கினத்துக்கு நன்மை அளிப்பதுதான். தன நவாதிபதியான இவர், தன் திசையில் நற்பலன்களைச் செய்ய வேண்டுமெனில் 1, 2, 5, 9, 10, 11ல் இருக்க வேண்டும். உடன் குரு, சுபச்சந்திரன் இணையலாம். இணைவை விடவும் பார்வை விசேஷம். லக்கினத்தில் இருக்கும்போது சற்று முன்கோபம் வரும். மற்றப்படி திசையின் பலன்கள் குறையாது. 2ல் ஆட்சி பெறுவது மனைவிக்குச் சில தொல்லைகள் அளிக்கும். 3ல் இருப்பது பெருமளவு நன்மையளிக்காது. திசை சுமாராகச் செல்லும். 4ல் சிறப்பில்லை. 5ல் நீசம் பெற்றாலும் உடன் சந்திரன் (அ) குருவின் இணைவு சரிகட்டிவிடும். 6, 8, 12 ஆகிய இடங்கள் சிறப்பில்லை.

ராகு திசை

மீன லக்கினத்துக்கு இவர் திசை நன்மையைத் தரும். 1, 3, 4, 9, 10, 11, 12 ஆகிய ஸ்தானங்கள் சிறப்பான பலன்களை அளிக்கும். குருவின் இணைவும், பார்வையும் நன்மை அளிக்கும். மற்ற எவருடைய பார்வையும், இணைவும் சிறப்பில்லை. 2ல் இருப்பது சரியென்று கூறுவதற்கில்லை. 5ல் இருக்கும்போது உடன் குரு இணைவு (அ) பார்வை இருந்தால்தான் நல்லது. 6, 8ல் சிறப்பான நன்மை இல்லை. 10ல் இருக்கும் ராகு நல்ல விசேஷமான பலனை அளிப்பார்.

குரு திசை

லக்கினத்துக்கும், 10ம் இட தொழில் ஸ்தான அதிபதியான இவர் பெரும் யோகத்தை அளிக்க மாட்டார். சுமாராகத்தான் செயல்படுவார். அதற்கே பல சௌகரியங்கள்

இவருக்குத் தேவை. 1, 2, 5, 9 ஆகிய ஸ்தானங்களில் மட்டுமே நன்மை அளிப்பார். உடன் செவ்வாய், சுபச்சந்திரன் இணைவு, பார்வை நன்மை. மற்ற எவருடைய இணைவையும், பார்வையையும் இந்தப் பெரிய மனிதர் ஏற்றுக் கொள்வதற்கில்லை. 5ல் குரு, சந்திரன், செவ்வாய் இணைவும் அதேபோல் 9ல் மூவரின் இணைவும் திசையில் மிகச் சிறப்பான பலன்களை அளிக்கும். 4, 7, 10 ஆகிய ஸ்தானங்களில் கடும் கேந்திராதிபத்திய தோஷத்தைப் பெறுபவர். 3ல் பகை பெற்றாலும் உடன் சுபச் சந்திரன் இணைந்து விட்டால் திசை சற்றுப் பலன் அளிக்கும். 6, 8, 11 12 ஆகிய இடங்கள் சிறப்பில்லை.

சனி திசை

லாப, விரயாதிபதியான இவரும் பெரும் யோகத்தை அளித்து விட மாட்டார். 3, 4, 6, 9, 10, 11 ஆகிய ஸ்தானங்களில் நற்பலன்கள் அளிப்பார். உடன் இணைபவர், குரு, ராகு, கேதுக்கள் மட்டுமே. பார்வையும் நன்மை பயக்கும். செவ்வாய், சனி இணைவு சிறப்பளிக்காது. மற்ற இடங்களும், மற்றவர்களின் இணைவு, பார்வையும் நன்மையளிக்காது. லக்கினத்தில் இருக்கும்போது பெருமளவு தீமை செய்வதில்லை. எனினும் மந்தமாகவே இருப்பார்கள். சுறுசுறுப்பு இருக்காது. 11ல் குருவுடன் நீசபங்கம் பெறுவது நன்மையளிக்கும்.

புதன் திசை

4, 7க்குடைய இவர் பாதக, மாரகாதிபதி. இவர் வலுப்பெறுவது நல்லதல்ல. பெருமளவு நன்மையும் அளிக்க மாட்டார். இவர் திசை சுமாராகச் செல்ல வேண்டுமெனில் இவர் லக்கினத்தில் நீசம் பெறுவதும் 5ல் பகை பெறுவதும்

மட்டுமே. மற்ற எவ்விடத்திலும் சிறப்பான பலன்களைப் பெற முடியாது. இணைய வேண்டியவர்கள் ராகு, கேது மட்டுமே. மற்ற எவரின் இணைவும் பார்வையும் விசேஷம் இல்லை. நீசபங்கம் பெறக்கூடாது.

கேது திசை

மீனத்திற்கு இவர் சற்று நல்ல பலன்களை அளிப்பவர் தான். மீனத்தை ராகு, கேதுவுக்கு சொந்த இடம் என்றும் கூறுவார்கள். லக்னத்தில் குருவுடன் இணைந்து விட்டால் அபாரமான ஞானம் ஏற்பட்டு, பலர் மதிக்கும் வணங்கும் நிலை பெற்றுவிடுவார்கள். 2ல் கேது இருப்பது பெருமளவு பாதிப்பில்லை. எனினும் 8ல் ராகு அமர்ந்து விடுவது சிறப்பென்று கூறுவதற்கில்லை. பாபர்கள் அசுப ஸ்தானங்களில் வலுவிழக்க வேண்டுமேயன்றி வலுப் பெறுதல் கூடாது. 3, 4, 5, 6, 9, 10, 11, 12 ஆகிய ஸ்தானங்களில் இருக்கலாம். 5ல் இருப்பினும் பகை என்ற வகையில் வலுக் குறைவே. குருவின் இணைவு, பார்வை சிறப்பை அளிக்கும். மற்ற எவரின் பார்வையும் இணைவும் சிறப்பளிக்காது.

சுக்கிர திசை

திருதீய அஷ்டமாதிபதியின் திசை பெருமளவு எதிர்பார்ப்புக்குடையதல்ல. சுமாரான பலன்கள்தான். பெரும் யோகம் எதையும் அளித்திட மாட்டார். எவ்விடத்தும், எவர் இணைவும் இவருக்குத் திருப்தி அளிக்காது. லக்கினச் சுபர்களின் சார பலம் மட்டுமே சற்றுப் பலனை அளிக்கும். லக்கின உச்சாதிபதி என்றபோதும் அஷ்டமாதிபதி லக்கினத்தில் உச்சம் பெறுவது சிறப்பு எதையும் அளிக்காது. மாறாகத் தொல்லைகளையே அதிகப்படுத்தும்.

இதுவரையிலும் 12 லக்கினங்களுக்கும் பொதுப் பலன் கூறியுள்ளேன். இது ஓரளவுதான் ஒத்து வரும். சார பலம், வர்க்க மேன்மையை கருத்தில் கொண்டே திசா பலன்களை நிர்ணயம் செய்ய வேண்டும். திசைப் பலன்களை அனுசரித்தே புத்திகளின் பலன்களும் இருக்கும். திசாநாதர்களை மீறி புத்தி நாதர்கள் பெரும் பலன் அளித்து விட மாட்டார்கள். எனினும் லக்கினச் சுபர்களாக இருப்பின் கெட்டவருடைய திசை எனினும் சற்று நற்பலன்களை அளிப்பார்கள். சுபர்களின் திசையில் சுபர்களின் புத்திகள் நற்பலனை அளிக்கும்.

முடிவுரை

இதுவரையிலும் முதல் பாகத்தில், ஆரம்பம் முதல் திசைப் பலன்கள் வரை அறிந்து கொண்டீர்கள். அடிப்படையை அறிந்து கொண்ட நீங்கள், அடுத்து இரண்டாம் பாகத்தில் நுணுக்கங்களை அறிந்து கொள்ளப் போகின்றீர்கள். முதல் பாகத்தில் நான் அளித்துள்ள விஷயங்கள் அதிகமே. இவ்வளவு முழுமையாக, எந்த நூலிலும் விளக்கம் இருக்காது. பொதுப்படையாகத்தான் எழுதப்பட்டிருக்கும். நுணுக்கங்கள் இருக்காது. வெறும் பாடல்கள் முழுமையான விளக்கங்கள் அளிக்காது. கிரகங்களின் நிலைமையை நன்கு ஆராய்ந்து பார்த்து வலிமையைக் கவனித்தே பலன்கள் கூற வேண்டும். அவசரத்துடன் எதையும் முடிவு செய்யக் கூடாது. பலவிதமான மாறுபட்ட கருத்துகள் ஜோதிட உலகில் நிலவி வருகின்றன. அவரவர்களின் முடிவுதான் சிறந்தது என்று வலியுறுத்தியும் கூறுவார்கள். எதையுமே வலியுறுத்திக் கூற

இயலாது. பெரும்பாலும் ஜோதிட சாஸ்திரம் யூகத்தின் அடிப்படையிலேதான் அமையும். அனுபவம் அதிகமாக அதிகமாக யூகங்கள் சரியான வழியில் செயல்படும். மூலநூல்களின் கருத்துக்களையும் முற்றிலும் ஒதுக்கிவிட முடியாது. அதுதான் அடிப்படை! அஸ்திவாரம்! அதை வைத்துத்தான் கட்டடத்தை எழுப்ப முடியும். மூலநூல்களின் கருத்தே தவறென்று வாதிடுபவர்களும் உண்டு. இரண்டு கடிகாரங்கள் ஒரே நேரத்தைக் காட்டாது. அதுபோல, இரண்டு ஜோதிடர்களும் இரு வேறான கோணங்களில்தான் ஜாதகத்தை ஆய்வு செய்வார்கள். நான் ஏற்கெனவே கூறியபடி அதிமித்திர கிரகங்களான குருவும், செவ்வாயும், முறையே மேஷ, விருச்சிகத்திலும், தனுசு, மீனத்திலும் பகை என்று கணிப்பு செய்து அதன்படியே பலனும் கூறுவார்கள். அவர்கள் இருவரும் நட்புக் கிரகங்கள். ஆனால் இருவரும் பரஸ்பரம் மற்றவருடைய வீட்டில் பகையானது எப்படி என்று கேட்டால் பதில் வராது. ஆனால் அது அப்படித்தான் என்று அடித்துக் கூறுவார்கள். அவர்களிடம் வாதிடுவதும் பயனற்றதுதான். எனவே ஒரே கோணத்தில், உங்களுக்கென்று ஒரு முறையை உருவாக்கிக் கொண்டு ஆராய வேண்டும். அதுதான் சரியான வழிமுறை. இனி அடுத்து இரண்டாம் பாகத்தில் நீங்கள் அறிந்து கொள்ள இருப்பவைகளைப் பற்றிக் குறிப்பிடுகின்றேன்.

1. ஒரு உதாரண ஜாதகத்தைக் கொண்டு, சப்தவர்க்கச் சக்கரங்கள் அமைக்கும் முறை, அவற்றைக் கொண்டு பலன்கள் அறியும் முறை. கிரகபுஸ்டம், லக்கினஸ்புடம் செய்யும் வழி.

2. தொழில் வகையைப் பற்றி அறிந்து கொள்ளல்.

3. நோய்களை அறியும் முறைகளும், அதற்குப் பரிகாரங்களும்.

4. அஷ்டவர்க்க கணிதத்தைப் பற்றிய விவரம், அதைக் கணிதம் செய்து பலன்கள் அறியும் முறை.

5. பாவகம், தசாம்சம், நவாங்கிஷம் பற்றிய விவரங்கள்.

6. பெண்களின் ஜாதக விசேஷங்கள்.

7. சரியான முறையில் பெண்களின் ருது ஜாதகம் கணித்தல்.

8. திருமணப் பொருத்தம் பார்க்கும் விரிவான முறை.

9. தோஷங்களும், அவைகளுக்குப் பரிகாரங்களும்.

10. எந்த வயதில், எந்தத் திசை சிறப்பான யோகம் அளிக்கும்.

11. நவரத்தினங்களைப் பயன்படுத்தும் முறை.

12. எண் கணிதத்தை (நியூமராலஜி) ஜாதகத்துடன் இணைக்கும் முறை, சரியான எண் தேர்ந்தெடுத்தல்.

13. சரியான எண்ணைக் கொண்டு அதிர்ஷ்ட நாட்கள், தேதிகள், நிறங்கள், தேவதைகள் அறிந்து கொள்ளல்.

14. கைரேகைக்கும், ஜாதகத்திற்கும் உள்ள தொடர்பு.

15. ஜாதகம் இல்லாதவர்களுக்குப் பெயர் ராசி கணித்துப் பலன்கள் அறியும் முறை.

16. பல முக்கியமானவர்களின் உதாரண ஜாதக விளக்கங்கள்.

17. ஆயுள் கணிதத்தைப் பற்றி சில விளக்கங்கள்.

18. கிரகங்களின் சில விசேஷ இணைவுகளின் பலன்கள்.

19. நவக்கிரக தியான ஸ்லோகங்கள், காயத்ரீ, மூல மந்திரம், ஸ்தோத்திரங்கள், அஷ்டோத்திரங்கள்.

20. சப்தவர்க்க, பாவஸ்புடம் அமைக்க எளிதான கணிதப் பட்டியல்.

★★★